கதிரவன் 1965ஆம் ஆண்டு கோவையில் பிறந்தார். 1987இல் மண்டலப் பொறியியல் கல்லூரியில் மின்னணுவியல் மற்றும் தொடர்பாடல் துறையில் ஹானர்ஸ் வகுப்பில் பொறிஞர் பட்டம் பெற்றார். அவருடைய நுண்ணலை மின்னணுவியல் ஆய்வுக்கு, கனடாவில் 1990இல் முதுநிலை பட்டமும் (MS) 1995இல் முனைவர் பட்டமும் (Phd) வழங்கப்பட்டது. காலியம் ஆர்சனைடு (GaAs) மற்றும் இன்டியம் பாஸ்பைடு (InP) குறைகடத்தி பொருள்களில் அதிர்வெண் பெருக்கி களை ஆய்ந்து, பல கட்டுரைகளை வெளியிட்டுள்ளார். திண்மநிலை அதிர்வெண் பெருக்கும் கருவிகள் மற்றும் சுற்றுகளில் அவர் அறிமுகம் செய்த போல்மம் (cubic model) இடம்பெறுகின்றது; ஐ.பாஹ்ல், பீ. பார்த்தியா ஆகியோர் இணைந்து எழுதிய *Microwave Solid State Circuit Design* என்னும் நூலில் விரிவாகக் குறிப்பிட்டுள்ளனர். பன்னாட்டு மின்னியல் மற்றும் மின்னணுவியல் கழக (IEEE) மாநாடுகளில் பங்கு கொண்டுள்ளார்; அவை தொடர்பான வெளியீடுகளிலும் ஆய்வுக் கட்டுரைகள் எழுதியுள்ளார்.

கனடாவில், செல்லுலர் தளநிலைய ஏற்பிகளை வடிவமைக்கும் வாய்ப்பு 1995இல் இவருக்குக் கிட்டியது. தொடர்ந்து, ஐபிஎம் மைக்ரோ எலக்டானிக்ஸ், மேக்ஸிம் இன்டகிரேடட் புரோடக்ஸ் ஆகிய நிறுவனங் களில் ரேடியோ அதிர்வெண்களில் வேலை செய்யும் ஒருங்கிணைந்த சுற்றுகளை வடிவமைத்து வெளியிட்டுள்ளார்; MAX9981, MAX9982, MAX9993, MAX9994, MAX9995, MAX9996, MAX2039, MAX2021, MAX2023 எனப் பல உயர்-ஆற்றுகை சிலிக்கான்- ஜெர்மேனியம் சில்கள், அந்த வரிசையில் அடங்கும். எரிக்ஸன், நோக்கியா, நோர்டெல், லூசென்ட், சோமா நெட்வொர்க்ஸ் என பல செல்லுலர் கம்பெனிகளின் தளநிலைய ஏற்பிகளில் இந்தச் சில்கள் இடம்பெறுகின்றன. அதிர்வெண் தாவும் ஏற்பிகளில், சுமப்பியலை மூலங்களைத் தனிமைப்படுத்தும் முறைக் கான தனியுரிமை அவருக்கு வழங்கப்பட்டது. www.pathivukal.com, www.thinnai.com போன்ற தமிழ் இணைய தளங்களில் பல அறிவியல் கட்டுரைகளை எழுதிவரும் இவர், அமெரிக்காவில் பாஸ்டன் அருகில் உள்ள வெஸ்ட்ஃபோர்ட் என்னும் ஊரில் வசிக்கிறார்.

அடிப்படை
ரேடியோ தொடர்பாடல்

கதிரவன் கிருஷ்ணமூர்த்தி

அடையாளம்

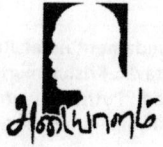

முதல் பதிப்பு 2011

© கதிரவன் கிருஷ்ணமூர்த்தி

வெளியீடு: அடையாளம், 1205/1 கருப்பூர் சாலை, புத்தாநத்தம் 621310, திருச்சி மாவட்டம், தமிழ்நாடு, இந்தியா, தொலைபேசி: (+91) 04332 273444.

ISBN 978 81 7720 142 0

விலை: ரூ. 175

நூல் வடிவம்: த பாபிரஸ், அச்சாக்கம்: அடையாளம் பிரஸ், இந்தியா.

aṭippaṭai radioth thoṭarpāṭal, Fundamentals of Radio Communications in Tamil by Kathiravan Krishnamurthi, © Kathiravan Krishnamurthi, First Edition 2011, Published by Adaiyaalam, 1205/1 Karupur Road, Puthanatham 621 310. Thiruchirappalli Dist., Tamilnadu, India. email: info@adaiyaalam.net.

அன்று முதல் இன்றுவரை புவியெங்கும்
தமிழினத்தின் மானம் காக்க இன்னுயிர்
ஈந்த மாவீரர்களுக்கும், சிறை சென்றும்
செக்கிழுத்தும் தங்களையே அர்ப்பணித்த
மாமனிதர்களுக்கும்

பொருளடக்கம்

நன்றி..xi
முகப்புரை..xiii

1 அறிமுகம்..1
   1.1 முன்னுரை..1
   1.2 நோக்கமும் உள்ளடக்கமும்..........................2

2 ரேடியோவின் கதை......................................5
   2.1 அறிவியல் ஆரம்பம்.....................................5
   2.2 தந்தை ஹென்ரிக் ஹெர்ட்ஸ்......................5
   2.3 முன்னோடி போஸ்.......................................6
   2.4 மார்க்கோனியின் ரேடியோ தந்தியியல்.........7
   2.5 குழாய் மின்னணுவியல்.................................7
   2.6 ஆம்ஸ்ட்ராங் ஊழி.......................................8
   2.7 நுணுக்கமாகும் படலம்.................................12
   2.8 உள்ளங்கையில் அடங்கும் விநோதம்............14
   2.9 முடிவுரை..15

3 ரேடியோ இயற்பியல் முன்னோடிகள் கதை........16
   3.1 ஹென்ரிக் ஹெர்ட்ஸ்.................................16
   3.2 சர். ஜகதீஷ் சந்திர போஸ்............................17
   3.3 குக்லியல்மோ மார்க்கோனி..........................21

4 ரேடியோ அலைகள்.......................................24
   4.1 அறிமுகம்..24
   4.2 அலைகளும் அதிர்வெண்களும்......................24
   4.3 ரேடியோ அலைகளின் நிறமாலை...................26
   4.4 அலைநீளமும் அதிர்வெண்ணும்......................27
   4.5 அலைகள் பரவும் திசைவேகம்........................28
   4.6 ரேடியோ அலைகள் உருவாவது எப்படி?.........29
   4.7 குறுக்கலைகளின் தனிப் பண்புகள்...............31
      கட்டில்லா குறுக்கலைகள்........................32
      அலையின் துருவமுனைப்பாடு...................33
      அலை எதிர்மம்..34

  மின்புலச் செறிவு..................................35
 4.8 செலுத்தும் கம்பிகள்..........................36
  தொடரும் எதிர்மம்: சமநிலைச் சமிக்ஞைகள் எதற்கு?........37
  மின்புல வலுவைக் கணிக்கும் மானியும் அதன் பயன்பாடும்...38
 4.9 ரேடியோ அலையின் எதிரொலியைப் பயன்படுத்தும் ரேடார்..................................39
  எதிரொலியும் டாப்ளர் விலகலும்..................40
 பிற்சேர்க்கை..44
  4.அ. மேக்ஸ்வெல்லின் எழில்மிகு சமன்பாடுகளும் அலை வேகமும்....................................44
  4.ஆ. வலக்கை விதி..........................48

5 ரேடியோ பரப்பமும் ஏற்பமும்..................49
 5.1 நேர்ப்பார்வைச் செலுத்தம்......................49
 5.2 கட்டில்லா வெளியில் பரப்பம்..................52
 5.3 நகரும் ரேடியோவின் சூழ்வெளி................54
 5.4 இரு கதிர் தரை-பிரதிபலிப்பு போல்மம்..........56
 பிற்சேர்க்கை..59
  5.அ. ரேடியோவின் கண்ணுக்கெட்டும் தொலைவு: பகுப்பாய்வு................................59
  5.ஆ. டெசிபெல்..........................59

6 சமிக்ஞைகளும் பண்பேற்றமும்..................61
 6.1 சமிக்ஞைகளிலும் சைன் அலைகள்..............61
  ஃபூரியரும் அதிர்வெண்ணும்......................63
 6.2 ஒப்புமை சமிக்ஞை..........................65
 6.3 இலக்கமுறை சமிக்ஞை........................67
  இலக்கமுறை சமிக்ஞை உருவாக்கம்..............68
 6.4 அலைவரிசைப்பட்டை அகலம்..................69
 6.5 மாதிரியெடுக்கும் தேற்றம்......................72
 6.6 ஒப்புமை-இலக்கமுறைச் சமிக்ஞைகள்: ஓர் ஒப்பீடு....73
 6.7 பண்பேற்றம்..........................75
 6.8 பண்பேற்றம் எதற்காக?......................76
 6.9 வீச்சுநிலைப் பண்பேற்றம்....................77
  AM உருவாக்கம்..........................80
  வீச்சுநிலைப் பண்பிறக்கக் கருவி..................81
  தறிப்பான் பண்பேற்றி......................82
 6.10 அதிர்வெண் பண்பேற்றம் (FM)................86

பின்புலம்..86
　　　வரையறையும் அலைவடிவமும்........................88
　　　சைனலை FMஇன் நிறமாலை........................90
　　　FM உருவாக்கும் வழிமுறை..........................92
　　　FM சமிக்ஞை உணர்வான்............................97
　6.11 இலக்கமுறை பண்பேற்றம்..........................98
　　　இலக்கமுறை சுமப்பி அமைப்புகள்..................99
　　　வீச்சு விலகும் விசைமுறை (ASK)...............100
　　　அதிர்வெண் விலகும் விசைமுறை (FSK)........102
　　　கட்டநிலை விலகும் விசைமுறை (PSK & QPSK).......102
　　　துண்மி வீதமும் பாட் வீதமும்........................104
பிற்சேர்க்கை...107
　　　6.அ. கலவை எண்கள் அல்லது சிக்கல் எண்கள்.......107
　　　6.ஆ. ஃபூரியர் தொடரும் களமாற்றமும்............107

7 செல்பேசிகளைத் தெரிந்துகொள்வோம்............109
　7.1 அறிமுகம்...109
　7.2 செல்லுலர் உத்தி....................................109
　7.3 அலைவரிசை மறுபிரயோகம்......................110
　7.4 செல்பேசி: இருவழி ரேடியோ.....................112
　　　அதிர்வெண் பங்கிட்ட இரட்டை வழியாக்கம் (FDD).......113
　7.5 பன்முக அணுகல் நுட்பங்கள் (Multiple Access Techniques)......114
　　　நேரம் பங்கிட்ட பன்முக அணுகல் (TDMA).......115
　　　குறியீடு பங்கிட்ட பன்முக அணுகல் (CDMA).......116
　7.6 அடிப்படை செல்லுலர் அமைப்பு...................121
　7.7 செல்பேசி வேலை செய்யும் விதம்.................123
　7.8 செல்பேசிக்குள்ளே...................................126
　7.9 தளப்பரப்பில் ஒலிகடத்தும் கருவிகளும் செல்பேசிகளும்.129
　7.10 செல்பேசிகளும் உடல் நலமும்....................134
பிற்சேர்க்கை...138
　　　7.அ. கொக்யின் கதை...............................138

8 பூகோள இடநிலை உணர்த்தும் அமைப்பு (GPS)......140
　8.1 அறிமுகம்...140
　8.2 வேலைசெய்யும் விதம்..............................141
　8.3 மூவச்சாக்கம் (Trilateration).....................142
　8.4 GPS பயன்பாடுகள்.................................143
　8.5 GPS ஏற்பி..145

    8.6 எதிர்காலத்தில் GPS 148
    பிற்சேர்க்கை 150
        8.அ. முக்கோணமாக்கம் (Trilateration) 150
        8.ஆ. கருங்கல் மின்கலன்கள் 150

9 ரேடியோ தொடர்பாடல் அமைப்புகளில் மின்னிரைச்சல் 153
    9.1 அறிமுகம் 153
    9.2 தற்போக்குச் செயற்பாடும் இரைச்சலும் 155
        புள்ளியியல் கூட்டங்கள் 157
        நிகழ்தகவு அடர்த்திச் சார்பு 159
        நிறமாலைசார் திறன் அடர்த்தி 160
    9.3 வெப்ப இரைச்சல் 162
        வெள்ளை இரைச்சல் 163
        இரைச்சல் வெப்பம் 164
        உள்ளீட்டு விளைவுறு இரைச்சல் வெப்பம் 166
        இரைச்சல் காரணி 167
    9.4 இரைச்சல் காரணியும், இரைச்சல் வெப்பமும் 167
        விளைவுறு இரைச்சல் வெப்பமும் இரைச்சல் காரணியும் .. 168
        குறைம சமிக்ஞை-இரைச்சல் விகிதம் 169
        கூருணர்திறனும் இரைச்சல் அளவையும் 170
        இரைச்சல் மாதிரியம் 171
        ஃப்ரீஸ் சமன்பாடு 173
    9.5 கட்டநிலை இரைச்சல் 176
        ரேடியோ தொடர்பாடலில் கட்டநிலை இரைச்சலின்
        விளைவுகள் 178
        கட்டநிலை இரைச்சல் தேவைப்பாட்டை கணித்தல் 181
        வெப்ப இரைச்சலும் கட்டநிலை இரைச்சலும் 182
    9.6 முடிவுரை 184

10 நிறைவுரை 185
11 அருஞ்சொற்பொருள் 187
13 உசாத்துணை 207
12 சுட்டி 211

நன்றி

இந்நூலை எழுத ஊக்கமளித்து, செழுமைப்படுத்த பல வழிகளில் உதவிய நண்பர்கள் முனைவர் நாக கணேசன் (நாசா), பொறிஞர் நாக இளங்கோவன், முனைவர் பாலா சாமிநாதன், பேராசிரியர் செல்வகுமார் (வாட்டர்லூ பல்கலைக்கழகம், கனடா), பேராசிரியர் சுந்தரமூர்த்தி (வான்டர்பில்ட் பல்கலைக்கழகம்) ஆகியோர்; கல்வி யாளரும், தமிழ்ப்பற்றாளருமான பொள்ளாச்சி நசன் அவர்களை இந்நூலின் கையெழுத்துப்பிரதியை வாசித்து, கருத்துகளைச் சொல்ல வேண்டினேன். எழுத்துப் பிழைகளைச் சுட்டிக் காட்டியதோடு, அன்பு வார்த்தைகளால் ஊக்கமளித்தார்; 'ஆளாகி வாசிப்பேன்' என்று சொல்லி ஊக்கம் கொடுத்த மகன்கள் முகில், வேனில், துணைநலம் வாணி, என்னை வளர்த்து ஆளாக்கி – இன்றைக்கும் உதவும் கரங்களாகத் திகழும் தந்தை கிருஷ்ணமூர்த்தி, தாய் பாக்கியம், உடன்பிறந்த பேராசிரியர் இளங்கோ; பல ஆவணங்களைச் சிரமம் பாராமல் எனக்கு இந்தியாவி லிருந்து வாங்கி அனுப்பியதோடு மணவை முஸ்தாபா அவர் களுடன் தொடர்புகொள்ளவும் உதவியவர் சென்னை நண்பர் சையத் சதக்கத்துல்லா, இறுதி வடிவத்தை சிறப்பாக்கித் தந்த தோழர் சிராஜுல் ஹஸன், இந்நூலை வெளியிட முன்வந்த தமிழ்ப் பதிப்புலகில் தரத்தாலும் கொள்கைப் பிடிப்பாலும் பல சாதனைகளைப் படைத்து வரும் அடையாளம் பதிப்புக் குழுவினர், அனைவருக்கும் நன்றி.

முகப்புரை

தொடர்பாடல் என்று நாம் சொல்லும்போது, தகவலை ஓர் இடத்திலிருந்து மற்றோர் இடத்திற்குக் கொண்டு செல்வதையும் செலுத்துவதையும் குறிக்கிறோம். இந்த விளக்கம், மிகவும் பரந்துபட்டதாக அமைகிறது. தொடர்பாடல் பற்றிய இந்தக் கருத்து – தொலைபேசி இணைப்பின் ஊடாக நண்பரின் நலன் விசாரிப்பது, நேர்காணலில் இனிய சொல்லில் தெளிவாகப் பதில் அளிப்பது, தொடர்வண்டி புறப்படலாம் என்று பச்சைக்கொடி காட்டுவது... என்று பல்வேறு செயல்களைக் குறிக்கவல்லது; இருப்பினும், மேல் சொன்ன எடுத்துக்காட்டுகள் எல்லாவற்றிலும் பொதுவாக நிகழ்வது, 'ஏற்பவரிடம் தகவல் சென்றடையச் செய்தலே'.

தொடர்பாடல் பற்றிய பரந்த கண்ணோட்டத்தில், நம் முயற்சியை நாம் தகவலை நெடுந்தொலைவு செலுத்துவது பற்றிய பாடமாக வரைப்படுத்திக் கொள்வோம். தகவலை நெடுந்தொலைவு செலுத்துவதற்கு மற்ற சமிக்ஞைகளைவிட, மின் சமிக்ஞைகளே ஏற்றவையாக அமைந்துள்ளன. அவை ஒளியின் வேகத்தில் பரவும் தன்மையுடைவை.

நெடுந்தொலைவு தொடர்பாட – தகவல் அடங்கிய மின்னியல் சமிக்ஞைகளைக் கம்பியூடாகச் செலுத்துவதைவிட, கம்பியில்லாமல் செலுத்தும் முறை, பரவலாக ஆளப்பட்டு வருகின்றது. விரிவான தளத்தில் கம்பியில்லாத ஊடகம் தொடர்பான – அறிவியல், கருவிகள், சேவைகள், உத்திகள் ஆகியவற்றைக் குறிக்கும் அடைச்சொல்லாக 'ரேடியோ' வழங்கிவருகின்றது. ரேடியோ தொடர்பாடலின் புதிய வளர்ச்சியாக, நகரும் பயனர்களை இணைக்கும் செல்பேசி பரிணமித்துள்ளது. இதை நாம் கண்கூடாகப் பார்க்கிறோம்.

இன்று நம் குமுகாயம், அறிவியலையும் நுட்பியலையும் (டெக்னாலஜி) நம்பி வாழும் குமுகாயமாகிவிட்டது. தொடர்பாடல் நுட்பியல் முன்னேறி வந்தாலும் நம் அடிப்படை ஊடகமாக விளங்குவது மொழியே! தமிழும் தன் வளர்ச்சிப் பாதையில் புதிய அறிவியலைத் தேடி நிற்கின்றது. இத்தேவையை நிறைவு செய்யும் பணியில் என் சிறிய பங்களிப்புதான் இந்நூல். இந்நூலை எழுத உதவிய துணை

நூல்களையும், மூல ஆவணங்களையும் குறிப்பிட்டுள்ளேன். ஒரு சிறிய அகரமுதலியும் இணைக்கப்பட்டுள்ளது. கலைச்சொல் வழிகாட்டி யாகத் திகழும், வளர்தமிழ்ச் செல்வர் மணவை முஸ்தபா எழுதி வெளியிட்ட களஞ்சிய அகராதி, எனக்குப் பேருதவியாக இருந்தது. சில புதிய சொற் களையும் ஆக்கி, அறிமுகப்படுத்தியுள்ளேன். இந்நூலில் சொல்லப் படும் கருத்துகளும் செய்திகளும் தமிழுலகுக்குப் பயன் தரும் என்று நம்புகிறேன்.

கதிரவன் கிருஷ்ணமூர்த்தி

1

அறிமுகம்

1.1 முன்னுரை

நாள்தோறும் பணியாற்றும் வேளையிலும் ஓய்வு நேரத்திலும் தொலைபேசி, வானொலி, தொலைக்காட்சி போன்ற தொடர்பாடல் அமைப்புகளைப் பயன்படுத்துகிறோம். இன்னும் அதிக நுட்பம் வாய்ந்த தொடர்பாடல் அமைப்புகள், வானூர்தி, தானியங்கு தொடர்வண்டிகளை வழிப்படுத்துவது மட்டுமல்லாமல், துணைக்கோள் ஊடாக உடனுக்குடன் உலகச் செய்திகளையும் அறிய உதவுகின்றன. இன்றைய தொடர்பாடல் அமைப்புகள், தொழிலகங்களும் வங்கிகளும் திறமாகச் செயல்பட உதவுகின்றன. இவை, நாட்டின் நலனுக்கும் பாதுகாப்புக்கும் இன்றியமையாதன என்று சொன்னால் அது மிகையாகாது.

தொலைபேசிகளில் உள்ள நுட்பியலும் நுணுக்கமும் அன்றாடம் முன்னேறிக்கொண்டிருக்கும் நிலையைக் காண்கிறோம். பல நூறு விஞ்ஞானிகளும் பொறிஞர்களும் ஏறத்தாழ ஒரு நூற்றாண்டு தொடர்ந்து செய்த கூட்டு முயற்சியின் பலனால் இந்நிலையை அடைந்துள்ளோம் என்பது செல்லுலர் தொலைபேசியைப் பயன்படுத்தும் சாதாரண ஒருவர் அறிய வாய்ப்பில்லாமல் போகலாம்.

ரேடியோ எனப்படும் கம்பியில்லாத் தொடர்பு முறையின் பயனை உலகுக்கு எடுத்தியம்ப, முதன்முதலில் மார்க்கோனி என்ற விஞ்ஞானி, ரேடியோ குறிப்பு அலைகளைக் கொண்டு அட்லாண்டிக் கடலில் பயணம் செய்யும் கப்பல்களைத் தொடர்பு கொள்ளச் செய்தார். இந்த அரிய சாதனை, செப்புக் கம்பிகளை ஊடகமாகப் பாவித்து வந்த தொலைபேசி, தந்தி முறைகளுக்கு மாற்றாக, வான்வெளியை ஊடகமாகக் கொள்ளக்கூடிய இருவழி இணைப்புக்கு வழிகோலியது. கம்பியில்லாத இருவழி *(டியூப்லெக்ஸ்)* தொலைத் தொடர்பை, முதலில் இராணுவத்தினர் செயல் முறைக்குக் கொண்டு வந்தனர். மற்றபடி, கம்பியில்லா வயர்லெஸ் எனப்படும் தகவல் தொடர்பாடும் முறை, ஒருவழி *(சிம்ப்லெக்ஸ்)* வானொலி மற்றும் தொலைக்காட்சி ஒளி - ஒலியைப் பரப்பவே பயன்பட்டு வந்தது.

'பெல்' ஆராய்ச்சி நிறுவனத்தில் டிரான்சிஸ்டர் கண்டுபிடிப்பும், ஷேனனின் தகவல் கோட்பாடு மற்றும் செல்லுலர் முறைமையின் கருத்து வளர்ச்சியும், செல்லுலர் தகவல் அமைப்புக்கு அடிக்கல்

நாட்டின. இருவழி தொடர்பாட வல்ல தொலைபேசிகள், செப்புக் கம்பிகளை ஊடகமாகக் கொண்டு இயங்கி வந்தபோதிலும், அண்மைக் காலத்தில் கம்பியில்லா தொலைபேசி அமைப்பு பரவலாகப் புழக்கத்தில் வந்துள்ளதைக் காண்கிறோம். இந்த வளர்ச்சிக்குத் துணையாக, விரைவாகச் செயல்படும் ஒருங்கிணைந்த சுற்றுகளின் *(இன்டகரேடட் சர்கியூட்ஸ்-ஐசி)* நுட்பியலும் பெரும்பங்கு வகிக்கிறது. ஒருங்கிணைந்த சுற்றுகள் தயாரிக்கும் நுட்பியலில் ஏற்பட்டுள்ள வளர்ச்சியால் – ரேடியோ தொடர்பாடல் கருவிகளின் பரும அளவு குறைந்து, விலை சரிந்து, பலருக்கும் கட்டுபடியாகும் நிலையை அடைந்துள்ளன.

சாவியில்லா கதவு திறக்கும் கருவி, ரேடியோ-அதிர்வெண் அடையாள அட்டை, மருத்துவமனைகளில் நோயாளிகள் கண்காணிப்பு, கணினியில் கம்பியில்லா சுட்டிகள் மற்றும் விசைப்பலகைகள் எனப் பல புதிய கருவிகளில் ரேடியோ நுட்பியல் பயன்படுத்தப்படுகின்றது. சில பயன்பாடுகளில் அகச்சிவப்பு நுட்பியல் *(இன்ஃபிராரெட்-ஐஆர்)* வழக்கமாக இருந்து வந்தாலும், ரேடியோ நுட்பியலுக்குச் சாதகமாகவே இன்றுள்ள நிலவரம் இருக்கின்றது. அகச்சிவப்பு நுட்பம் இயங்க, தடையில்லாத நேரான பார்வை கிடைக்குமாறு இணைப்பு வேண்டும்; ரேடியோ அதிர்வெண் *(ரேடியோ ஃபிரிகுவன்சி -ஆர்ஃஎப்)* நுட்பத்துக்கு அப்படிப்பட்ட நேரான பார்வை அவசியமில்லை. ரேடியோ அதிர்வெண் கருவிகள், அகச்சிவப்புக் கருவிகளைக் காட்டிலும் விலை உயர்ந்தவையாக இருந்தன; ஆனால், இன்றைய நிலையில், உற்பத்தியும் புழக்கமும் அதிகரித்துள்ளதால், விலை சரிந்துகொண்டே வருகின்றது.

வளரும் நாடுகளில், தொலைத்தொடர்புச் சேவை எல்லோருக்கும் எட்டாத நிலையில், செல்லுலர் ரேடியோ என்ற கம்பியில்லாமல் தொடர்பாடும் முறை, ஒரு மாபெரும் தொலைத் தொடர்பாடும் புரட்சிக்கு வித்திட்டு வருகிறது. இந்தச் சேவையை நடைமுறைக்குக் கொண்டுவரும் பணியிலும், ரேடியோ தொடர்பாடல் அமைப்புகளை மேலும் விரிவுபடுத்தும் பணியிலும், இளம் பொறிஞர்களுக்கு என்றும் இல்லாத வாய்ப்புகள் உள்ளதைக் காணலாம். தொலைபேசி, கணினி, தொலைநகலி, தொலைக்காட்சி என்று பல வகை ஒலி-ஒளி, தரவு கருவிகளை – இருவழி தொடர்பாடும் வகையில் – பொதுவான கம்பியில்லா முனையம் கொண்டு இணைக்கும் வாய்ப்பும் இன்று ஏற்பட்டுள்ளது.

1.2 நூலின் நோக்கமும் உள்ளடக்கமும்

ராக்கெட் வேகத்தில் முன்னேறி வருகின்றது ரேடியோ நுட்பியல். ஆங்கில மொழியில் பல நூல்கள், தொழில்நுட்ப இதழ்கள், பயன்பாட்டுக் குறிப்புகள் ஆகியன இருக்கும் நிலையில், தமிழ்ப் பேசும்

அறிமுகம் | 3

உலகில், ரேடியோ ஒரு நுகரும் பொருளாக மட்டும் இருந்துவிடக் கூடும். இந்தக் குறைபாட்டை நீக்குவதும், பல மூல ஆவணங்களில் விரவிக் கிடக்கின்ற அறிவியலைத் தமிழ் மொழியில் தருவதும் நூலின் மைய நோக்கங்களாகும்.

ரேடியோவின் கதையை முதலில் சொல்லி, மேலும் அறிய விருப்பம் உள்ள வாசகர்களைப் படிக்க அழைக்கின்றோம். ரேடியோ அமைப்பின் அடிப்படை அறிவியலுக்கு வித்திட்ட முன்னோடிகளின் கதையை இந்நூலில் காணலாம். தகவல் அடங்கிய ஒலிச் சமிக்ஞைகளைத் திறந்த வெளியில் பரப்ப, என்னென்ன முறைகளில் (வழிகளில்) பதப்படுத்து கிறார்கள், அதை ஏன் செய்கிறார்கள் என்றெல்லாம் கேள்விகள் எழுப்பி, விடை காணலாம். பரவும் சமிக்ஞையின் திறன் குறைந்து, ஏற்பியில் வந்தடையும்போது அதன் திறனைக் கணிக்க, அடிப்படைச் சமன்பாடுகளைப் பகுப்பாய்வு செய்து, எடுத்துக்காட்டுகளோடு விளக்கம் அளிக்கப்படுகிறது. இந்த இடத்தில் இடம்பெறும் கணக்குகள் சலிப்பை உண்டாக்கினால், மாணவருக்கானது என்று விட்டுவிடலாம். பொதுவான வாசகருக்கும் பல செய்திகளைச் சேர்த்துள்ளேன்.

இந்தியாவின் மாபெரும் அறிவியலாளராக விளங்கியவர் ஜகதீச சந்திரபோஸ். ஆங்கில ஆட்சியின் கீழிருந்த இந்தியாவில் படித்தவர் களின் எண்ணிக்கை, இன்றைக்கு ஒப்புநோக்கும்போது, மிகவும் குறைவே. ரேடியோ என்ற களத்தில், அவருடைய பங்களிப்பு எத்தகையது? அவர் எந்தக் காலகட்டத்தில் தம் அறிவியல் பணியை ஆற்றினார்? அவருடைய பங்களிப்புகள் பல களங்களில் பரவிக் கிடக்கின்ற நிலையில், அவரைப் பற்றிய செய்திகளைப் பிரபல ஊடகங் களில் நாம் படித்ததில்லை; சில நூல்களில் அவருடைய பங்களிப்புகள் மறைக்கப்பட்டுள்ளன என்றும் சொல்லவேண்டியுள்ளது. அறிவிய லாளரைப் போற்றக் கூட நமக்கு அறிவியல் தேவையாகி விடுகின்றது. இந்நூல் எழுதும்போது, அவருடைய அறிவியல் பணியையும், அதை அவர் ஆற்றிய சூழலையும் புரிந்து கொண்டேன்; உங்களிடமும் பகிர்ந்து கொள்கிறேன்.

டிஜிட்டல் புரட்சியின் தாக்கம் கணினிக் களத்திலே பெரிதும் பேசப் படுகின்றது. ரேடியோ தொடர்பாடலில் டிஜிட்டலின் பங்கை நாம் பார்க்கின்றோம். குரல் சமிக்ஞைகளை இலக்க வடிவுக்கு மாற்றுவதால் ஏற்படும் வசதிகளை நாம் இன்று அனுபவிக்கின்றோம். 'அனலாக்' என்று சொல்லப்படும் ஒப்புமைச் சமிக்ஞையையும், 'டிஜிட்டல்' எனப்படும் இலக்கச் சமிக்ஞையையும் ஒப்புநோக்கும்போது, குரலை எடுத்துச் செல்லும் அலைகளுடன், கணினியின் தரவுகளையும் செலுத்த முடிகிறது என அறியலாம். செலுத்துவதுடன் அல்லாமல், பிரிக்கும்

பாங்கினையும் புரிந்துகொள்ளலாம். ஊடகம் பொதுவானதாக இருக்கும் போது, சமிக்ஞைகளை அனுப்பும் தடங்கள் எப்படி வகுக்கப்படுகின்றன. அலைவரிசைகளை வைத்து மட்டுமே பல வானொலிச் சமிக்ஞைகளைத் தெரிவு செய்கிறது ஒப்புமை ரேடியோ. நவீனச் செல்பேசி ரேடியோ, இலக்கமுறை நுட்பத்தைக் கையாண்டு, அலைவரிசைகளை மட்டும் பங்கிடுவதோடு அல்லாமல், நேரத்தையும் பங்கிடுகின்றது. அதனால், ஒரே அலைவரிசையில் பல பயனர்கள் உரையாடலாம்.

செல்பேசி அமைப்புகளில் பல பயனர்களுக்கு குறுகிய அலைவரிசைகளைப் பயன்படுத்தி இன்று சேவை வழங்கப்படுகின்றது. குறுகிய அலைவரிசைத் தடங்களில் நடைபெறும் உரையாடல்கள் ஒன்றுக்கொன்று இடைஞ்சல் தராதவாறு பிரிக்கப்படுவதற்கு உதவும் நுட்பியலுக்கு மூலமாக விளங்குவது, அரிய 'கொல்டேன்' என்ற கனிமப் பொருள். அப்பொருள் தருவிக்கும் நுட்பியல், ரேடியோ அலைகளின் வேகத்தை ஒரு இலட்சம் மடங்கு குறைப்பதால், செல்பேசிக்குள் தடங்களைப் பிரிக்கும் மேசையளவு இருக்க வேண்டிய வடிப்பான், விரல் நகத்தின் அளவுக்குச் சுருங்குகின்றது. மின்னணுவியல் வளர்ச்சியின் தாக்கம் மட்டுமல்லாது, படிக (கிரிஸ்டல்) வளர்ப்புத் துறையில் காணும் முன்னேற்றமும் செல்பேசிகளுக்கு வழி வகுக்கின்றது எனத் தெரிந்துகொள்ளலாம் (இயல் 7).

மின்னியல் இரைச்சலைப் பற்றிய அடிப்படை விளக்கத்தையும், இரைச்சலின் மூலகாரணிகளையும், இரைச்சல் உள்ள சூழலில் அதை மனதில் கொண்டு அமைப்புகளை வடிவமைக்கும் நுட்பங்களையும் விவரங்களையும் சொல்வது இயல் 9.

டிசம்பர் 2004ஆம் ஆண்டு ஆழிப்பேரலை (சுனாமி) தாக்கியபோது இந்திய பூமியின் தட்டு நகர்ந்துள்ளதை, ரேடியோ அலைகளைப் பயன்படுத்தும் குளோபல் பொசிசனிங் சிஸ்டம் என்னும் பூகோள இடநிலை உணர்த்தும் ரேடியோ அமைப்பை வைத்துத் துல்லியமாகக் கணித்துள்ளனர். இடநிலை உணர்த்தும் அமைப்பின் விவரங்களையும், பயன்பாட்டினையும் இயல் 8 குறிப்பிடுகின்றது.

2

ரேடியோவின் கதை

மனித நாகரிகத்தின் மாபெரும் கண்டுபிடிப்புகளிலும் புதுப் புனைவு களிலும் பல, தற்செயலாக நடந்துள்ளன; ரேடியோவைப் பொருத்த வரை, அப்படியல்ல. ரேடியோ அலைகளின் கண்டுபிடிப்பும், அவற்றைச் செலுத்தி ஏற்க வழிவகுக்கும் குழாய்கள், டிரான்சிஸ்டர்கள், தடுப்பான்கள், கொண்மிகள் யாவும் படிமலர்ச்சிக் கதையின் ஓர் இயல்தான். இந்தக் கதையின் தொடக்கம், ஒரு நூறு ஆண்டுகளுக்கு முன்னதானாலும், இன்றும் முடியவில்லை. ரேடியோவின் கண்டு பிடிப்பை எந்த ஒரு தனிமனிதருக்கு மட்டும் உரித்தாக்க இயலாது; என்றாலும், சில தனிமனிதர்கள் ஆற்றிய அளப்பரிய பங்கை நினைவுகூரத் தான் வேண்டும்.

2.1 அறிவியல் ஆரம்பம்

ரேடியோ இயற்பியலுக்கு நூற்றைம்பது ஆண்டுகளுக்கு முன் அடிக்கல் நாட்டப்பட்டது. பேராசிரியர் மேக்ஸ்வெல் 1864ஆம் ஆண்டு, மின்காந்த அலைகளின் இயல்புகளை விவரிக்கும் சமன்பாடுகளை முன்வைத்தார். ஒளியைப் போல பரவிப் பயணிக்கும் தன்மையுடையன மின்காந்த (ரேடியோ) அலைகள் என்று இந்தச் சமன்பாடுகள் சொன்னாலும், கோட்பாட்டு அளவிலே இருந்து வந்தன.

2.2 தந்தை ஹென்ரிக் ஹெர்ட்ஸ்

1888இல் முதன்முதல் மின்காந்த அலைகளை ஹெர்ட்ஸ் தோற்றுவித்தார். தூண்டு சுருளில் இணைக்கப்பட்ட வெண்கலக் குமிழ்களிடையே ஒரு சிறிய சந்தில் (இடைவெளியில்) சுடர்ப் பொறி *(ஸ்பார்க்)* ஏற்படுத்தி மின்காந்த அலைகளை ஹெர்ட்ஸ் தோற்றுவித்தார். பத்து அடி தொலைவில் வைத்த வளையக் கம்பியாலான ஏற்பியில் சுடர்ப்பொறி களை ஏற்றி, முதன்முதலில் ரேடியோ அலைகளைப் பரப்பவும் ஏற்கவும் இயலும் என்று காட்டினார். 1894ஆம் ஆண்டு தம் 37ஆம் பிறந்த நாளுக்கு முன்னரே இயற்கை எய்தினார் ரேடியோவின் தந்தை. அவர் விட்டுச் சென்ற புதிய அறிவியலின் பிள்ளையோ இன்றும் நம்மிடம் நிரந்தர மாகக் குடியிருக்கிறது. ஹெர்ட்ஸ் பாவித்த இருகோல் *(டைபோல்)*

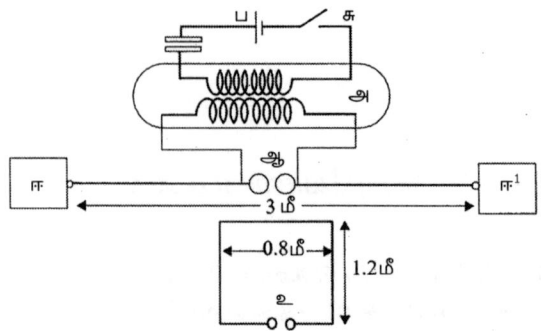

ஹெர்ட்ஸின் ரேடியோ அமைப்பு (1886). செலுத்தும் இருகோல் ஆன்டெனா (ஈ.ஈ’). ஏற்கும் வளைய ஆன்டெனா (உ). தூண்டு சுருள் (அ) இயக்கப்பட இடைவெளி ‘ஆ’வில் சுடர்ப்பொறி கிளம்பி வளையம் ‘உ’வில் ஏற்கப்படுகிறது. இச்சுற்றில் ப - மின்கலனையும், சு - விசையையும் குறிக்கும்.

ஆன்டெனா இன்றும் தொலைக்காட்சி ஏற்பிகளில் மடிக்கப்பட்டு *(ஃபோல்டட் டைபோல்)* பயன்படுத்தப்படுகிறது. ஆன்டெனா பொறிஞர்கள் முதலில் படிப்பது ‘இருகோல்’ ஆன்டெனா. அவருடைய பெயர், ஒரு வினாடியில் நிகழும் அலைகளின் சுழற்சி வீதத்துக்கு சூட்டப்பட்டு, நாம் ‘ஹெர்ட்ஸ்’ அலகில் ரேடியோ அலைகளைக் குறிப்பிடுகிறோம்.

2.3 முன்னோடி போஸ்

ஹெர்ட்ஸின் புதிய அறிவியல், கொல்கத்தாவில் பிரசிடென்சி கல்லூரிப் பேராசிரியராயிருந்த ஜகதீச சந்திர போஸை ஈர்க்க, அவர் **1894**ஆம் ஆண்டு ரேடியோ ஆய்வில் இறங்கினார். சுடர்ப் பொறி வடிவில்தான் ஹெர்ட்ஸ் மின்காந்த அலைகளை ஏற்றார். போஸோ, ரேடியோ அலை களை மின்னோட்டமாகப் பகுத்தெடுப்பதில் கவனத்தைச் செலுத் தினார். ரேடியோ அலைகளை உருவாக்க ஹெர்ட்ஸின் சுடர்ப் பொறி செலுத்தியை மாற்றி அமைத்தார். ரேடியோ அலைகளை ஏற்கும் கொம்பு *(ஹோர்ன்)* ஆன்டெனாவையும் திண்ம நிலைப் பகுப்பான்களையும் *(சாலிட் ஸ்டேட் டிடக்டார்ஸ்)* போஸ் பயன்படுத்தினார். **1895**ஆம் ஆண்டு கொல்கத்தாவில் ஆளுநரும் பொதுமக்களும் கூடியிருந்த இடத்தில் முதன் முதல் ரேடியோ அலைகளை ஜகதீச சந்திர போஸ் செலுத்தி, தொலைவிலிருந்த மணியை அடிக்கவும், வெடிமருந்தை வெடிக்கவும் செய்தார். பின் அவர் லார்ட் ரேலே அவர்களின் அழைப்பை ஏற்று, இலண்டனில் ராயல் கழகத்தில் **1896**ஆம் ஆண்டு பல அறிஞர்கள் குழுவின் முன், செயல்முறை விளக்கம் அளித்துப் பாராட்டுகளைப் பெற்றார். ராயல் கழக விரிவுரையின் முடிவில், ‘நான் கண்டறிந்த

பகுப்பான்களின் வடிவமைப்பு விவரங்கள் பெரிய இரகசியமல்ல. எந்தக் காலத்திலும் இதைப்பற்றி வியப்படைவதற்கு ஒன்றும் இருக்காது. இதை எடுத்துக் கையாளுவோருக்காக வெளிப்படையாக அறிவிக்கிறேன்' என்றார். போஸின் கவனம், மின்காந்த அலைகளால் தாவரங்களுக்கு உண்டாகும் பாதிப்பை ஆய்ந்தறிவதில் திரும்பியது.

2.4 மார்க்கோனியின் ரேடியோ தந்தியியல்

1897ஆம் ஆண்டு லா-ஸ்பேசிய என்னும் இடத்தில் தரை நிலையத்தி லிருந்து 12 மைலுக்கு அப்பால் உள்ள கப்பல்களைத் தொடர்பு கொள்ளச் செய்கிறார் மார்க்கோனி. 1901 டிசம்பரில் ஸ்காட்லண்டில் போல்து என்னும் இடத்திலிருந்து அட்லாண்டிக் கடல் கடந்து, கனடாவிலுள்ள நியூ பவுண்லண்டிற்கு 'S' என்ற தந்திக் குறியீட்டெழுத்தை அனுப்பி வெற்றிச் சாதனை படைத்தார் மார்க்கோனி.

1912: ஞாயிறு, ஏப்ரல் 14, நள்ளிரவுக்குச் சற்றுமுன், RMS டைட்டானிக் என்ற கப்பல் அட்லாண்டிக் கடலில் ஒரு பனிமலை மேல் இடிபட்டு மூழ்கும் அபாயத்தில் இருக்கிறது. கப்பலின் ரேடியோ இயக்குநர், ஜான் பிலிப்ஸ், மோர்ஸ் தந்திக் குறிமுறையில் அபாயக் குறி CQDயை செலுத்துகிறார். இந்தச் செய்தியை ஐம்பத்தெட்டு மைல் தொலைவில் சென்றுகொண்டிருந்த 'கார்ப்பத்தியா' என்ற கப்பல் ஏற்று, மூழ்கிக் கொண்டிருக்கும் கப்பலை நோக்கி விரைகிறது. 705 பயணிகளை 'கார்ப்பத்தியா' மீட்கிறது. பிலிப்ஸ் கப்பலில் மின்சாரம் இருக்கும் வரை அபாயக் குறியைச் செலுத்துகிறார். இந்த மீட்பு, கம்பியில்லாத் தொலைத்தொடர்பாடலின் பெரும் பயனை உணர்த்தும் முதல் நிகழ்வாக அமைகிறது.

மார்க்கோனி காலத்தில் கப்பலில் புழங்கிவந்த சுடர்ப்பொறி செலுத்தியும் விசையும். தந்தி முறையில் செலுத்தியை நிகழ்/அகல் (ஆன்/ஆஃப்) செய்யும் பணியை, சாவி ஆற்றுகிறது.

2.5 குழாய் மின்னணுவியல்

அட்லாண்டிக் கடல் கடந்து இங்கிலாந்திலிருந்து அமெரிக்காவுக்கு கம்பியில்லாமல் தொடர்பாட முடிந்தாலும், உரையாட முடியாமல் இருந்தது. தொடர்பாடல், சுடர்ப்பொறி செலுத்தியின் அடிப்படையில்

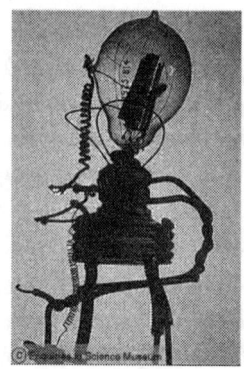

பிளெமிங் வால்வ் வெற்றிடக் குழாய்

அமைந்திருந்த காலகட்டத்தில், ஏற்கப்படும் உயர் அதிர்வெண் சமிக்ஞை களைப் பகுத்துக் கேட்பொலியாக மாற்றவல்ல கருவிகள் எதுவும் இல்லை. மார்க்கோனி நிறுவனத்தின் ஆலோசகரும், இலண்டன் பல்கலைக்கழகப் பேராசிரியருமான ஜான் பிளெமிங், எடிசனுடைய மின்விளக்கை மாற்றி அமைத்தார். விளக்கின் கம்பியிழைக்கு *(ஃபிளமெண்ட்)* சற்றே மேலே ஒரு தகட்டை அமைத்தார். கம்பியிழை யிலிருந்து வெப்பத்தால் கசிவுறும் மின்னணுக்களை *(எலெக்ட்ரான்ஸ்)* ஈர்க்கும் தகட்டின் வெளியில் இருந்த சுற்றில், மின்னோட்டம் நிறுவப் பட்டது. ரேடியோ அலைகளின் அதிர்வுகளை மின்னோட்டமாகப் பகுக்க முடிந்தது.

ரேடியோ அலைகளைப் பகுக்கும் கருவியை பிளெமிங் கண்டறிந்த வுடன், ஏற்கும் மின்காந்த அலைகளில் பொதிந்த ஒலித் தகவல் – மின்னோட்ட வடிவில் மாற்றப்பட்டாலும், வலுக்குன்றியே இருந்தது. மின்னோட்டத்தைப் பெருக்கும் கருவி இல்லாததை உணர்ந்த 'டீ பாரெஸ்ட்', பிளெமிங் குழாயில் இருந்த கம்பியிழைக்கும்-தகட்டுக்கும் மின்மேகம் பாயும் இடைவெளியில், *கிரிட்* என்னும் மின்வலை அமைத்தார். இது 'மும்முனையம்' *(டிரையோட்)* என்னும் பெருக்கும் கருவியாகப் பரிணமிக்கிறது. 'மின்வலை' உள் செலுத்தப்படும் மின் அழுத்தத்தைக் கொண்டு தகட்டுச் சுற்றில் உள்ள மின்னோட்டத்தைக் கட்டுப்படுத்த முடிகிறது.

2.6 ஆம்ஸ்ட்ராங் ஊழி

'டீ பாரெஸ்ட்' கண்டறிந்த பெருக்கும் கருவியின் செயற்பாட்டை விளக்க அவரால் இயலாமல் இருந்த காலகட்டத்தில், எட்வின் ஆம்ஸ்ட்ராங் களத்தில் இறங்குகிறார். கொலம்பியா பல்கலைக்கழக இளங்கலை

எட்வின் ஆம்ஸ்ட்ராங்

மாணவரான அவர், *ஆபரேட்டிங் பியூசர்ஸ் ஆஃப் தி ஆடியன்* என்னும் கட்டுரையில் மும்முனையத்தின் செயற்பாட்டை விளக்குகிறார்.

1914 இல் ஆம்ஸ்ட்ராங், மீளாக்கும் சுற்றை *(ரீஜெனரேடிவ் சர்கியூட்)* முதலில் கண்டு, அதன் பயன்பாடுகளை வெளியிடுகிறார். டீ பாரெஸ்டின் 'ஆடியான்' கருவி வெளியீட்டின் ஒரு பங்கை, உள்ளிடும் சுற்றுக்கு ஊட்டினால், ரேடியோ அலைகளைத் தோற்றுவிக்கும் கருவியாக்கலாம் என்று கண்டார். ரேடியோ அலைகளைத் தோற்றுவிக்கும் சுடர்ப்பொறிச் செலுத்திகளைக் காட்டிலும் அதிர்வெண்ணில் துல்லியமாகவும் நிலை யானதாகவும் இருக்கும் அலைகளை உருவாக்கும் உத்தியை வெளி யிடுகிறார்; பின்னூட்டம் *(ஃபீட்பேக்)* என்ற நுட்பம் நிலைநாட்டப் படுகிறது; ஏற்கப்படும் சமிக்ஞைகளைப் பெருக்கும் சுற்றுகளும் அறிமுகம் ஆகின்றன. செவி கேட்பிகள் *(இயர்போன்)* வாயிலாகப் புலனான வலுக்குன்றிய மோர்ஸ் குறிப்புச் சமிக்ஞைகள் மட்டு மல்லாமல், கேட்பொலி *(ஆடியோ)* சமிக்ஞைகளையும் ஏற்கும் நிலையை அடைகின்றது.

டீ-பாரெஸ்டின் 'ஆடியன்' குழாய்

'டிரையோட்' குழாய்.

1940 குழாய் ரேடியோ ஏற்பி

*1917*இல் ஒரே நேரத்தில் பல சமிக்ஞைகளை அனுப்பி-ஏற்க, வெவ்வேறு அலைவரிசைகளில் (அதிர்வெண்களில்), சமிக்ஞைகளைச் செலுத்திப் பிரிக்கும் ஓர் உத்தியான *சூப்பர்ஹெடீரோடைனை*, ஆம்ஸ்ட்ராங் அறிவிக்கிறார். உள்வாங்கும் உயர்-அதிர்வெண் கொண்ட சமிக்ஞை யின் அதிர்வெண், தாழ்த்தப்படுகிறது. இவ்வாறு தாழ்த்தப்பட்ட குறை-அதிர்வெண் சமிக்ஞை – பெருக்கவும் தெரிவு செய்யவும் எளிதாக அமைகிறது. சூப்பர்ஹெட் தனியுரிமையை, டேவிட் சரனாப் என்பவர் – ஆர்சிஏ *(ரேடியோ கார்பரேஷன் ஆப் அமெரிக்கா)* சார்பாக பேரம் பேசி – ஆம்ஸ்ட்ராங்கிடமிருந்து வாங்குகிறார். ரேடியோ பெட்டிகளைத் தயாரித்து விற்பனை செய்வதில் RCA *1930*களில் பெரும் இலாபம் ஈட்டுகிறது. இன்றைக்கும் கைவசம் எடுத்துச் செல்லக்கூடிய ரேடியோ மற்றும் செல்பேசியிலிருந்து ரேடார் செட் வரை, பல நவீன ஏற்பிகளில் 'சூப்பர்ஹெட்' கொள்கை கையாளப்படுகிறது.

மேலே குறிப்பிட்ட இரு சாதனைகளோடு ஆம்ஸ்ட்ராங் ஓய்வெடுக்க வில்லை. குரல் (பேச்சு, இசை) சமிக்ஞைகளைச் செலுத்த, வானொலி நிலையங்கள் பாவித்து வந்த AM முறையில் அலைகள் பரவும்போது உருவாகும் தொந்தரவால் *(ஸ்டேடிக்)*, ரேடியோ கேட்பவரால் ஏற்கப் படும் கேட்பொலியின் தரம் குறைகின்றது. மின்னியல் இயந்திரங்கள் மற்றும் இடி-மின்னலுடன் ஏற்படும் மின்னியல் வெளியேற்றங்களால், சமிக்ஞையின் *வீச்சு நிலையில்* பாதிப்புகள் உண்டாகின்றன என்று

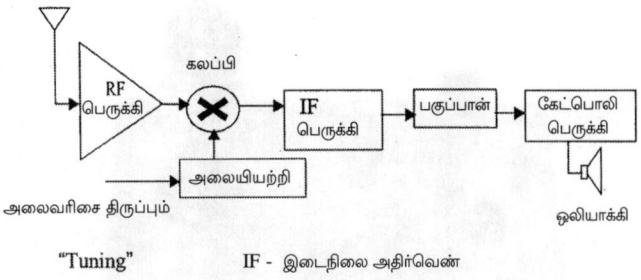

சூப்பர்ஹெட் ஏற்பியின் கட்டமைப்பு

அறிந்தார் ஆம்ஸ்ட்ராங். AM முறையில், ஒலியைச் சுமந்து வரும் ரேடியோ அலைகளின் வீச்சுநிலையில், ஒலிச் சமிக்ஞைக்கேற்ற மாற்றங்கள் செய்யப்படுகின்றன. ஏற்பி – வீச்சு நிலையின் மாற்றங்களை உணரவல்லதாக அமைவதால், AM முறை *ஸ்டேட்டிக்* தொந்தரவால் பாதிக்கப்படுகின்றது. மாறாக, ஏற்பியை அதிர்வெண் மாற்றங்களுக்குப் பதிலீடு கொடுக்கும்படி வடிவமைத்தால், *ஸ்டேட்டிக்* விளைவிலிருந்து விடுபடலாம் என்றார். இந்த *ஸ்டேட்டிக்* விளைவைக் களைய, FM *(ஃபிரிகுவன்சி மாடுலேசன்)* என்ற உத்தியை ஆம்ஸ்ட்ராங் கண்டறிந்தார். FM முறையில் *ஸ்டேட்டிக்* விளைவு முற்றிலுமாகக் களையப்பட்டதுடன், இசை விரும்பிகளுக்கு என்றும் இல்லாத தரமான இசையை – ரேடியோ வாயிலாக வழங்க முடிந்தது. மனிதர்களின் செவிக்குப் புலனாகும் ஒலி அதிர்வெண் அளவெல்லையின் முழு நீட்டத்தையும் –

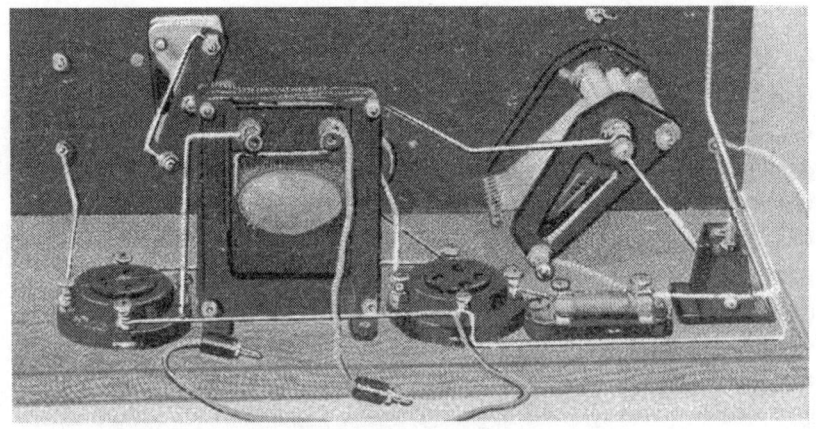

அச்சுத் தொடுப்பு முறைக்கு முன்னதான கம்பித் தொடுப்பு முறை

ஆல்-அமெரிக்கன் – 5 ரேடியோவின் உறுப்புகளும், அவற்றைத் தொடுக்கும் அச்சிட்ட சுற்று அட்டையும்

முழவின் அதிர்விலிருந்து, குழலின் இனிய ஓசைவரை – FM முறையால் வழங்க முடிகின்றது.

ஸ்டேட்டிக் விளைவு: கூச்சல், கரகரப்பு மற்றும் கிறீச்சிடல் – கேட்பொலியுடன் கலப்பது.

2.7 நுணுக்கமாகும் படலம்

ரேடியோ தயாரிக்கத் தொடங்கிய காலகட்டத்தில், ரேடியோ ஏற்பிகளின் உறுப்புகளாகிய மின் தடுப்பான் *(ரெசிஸ்டர்)*, கொண்மி *(கெபாசிடர்)*, தூண்டி *(இன்டக்டர்)* மற்றும் குழாய்கள் போன்றவற்றைத் தொடுக்க, வண்ண மின்விலக்கி *(இன்சுலேடர்)* போர்த்திய கம்பிகள் பயன்படுத்தப் பட்டன. வண்ணக் குறியீட்டு முறையில் குறிப்பிட்ட தொடுப்புக்குக் குறிப்பிட்ட வண்ணக் கம்பி பயன்படுத்தப்பட்டது. கறுப்பு 'ஃபிளமென்ட்' முனைக்கும், பச்சைக் கம்பி 'கிரிட்' இணைப்புக்கும் உலகம் முழுதும் ஏற்றுக்கொள்ளப்பட்டது. இதனால், பழுதுபார்க்கவும் சரி செய்யவும் வசதியாக இருந்தது. ஒரு துணைச் சுற்றை மற்றொரு சுற்றுடன் இணைக்க – உள் இடுக்கிகளும் *(பிளக்ஸ்)*, துளைகளும் *(சாக்கெட்ஸ்)* பயன்படுத்தப்பட்டன. 1940களில் அச்சிட்ட சுற்றுப் பலகை நுட்பியல்

ரேடியோவின் கதை | 13

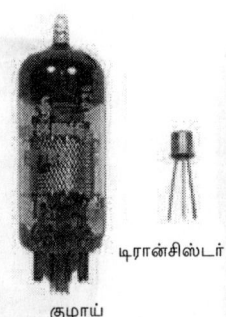

குழாய்   டிரான்சிஸ்டர்

(பிரிண்டட் சர்கியூட் போர்டு டெக்னாலஜி) அறிமுகப்படுத்தப்பட்டது. இந்த நுட்பியல் முன்னேற்றத்தால் – கைவேலைப்பாடு குறைந்து, சுற்றுகளை ஒருங்கு சேர்க்கும் வேலை விரைவுபடுத்தப்பட்டு, சிக்கனமாகவும் நம்பகமாகவும் ஆனது.

அச்சிட்ட சுற்றுத் தொடுப்பு முறையில், உறுப்புகளின் அளவையும் நிலைகளையும் மனதில் கொண்டு, தளக்கோலம் (லேஅவுட்) திட்டமிடப்படுகிறது. தொடுப்புகள் – மின்விலக்கியை அடித்தளமாகக் (இன்சுலேட்டிங் சப்ஸ்ட்ரேட்) கொண்ட – செப்பு வரிக்கம்பிகளால் அமைகின்றன. இந்த நுட்பத்தின் தொடர் வளர்ச்சியாக, அச்சிடப்படும் கூறுகள் (பிரிண்டட் காம்போனன்ட்ஸ்) பரிணமிக்கின்றன. இன்றைய நுட்பியலில் அச்சிட்ட சுற்றுகளை உருவாக்கும் முறைவழிகளில் – தடுப்பான்கள், கொண்மிகள், தூண்டிகள் ஆகியவற்றின் வடிவமைப்புகளும் ஓர் அங்கம் வகிக்கின்றன.

தொடர்பாடல் மின்னணுவியலில் பெரிய திருப்பத்தை ஏற்படுத்தியது – சமிக்ஞையைப் பெருக்கும், குறைகடத்திகளைப் (செமிகன்டக்டர்) பயன்படுத்தும் டிரான்சிஸ்டர். டிரான்சிஸ்டர் கண்டுபிடிப்பாலும் தொழில்நுட்ப வளர்ச்சியாலும், பருமனான குழாய்களின் புழக்கம் குறைந்து, அச்சிட்ட சுற்றுகளின் இறுக்கமும் அடர்த்தியும் அதிகரித்தன. குறைகடத்திக் கருவிகள்

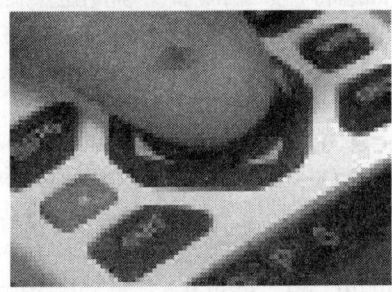

பல்லாயிரம் 'டிரான்சிஸ்டர்' கொண்ட GPS ஏற்பி சில். விரல் நுனியினும் நுணுக்கமானது.

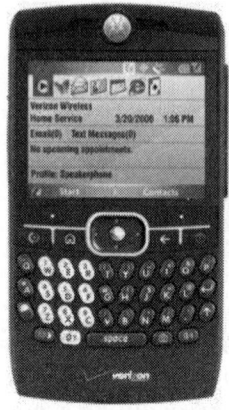

நவீன செல்பேசி; ஏற்பியும் செலுத்தியும் கொண்ட இருவழி ரேடியோ.

– சிறிய வடிவளவு, எளிய மின்வழங்கி கொண்டு செயலாற்றுவது மட்டு மல்லாது; பெரும்பாலும், குறைந்த இரைச்சலும், அதிக நம்பகத்தன்மையும் *(ரிலையபிலிடி)* கொண்டுவிளங்கின. குறைகடத்திக் கருவிகளின் தொடர் வளர்ச்சியின் வெளிப்பாடாக, **1960**களில் ஒருங்கிணைந்த சுற்றுகள் *(ஐசி)* அறிமுகம் ஆகத் தொடங்கின. டிரான்சிஸ்டர் உருவாகும் சிலிக்கான் அடித்தளத்திலே தடுப்பான், கொண்மி, தூண்டி எனப் பல பிரிநிலைக் *(டிஸ்கிரீட்)* கருவிகளையும் தொடுத்து ஒருங்கிணைப்பதால் – பெரிய அளவில் அட்டைகளில் அமைக்கப் பெற்ற சுற்றுகள், நுணுக்கமான சில்களாக *(சிப்ஸ்)*, **1980**களில் வடிவெடுக்கத் தொடங்கிவிட்டன.

2.8 உள்ளங்கையில் அடங்கும் விநோதம்

இன்றைக்குக் கச்சிதமாக அமைக்கப்படும் ஒருங்கிணைந்த சுற்றுகள் *(ஐசி)* – பெருக்கி *(ஆம்பிளிஃபையர்)*, நிலைமாற்றி *(ஸ்விட்ச்)*, கலப்பி *(மிக்சர்)*, அலையியற்றி *(ஆசிலேட்டர்)* எனப் பல கூறுகளின் செயல்களை ஆற்றுகின்றன. குறைந்த பரப்பில் கச்சிதமாக வடிவமைக்கப்படும் கணினிகளிலும், ரேடியோ ஏற்பிகளிலும் இந்தச் சுற்றுகள் இடம்பெறுகின்றன. இன்று நாம் கையில் எடுத்துச்செல்லும் செல்பேசிகளின் அளவு, ஒலியாக்கியின் *(லவ்ட்ஸ்பீக்கர்)* பரும அளவால் நிர்ணயிக்கப்படுகின்றது. சிறிய ஒலியாக்கியால் குறைந்த திறன் (ஓசை) உள்ள ஒலியைத்தான் ஏற்க முடியும். சிறிய ஒலியாக்கியின் கேட்பொலி மீட்டுருவாக்கும் *(ஆடியோ ரீபுரொடக்சன்)* தரமும் குறைவு.

ஒரு கனமீட்டர் அலகில் சிக்கற்பாட்டை மதிப்பிட விழைவோமானால், அதில் நவீன செல்பேசிகள் மேலிடம் வகிக்கின்றன. தற்கால

இலக்கமுறைச் செல்பேசிகள், குரல் சமிக்ஞைகளை முறைவழிப்படுத்த, வினாடிக்கு பல லட்சம் கணிப்புகளைச் செய்கின்றன. இன்றைய செல்பேசி, இருவழித் தொடர்பாடும் தொலைபேசி மட்டுமல்லாது – மின்னஞ்சல், கணிப்பி *(கால்குலேட்டர்)*, இணைய அணுகல் *(இன்டர்நெட் அக்சஸ்)* மற்றும் சொந்தத் தொலைபேசி அடைவு *(பர்சனல் டெலிபோன் டிரக்டரி)* எனப் பல சிறப்புக் கூறுகளையும் தன்னகத்தே கொண்ட கருவி. முப்பது ஆண்டுகளுக்கு முன் ஓர் அலுவலகம் முழுக்க நிரப்பிவைத்த செயல் உறுப்புகளை, இன்று உள்ளங்கையளவுள்ள பொதிவில் அடக்கி உள்ளனர்.

2.9 முடிவுரை

ரேடியோ முன்னோடிகள் கனவிலும் நினையாத அளவுக்கு, இன்று ரேடியோவின் பயன்பாடு அதிகரித்துள்ளது. இன்றைக்கு, துணைக்கோள் ஊடாகச் செயல்படும் GPS ஏற்பிகள் – நாம் இருக்கும் இடத்தைத் தெரிந்து கொள்ள உதவுவதோடு, செல்ல இருக்கும் இடங்களுக்கு வழிகாட்டி களாகவும் திகழ்கின்றன. பலரும் நடமாடும் நெருக்கம் நிறைந்த சூழலில், மக்களிடமும் சாதனங்களுடனும் தொடர்பு ஏற்படுத்த, WLAN *(வயர்லெஸ் லோகல் ஏரியா நெட்வொர்க்)* ரேடியோ அமைப்புகள் உள்ளன.

ஒட்டப்படும் சிறிய அடையாள ரேடியோ அட்டைகள் (RF IDs) – ஒன்றின் நிலையை அறியவும், தடப்பெயர்வைக் கண்காணிக்கவும் உதவுகின்றன. தொலைபேசி மட்டுமல்லாமல் – கணினி, தொலைநகலி, தொலைக்காட்சி போன்ற – பல வகையான ஒலி-ஒளி மற்றும் தரவு கருவிகளையும், இருவழித் தொடர்பாடும் பாங்கில், பொதுவான கம்பி யில்லா முனையத்தால் இணைக்கும் வாய்ப்பும் ஏற்பட்டுள்ளது.

3

ரேடியோ இயற்பியல் முன்னோடிகளின் கதை

மாமனிதர்களின் தோள்களின் மீது அமர்ந்துள்ள குறுமனிதர்கள் நாங்கள். அவர் களைக் காட்டிலும் அதிகமாகப் பார்க்கிறோம்; இது நம் பார்வையின் தீர்க்கத்தாலோ, நம் உயரத்தாலோ அல்ல. நம் பார்வை மேம்பட்டுள்ளதென்றால், அவர்கள் நம்மை உயர்த்துகின்றார்கள்; அதனால், நாம் நம்மை மேலும் உயர்த்திக்கொள்கின்றோம்.

பெர்னார்ட் ஆப் சார்டெஸ், 1130.

3.1 ஹென்ரிக் ஹெர்ட்ஸ்

1858ஆம் ஆண்டில், மின்காந்த அதிர்வுகள் ஒளிக்கு நிகரான வேகத்தோடு காற்று மண்டலத்தில் பரவும்; பரவும் பாங்கில் ஒளியைப் போலவே அலைப் பண்புகளைக் காட்டும் என்று முன்கூறி, கோட்பாடுகளை முன்வைத்தார் ஜேம்ஸ் கிளர்க் மேக்ஸ்வெல். கோட்பாட்டு அளவில் இருந்த இந்த அறிவியலைச் சோதனை அளவில் மெய்ப்பிக்கவும், மின்காந்த அலைகளுக்கும் ஒளியின் பரவுகைக்கும் உள்ள சரிநிகர்மை களை நிறுவவும் 1880களில் முயன்று வந்தனர்.

1883இல் ஹென்ரிக் ஹெர்ட்ஸ், கீல் பல்கலைக்கழகத்தில் விரிவுரை யாளராகப் பொறுப்பேற்றார். இரண்டு ஆண்டுகள் கழித்து, கார்ஸ்ரூக் பாலிடெக்னிக்கில், பேராசிரியராக நியமிக்கப்பட்டார். 1887இல், மேக்ஸ் வெல்லின் கோட்பாடுகளை நிறுவ, மிக அற்புதமான சோதனை களை வடிவமைத்தார். தூண்டு சுருளோடு இணைக்கப்பட்ட பொலி வேற்றப்பட்ட வெண்கலப் பிடிகளைக் கொண்டு அலைவியை ஹெர்ட்ஸ் செய்தார். வெண்கலப் பிடிகளிடை இருந்த சிறிய வெளியில், சுடர்ப் பொறி கிளம்பித் தாவுமாறு அமைத்திருந்தார்.

மேக்ஸ்வெல்லின் முன்கூற்று உண்மையெனில், சுடர்ப் பொறிகள் ஏற்படும்போது மின்காந்த அலைகள் செலுத்தப்படும் என்று தர்க்கம் செய்தார். இதைத் தெளிவாகக் கண்டறிய, ஒரு வளையக் கம்பியை (பார்க்க ப.18இல் உள்ள படத்தில் உ), ஏற்பியாகப் பாவித்தார். கம்பி முனை களில், சிறிய இடைவெளியால் பிரிக்கப்பட்ட பிடிகள் அமைத்தார். செலுத்தியிலிருந்து 50 அடிகள் தள்ளி ஏற்பி அமைக்கப்பட்டது.

கோட்பாட்டின் அடிப்படையில், தூண்டு சுருளாலான அலைவியின் (படம் 3.2) சுடர்ப் பொறிகளிலிருந்து மின்காந்த அலைகள் பரவியிருந்தால் வளையக் கம்பியில் மின்னூட்டத்தைத் தூண்டியிருக்கும். வளையக் கம்பியின் இடைவெளியில் சுடர்ப்பொறிகள் தோன்றின. முதன் முதலில், மின்காந்த அலைகளைச் செலுத்தவும் ஏற்கவும் முடியும் என்று காட்டினார். மேலும், மின்கடத்திகளைக் கொண்டு – அலைகளைப் பிரதிபலிக்கவும் குவிக்கவும் செய்தார். மின் கடத்தாத பொருள்கள், அலைகளை ஊடுருவ விட்டன என்பதையும் கண்டறிந்தார்.

படம் 3.1. ஹென்ரிக் ஹெர்ட்ஸ்

ஹெர்ட்ஸின் ரேடியோ அலைகள் பற்றிய புதிய அறிவியல், ஓர் ஆய்வக அருங்காட்சியாக இருந்து வந்த காலகட்டத்தில்தான் ஜெகதீஷ் சந்திரபோஸும் மார்க்கோனியும் ரேடியோ அலைகளின் ஆய்வில் இறங்கினர்.

3.2 சர். ஜெகதீஷ் சந்திர போஸ்

மின்காந்த அலைகள் பற்றிய ஹெர்ட்ஸின் ஆய்வு முடிவுகளைத் தொகுத்து, சர். ஒலிவர் லாட்ஜ் எழுதிய நூல், பிரசிடென்சி கல்லூரிப் பேராசிரியர் ஜெகதீஷ் சந்திர போஸின் கவனத்தை மிகவும் ஈர்த்தது. 1894ஆம் ஆண்டு கொல்கத்தாவில் ஆய்வகத்தை அமைத்தார். ரேடியோ அலைகளை ஏற்க, குறைகடத்திப் படிகங்களைப் பயன்படுத்தி, பகுப்பான்களை வடிவமைத்தார். 1895ஆம் ஆண்டு, கொல்கத்தாவில் பார்வையாளர்கள் முன்நின்று முதன்முதல் ரேடியோ அலைகளைக் கொண்டு – தொலைவிலிருந்த மணியை அடிக்கவும் வெடிமருந்தை வெடிக்கவும் செய்தார். பின், அவர் லார்ட் ரேலே அவர்களின் அழைப்பை ஏற்று, இலண்டன் ராயல் கழகத்தில் 1896ஆம் ஆண்டு, பல அறிஞர்கள் முன் செயல்முறை விளக்கம் அளித்து, பாராட்டுகளைப் பெற்றார். 1896ஆம் ஆண்டு டெய்லி கிரானிக்கில் செய்தித்தாள், 'சமிக்ஞைகளை ஒரு மைலுக்கு அப்பால் செலுத்திக் கோட்பாட்டு அளவில் இருக்கும் அற்புதத்தின் எண்ணற்ற பயனை ஜெ.ச. போஸ் எடுத்துக்காட்டி உள்ளார்' என்று சாற்றியது. ஜெ.ச. போஸ் தன் சோதனைகளுக்கு எடுத்துக்கொண்ட அலைகளின் நீளம் 5-6 மில்லிமீட்டர்.

ஹெர்ட்ஸ் ஏற்ற அலைகளைச் சுடர் வடிவில்தான் காட்ட முடிந்தது. போஸ் பகுப்பான்கள் ஏற்ற ரேடியோ அலைகளை மின்னோட்டமாக

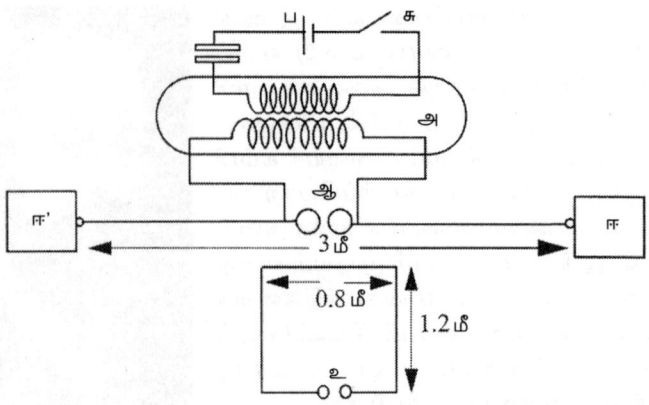

வரைபடம் 3.2. ஹெர்ட்ஸின் ரேடியோ அமைப்பு (1886). செலுத்தும் இருகோல் ஆன்டெனா (ஈ-ஈ'). ஏற்கும் வளைய ஆன்டெனா (உ). தூண்டு சுருள் (அ) இயக்கப்பட, இடைவெளி 'ஆ' வில் சுடர்ப் பொறி கிளம்பி வளையம் 'உ'வில் தூண்டப்படுகிறது.

மாற்றி அமைத்ததோடு, மார்க்கோனி அவர்கள் நெடுந்தொலைவு செலுத்திய ரேடியோ அலைகளை உணரப் பயன்படுத்திய பகுப்பான்களுக்கும் வழிகோலியது. போஸைத் தந்தி நிறுவனத்தினர் அணுகி, அவர் கண்டறிந்த ஏற்கும் பகுப்பானை வைத்துப் பணம் ஈட்டலாம் என்றபோதும், அவர் மறுத்துவிட்டார். அவர் 1901 மே மாதம் நண்பரும், நோபல் பரிசு வென்றவருமான இரவீந்திரநாத் தாகூருக்கு, '...பிரபலத் தந்தி நிறுவனத்தின் உரிமையாளர் என்னிடம் தனியுரிமை மனுவைக் கொடுத்துக் கையெழுத்திட மன்றாடினார்... இலாபத்தில் சரிபங்கை நீர் வைத்துக் கொள்ளலாம் என்றார். நண்பரே! பணத்துக்கான பேராசை என்ற வலையில் சிக்கிக்கொண்டால் எனக்கு உய்வே இருக்காது' என்று எழுதினார்.

போஸின் பணம் மற்றும் தனியுரிமை பற்றிய நிலைப்பாட்டை ஏற்க சில நண்பர்களால் முடியவில்லை; குறிப்பாக, பிரித்தானிய நாட்டில் பிறந்த சகோதரி நிவேதிதாவும் அமெரிக்க மங்கை சாரா புஃல்லும், தங்கள் சொந்த முயற்சியால் 1901ஆம் ஆண்டு, அமெரிக்காவில் தனியுரிமை மனுத்தாக்கல் செய்ததைத் தொடர்ந்து, போஸின் அரிய பகுப்பான் கருவிக்கு *(galena single-point contact receiver)* 1904ஆம் ஆண்டு தனியுரிமை வழங்கப்பட்டது.

போஸின் உயர்ந்த உள்ளத்தை அவருடைய தனியுரிமை எதிர்ப்பு வாதத்தின் மூலம் அறிந்துகொள்ளலாம். 'சுருங்கச் சொன்னால், போஸின் நிலைப்பாடு, இந்தியத் துணைக்கண்டத்தில் வாழ்ந்த முனிவர்களின் நிலைப்பாடே. போஸைப் பொருத்தமட்டில், சிறந்த ஆசிரியரின் பாடம்,

படம் 3.3. ராயல் கழகத்தில் போஸ்.

ஏற்கும் அனைவருக்கும் சொந்தமானது. தாம் பெற்றதை வையகம் பெற வேண்டும்' என்றார். 1920இல் போஸின் வரலாற்று நூலில் அவருடைய நெருங்கிய நண்பர் பாட்ரிக் கெடீஸ். இந்தியரால் புதிய அறிவியலில் சிறந்து விளங்க முடியும் என்பதற்கு ஒரு சாட்சியாகத் திகழ்ந்தார் போஸ்; அந்த சாட்சி என்ற சுமையைத் தனி ஒருவராக அவர் தோள்களில் சுமந்தார் என்று சொன்னால் அது மிகை ஆகாது. தாகூர் சொன்னது போல அறிவியல் துறையில் பின்தங்கி இருந்த இந்தியாவின் இழுக்கைக் களைய வந்த பேராயுதம் போஸ். தம் அன்னை-தந்தை நாடு அந்நியரின் பிடியில் சிக்கியிருக்கும்போது, தாம் மட்டும் ஐரோப்பிய வெய்யிலில் குளிர் காய அவர் மனம் இசையவில்லை. இலண்டன் கேம்ப்ரிஜ் பல்கலைக்கழகம் அவருக்குப் பேராசிரியர் பதவி அளித்தது; ஆனால், போஸ் ஏற்கவில்லை.

பிரசிடென்சிக் கல்லூரியில் அன்று நிலவிய விதிகளின்படி, ஐரோப்பிய ஆசிரியர்களுக்குக் கொடுத்த ஊதியத்தில், மூன்றில் ஒரு பங்கு மட்டுமே, போஸுக்கு வழங்கப்பட்டது. இந்தப் பாரபட்சத்தை ஏற்க முடியாத போஸ், ஊதியமே வாங்க மறுத்துவிட்டார். மூன்று ஆண்டுகளில், பிரசிடென்சி கல்லூரி அதிகாரிகள் வேறுபடுத்தும் போக்கைக் கைவிட்டு, அவருக்குக் கொடுக்கப்படாத ஊதியத்தையும் சேர்த்து வழங்கினர்.

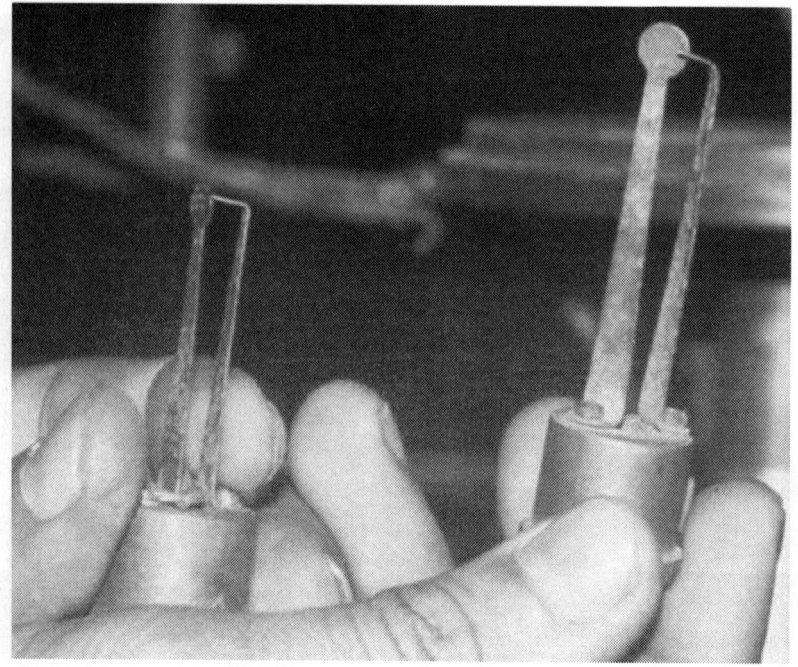

படம் 3.4. போஸின் பகுப்பான் கருவி

போஸின் வெற்றிகரமான ஆய்வின் நூறு ஆண்டுகள் நிறைவடைந்ததை நினைவுகூரும் வண்ணம், பன்னாட்டு மின்னியல் மற்றும் மின்னணுவியல் பொறிஞர்கள் கழகம் (IEEE), 1997ஆம் ஆண்டு சிறப்புக் கருத்தரங்கம் நடத்தியது. இக்கூட்டத்தின் இறுதியில் வெளியிடப்பட்ட கட்டுரைகள், 'திரு. போஸ் ரேடியோ இயற்பியலில் ஒப்பற்ற முன்னோடி' என்பதைத் தெளிவாகவும், ஆதாரப்பூர்வமாகவும் நிலைநாட்டுகின்றன. 1977ஆம் ஆண்டு நோபல் பரிசு பெற்ற சர் நெவில் மாட் அவர்களின் கணிப்பில், 'ஜெ. ச. போஸின் திண்மநிலை மின்னணுவியற் (சாலிட்-ஸ்டேட் எலெக்ட்ரானிக்ஸ்) சித்தாந்தம் என்பது, தான் வாழ்ந்த காலகட்டத்துக்கு 60 ஆண்டுகள் முற்போக்கானது'.

மேல்சொன்ன மின்னணுவியல் துறையில் மட்டுமல்லாமல், தாவரங்களுக்குக் காயம் ஏற்படும்போது வலியை உணர்கின்றனவா, அவற்றின் உணர்வுகளைப் பகுத்தளக்கத்தான் முடியுமா என்றெல்லாம் கேள்விகள் எழுப்பி அவற்றைத் துல்லியமாக அறிய உதவும் கருவி களையும் கண்டறிந்தார். தூண்டலால் ஏற்படும் விளைவுகளைப் பதிவு செய்யவும் பெருக்கவும் கருவிகளைக் கண்டறிந்தார். 1900ஆம் ஆண்டு

பாரிஸ் நகரில் நடந்த இயற்பியல் மாநாட்டில், *'ரிசொனேட் ரிகார்டர்'* என்ற கருவியை பலரும் வியக்க, அவர் அறிமுகம் செய்தார். ஆங்கில அரசு *'சர்'* பட்டம் வழங்கி, 1917ஆம் ஆண்டு அவரைக் கௌரவித்தது. அந்த ஆண்டில் கொல்கத்தாவில் 'போஸ் நிறுவனம்' அமைத்தார். அவர் வாழ்ந்த 1937 வரை, தலைமைப் பொறுப்பை ஏற்று, பணி செய்தார். அரிசோனா, டியூசானில் உள்ள தேசிய விண்ணோக்கு மையத்தின் *(நேசனல் அஸ்ட்ரோனோமிகல் அப்சர்வேடரி)* அதிஉயர் கூருணர்திறன் *(அல்ட்ரா-ஹை சென்ஸிடிவிடி)* கொண்ட ரேடியோ தொலைநோக்கி, போஸ் கண்டறிந்த ஏற்பியின் அடிப்படையில் அமைக்கப்பட்டுள்ளது; இதை, டி.ட்டி. எமெர்சன் தம் ஆய்வுக் கட்டுரையில் விரிவாக விளக்கு கிறார். ஒரு நூற்றாண்டுக்கு முன் போஸ் கண்டறிந்த அறிவியல், பல களங்களில் இன்று மீளாய்வுக்கு வந்திருப்பது, போஸின் ஒப்பற்ற தொலைநோக்கையே நமக்குக் காட்டுகிறது.

3.3 குக்கிலியல்மோ மார்க்கோனி

மார்க்கோனி என்ற பெயருக்கு அறிமுகம் தேவையில்லை. இத்தாலி நாட்டில் வசதிபடைத்த செல்வந்தரின் மகனான மார்க்கோனி, இயற்பியல் படிப்பில் இளமையில் நாட்டம் காட்டினார். குறிப்பாக மேக்ஸ்வெல், ஹெர்ட்ஸ், ஒலிவர் லாட்ஜ் ஆகியோரின் ஆய்வுகள், அவர் கவனத்தை ஈர்த்தன. 1894ஆம் ஆண்டு, தந்தையரின் மாளிகை யிலேயே, அவருடைய சோதனைக் கூடத்தை அமைத்தார். அவருடைய செலுத்தும் கருவி, ஹெர்ட்ஸ் வடிவமைத்த சுடர்ப் பொறி-இடைவெளி கொண்ட தூண்டு சுருளாக அமைந்திருந்தது. ஏற்பியோ, போஸ் பயன் படுத்திய 'coherer' பகுப்பானாக அமைந்தது. எனினும், அலைகள் ஏற்கப் படும் தொலைவை அதிகப்படுத்தும் பரப்புக் கம்பிகளைப் *(ஏரியல்)* பற்றிய சோதனைகளின் வெற்றியே மார்க்கோனியின் பெரும்பங்களிப் பாகும். இன்றைக்கும் பரவலாகக் காணப்படும், பூமிக்குச் செங்குத்தாக விளங்கும் ஏரியலை *(வெர்டிகல் ஆன்டெனா)*, மார்க்கோனி பயன் படுத்தியதோடு மட்டுமல்லாமல், அவற்றின் திசையியல் பண்புகளைச் சீர்படுத்த பிரதிபலிப்பிகளைக் கையாண்டு, ரேடியோ அலைகளை ஏற்க இயலும் தொலைவையும் அதிகரித்தார்.

இத்தாலி நாட்டில் அவருடைய அரும்பணிக்குப் போதிய ஆதரவு இல்லாத நிலையில் இலண்டன் சென்று, அஞ்சல்-தந்தி நிலைய முதன்மைப் பொறிஞரான சர். வில்லியம் பிரீஸ் என்பவருடன் சேர்ந்து பணியைத் தொடர்ந்தார். பிரீஸின் உதவியால், அவருடைய கண்டுபிடிப்பு களுக்குத் தனியுரிமை பெற்றார். ஏரியலைத் தூக்கி உயரமாகப் பிடிக்கும் பட்டங்களையும் பலூன்களையும் கொண்டு, 9 மைல் பிரிஸ்டல்

காலவாய்க்கு அப்பால் தொடர்பாட இயலும் என்று நாட்டினார். 1897ஆம் ஆண்டு, லா-ஸ்பேசிய என்னும் இடத்தில், தரை நிலையத்திலிருந்து 12 மைலுக்கு அப்பால் உள்ள கப்பல் களைத் தொடர்புகொள்ளச் செய்தார்.

3.5. குக்கலியல்மோ மார்க்கோனி

ரேடியோவின் பயன்பாடுகளை நன்குணர்ந்த மார்க்கோனி, *மார்க்கோனி வயர்லெஸ் டெலிகிராப் கம்பெனி* அமைத்தார். ரேடியோ தொடர்பாடும் தொலைவை, 75 மைலாக, 1899ஆம் ஆண்டில் அதிகரித்துக் காட்டினார். கடலில் ரேடியோ அலைகளை ஏற்கும்-செலுத்தும் சூழல் நன்றாக அமைந் திருந்தது. கடல் வழியாகப் பயணம் செய்யும் கப்பல்களின் எண்ணிக்கை அதிகரித்த நிலையில், கண்ணுக்குத் தென்படாத கப்பல்களிடையே தொடர்பாடும் தேவையை உணர்ந்த மார்க்கோனி, பல ரேடியோ அமைப்புகளைச் செய்தார். அலைவரிசைகளை மாற்றும் முறைக்கான *(டியூனிங்)* தனியுரிமை, மார்க்கோனியின் நிறுவனத்துக்குக் கிடைத்தது. இதன் விளைவாக – ஒரே நேரத்தில் பல செலுத்தும் கருவிகள், ஒன்றுக் கொன்று இடையீடு விளைவிக்காமல் செயல்பட முடிந்தது. செலுத்தி ஏற்கும் தொலைவை அதிகப்படுத்துவதில் படிப்படியான முன்னேற்றம் கண்டாலும், மார்க்கோனியின் மனம் நிறைவு பெறவில்லை. ரேடியோ சமிக்ஞையை அட்லாண்டிக் கடலுக்கு அப்பால் செலுத்தி - ஏற்க முனைந்தார். இதைக் கண்ட பலரும் அவரை எள்ளி நகையாடினர். ரேடியோ அலைகள் ஒளி அலைகளைப் போல நேர் வரிசையில் செல்வதால், பூமியின் வளைவுக்கு ஏற்ப இசைந்து கொடுக்காது என நம்பி இருந்தனர்.

ஒலிவர் ஹெவிசைட் என்ற விஞ்ஞானி, 1890களில் தொலைத் தொடர்பாடலுக்கு உதவும் 'அயனிமண்டலம்' பற்றி முன்வைத்த கருத்துகளை அறியாமல் இருந்தனர். அயனி மண்டலம், அலைகளைப் பிரதிபலிக்கச் செய்யக்கூடும் என்ற ஹெவிசைட்டின் கருத்து, வெறும் கூற்றாகவே இருந்தது. 1901 டிசம்பரில் மார்க்கோனி, ஸ்காட்லண்டில் போல்து என்ற இடத்திலிருந்து – கனடாவில் நியூ பவுண்லண்டு *(நியூ ஃபவுன்லான்ட், கனடா)* என்ற இடத்துக்கு 'S' என்ற தந்திக் குறியீட்டெழுத்தை அனுப்பி, வெற்றிச் சாதனை படைத்தார்; இத்தோடு,

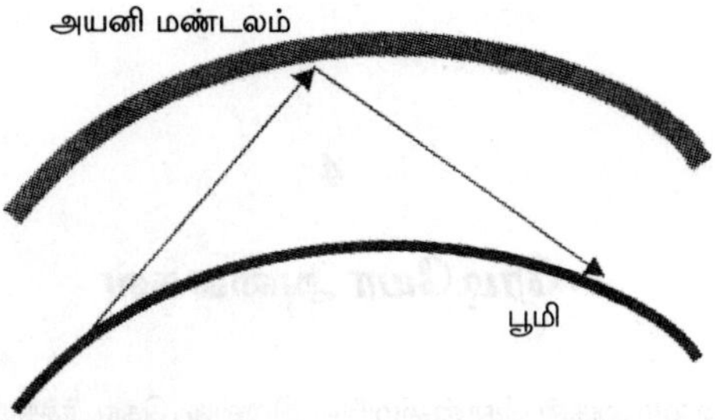

ரேடியோ இயற்பியல் முன்னோடிகளின் கதை | 23

அயனி மண்டலம்

பூமி

வரைபடம் 3.6. அடுக்கடுக்காக இருக்கும் அயனி வாயு, ரேடியோ அலைகளைப் பிரதிபலிக்கச் செய்கின்றது. இந்த விளைவுறும் ரேடியோ அலைகளின் அதிர்வெண் 3-30 மெஹெ அயனிமண்டல விளைவால் தொடர்பாடும் தொலைவு அதிகரிக்கின்றது.

ஹெவிசைட் கூற்றையும் மெய்ப்பித்தார். இன்று வழங்கப்படும் *ரேடியோ* என்ற சொல், அன்று வயர்லெஸ், மார்க்கோனியின் *வயர்லெஸ்* என்று அழைக்கப்பட்டது. கடல் பயணத்தின்போது கப்பல்களி லுள்ள பயணிகள் தனிமைப்படுத்தப்பட்டு, ஆபத்தில் மாட்டித் திணறிய போது உதவியின்றி, கேட்பார் அற்று மூழ்கினர். மார்க்கோனியின் வயர்லெஸ், இந்த அவல நிலையை மாற்றியது; அருகில் இருந்த கப்பல்களைத் தொடர்புகொள்ளவோ, கரையோரத்திலிருந்து உதவி பெறவோ இவர்களுக்கு வழிவகுத்தது.

4
ரேடியோ அலைகள்

தமிழின் மேன்மை அதன் தொன்மையில் இல்லை; தொடர்ச்சியில் உள்ளது.

பேராசிரியர் கே. சிவத்தம்பி

4.1 அறிமுகம்

நாகரிக விடியல் தொட்டு இன்றுவரை சமிக்ஞைத் தொடர்பாடல் மனிதனுக்கு மிகவும் இன்றியமையாததாக இருந்து வருகிறது. ஒரு காலத்தில் சமிக்ஞைத் தொடர்பாடல் கேட்பொலி வாயிலாக மட்டுமே இருந்து வந்தது. சமிக்ஞை சென்றடையும் தொலைவை அதிகரிக்க - முரசு, சங்கு எனப் பலவகைக் கருவிகள் பயன்படுத்தப்பட்டன. இன்னும் அதிகத் தொலைவு தொடர்பாட – கண்ணுக்குப் புலனாகும் வகையில் சமிக்ஞைக் கொடிகள் மற்றும் புகைச் சமிக்ஞைகளைப் பகலிலும், நெருப்புச் சமிக்ஞைகளை இரவிலும் கையாண்டனர்.

ரேடியோ அலைகளோ இசை, பேச்சு, படங்கள் எனப் பலவகைத் தகவல்களைக் கண்ணுக்குத் தெரியாத வண்ணம் பல ஆயிரம் மைல்களுக்கு அப்பால் கொண்டு சேர்க்கின்றன. நம் கண்களுக்குப் புலப்படாவிட்டாலும், நம்மால் உணர்ந்துகொள்ள இயலாவிட்டாலும், நம் அன்றாட வாழ்க்கையில் பெரிய தாக்கத்தை ஏற்படுத்தியுள்ள ரேடியோ அலைகளைக் குறிப்பிடுவது எப்படி? அலைகள் எப்படி உருவாகின்றன? எவ்வாறு செலுத்தப்படுகின்றன? என்ற கேள்விகளுக்கு விடை காணலாம். மேலும், ரேடியோ அலைகளை வாங்கிச் செலுத்தும் கம்பிகள் பற்றி தெரிந்துகொள்ளலாம். நகரும் வண்டிகளின் வேகம் கண்டறியும் சாதனமாக விளங்கும் ரேடார் வேலை செய்யும் விதத்தை அறியலாம்.

4.2 அலைகளும் அதிர்வெண்ணும்

எந்த ஒரு பருப்பொருளையும் எடுத்துச் செல்லாமல், இடம் விட்டு இடம் பயணிக்கும் ஓர் இயக்கத்தைக் குறிப்பது அலை. பொதுவாக, எல்லா அலைகளின் மூலமும், முன்னும் பின்னும் சீராக, ஒரு குறிப்பிட்ட வீதத்தில் அதிர்வுறும் தன்மையுடையன. மூலத்திலிருந்து வெளியேறி அதிர்வுகள் பரவினாலும், அலைகளோடு ஊடகம் பயணிப்பதில்லை.

அலைகளின் உச்ச நிலைகளை முகடுகள் *(கிரஸ்ட்ஸ்)* என்றும், தாழ் நிலைகளை அகடுகள் ('troughs') என்றும் வழங்குவர். இந்த இரு நிலை களுக்கிடையே ஏற்படும் அதிர்வைச் *(ஆஸ்சில்லேசன்)* சித்திரிக்க, விஞ்ஞானிகளும் பொறிஞர்களும் சில அளபுருக்களைக் கையாளு கின்றனர். வீச்சு *(ஆம்பிளிடியூட்)* என்பது அலை மேலும் கீழும் செல்லும் அளவைக் குறிக்கிறது. இரு உச்ச நிலை அதிர்வுக்கும் அல்லது தாழ்நிலை அதிர்வுக்குமிடையில் உள்ள தொலைவு, அலைநீளம். ஒரு வினாடியில், அலையின் மீது உள்ள ஒரு புள்ளி, திரும்ப அதே புள்ளியை, எத்தனை முறை கடக்கிறது என்பதன் கணக்கு, அதிர்வெண் *(ஃபிரீகுவன்சி)*. அதிர்வெண்ணின் அலகு *ஹெர்ட்ஸ்*. முதன்முதலாக ரேடியோ அலைகள் இருப்பதை, 1886ஆம் ஆண்டு கண்டறிந்த ஹெர்ட்ஸின் பெயரில், ஹெர்ட்ஸ் *(ஹெஸ்)* என்று அழைக்கப்படுகிறது. ஒரு வினாடிக்கு ஒரு முறை அலைவுறுவதைக் குறிப்பது, ஒரு *ஹெஸ்*; இருமுறை அலைவுறுவது 2 ஹெஸ்; ஓர் ஆயிரம் ஹெர்ட்ஸ் ஒரு கிலோ ஹெர்ட்ஸ்; பத்து இலட்சம் ஹெர்ட்ஸ் ஒரு மெகா ஹெஸ்.

எல்லா மின்காந்த அலைகளும் ஒரே வேகத்தில் பயணித்தாலும் அதிர்வெண்ணால் வேறுபட்டு இருக்கின்றன. ரேடியோ அலைகள், ஒரு குறிப்பிட்ட அதிர்வெண் பட்டையில் அடங்கும் மின்காந்த அலைகள். AM ரேடியோ அலைகள், பல ஆயிரம் ஹெர்ட்ஸ் அதிர்வெண் கொண்ட அலைகள், கிலோ ஹெர்ட்ஸ் அலகில் குறிக்கப்படும் (எடுத்துக்காட்டாக *600 கிஹெ*). FM ரேடியோ அலைகளின் அதிர்வெண்ணை மெகா ஹெர்ட்ஸ் அலகில் குறிப்பது வழக்கம் (எடுத்துக்காட்டாக, *90 மெஹெ*).

வானூர்தி ஓட்டிகளும் போக்குவரத்துக் கட்டளைப் பொறிஞர்களும் தொடர்பாட, சில குறிப்பிட்ட அதிர்வெண்களைப் பயன்படுத்து கின்றனர். வானூர்தி ஓட்டுநர்கள் ஏற்கும் அதிர்வெண்களில் பல்வேறு பட்ட இறங்கும் அமைப்புகள் ஒலிபரப்புகின்றன. ரேடார்கள், *1000 மெஹெ - 300,000 மெஹெ* அதிர்வெண்கள் கொண்ட அலைகளைப் பயன்படுத்துகின்றன. பொதுவாக, இந்த அலைகள், வானொலி பயன்படுத்தும் ரேடியோ அலைகளைக் காட்டிலும் அதிக அதிர்வெண் கொண்டவை.

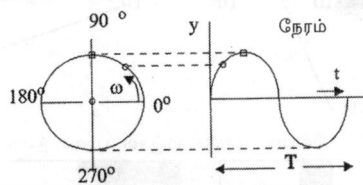

வரைபடம் 4.1. அதிர்வெண்: மற்றொரு நோக்குநிலையில்.

அலைகளை வேறொரு கண்ணோட்டத்தில் பார்க்கவேண்டும் என்றால், ஒரு பந்து, ஒரு வட்டப் பாதையில் சுழல்வதாக வைத்துக் கொள்வோம் (படம் 4.1). பந்தின் நிலையைக் கோணத்தால் குறிக்கலாம் அல்லது நேரத்தால் குறிக்கலாம். Y அச்சில் பந்தின் நிலையிலிருந்து விழும் நீட்டத்தைக் கீறும்போது கிடைக்கும் அலைவடிவம் தான் சைன் அலை. பந்து சுழலும் வீதம், வினாடிக்கு 10 சுழற்சிகள் என்றால், ஒரு முழு வட்டம் வர எடுக்கும் நேரம், 1/10 வினாடி. ஒரு வினாடியில் சுழற்சிகளின் எண்ணிக்கையே அதிர்வெண். ஒரு முறை சுழல எடுக்கும் கால அளவு *பிரியட்*–காலவட்டம். அதிர்வெண் 'fHz என்றால் காலவட்டம் '1/f' வினாடிகள் (s). இல்லங்களுக்கு மின் இணைப்பு வழங்கும் கம்பிகளில் உள்ள மின்சார அலைகளின் அதிர்வெண் 50 ஹெஸ். காலவட்டம் T=1/50=0.02 வினாடிகள்.

4.3 ரேடியோ அலைகளின் நிறமாலை (Spectrum of Radio Waves)

மின்காந்த நிறமாலையில் ஒளி அலைகள், ரேடியோ அலைகள், X-கதிர்கள், காமா (γ) கதிர்கள் வெவ்வேறு இடங்களை வகிக்கின்றன. படம் 4.2 சுட்டிக் காட்டும் கண்களுக்குப் புலனாகும் அலைகளின் பட்டை – வினாடிக்கு 4×10^{14} சுழற்சிகளிலிருந்து 7.5×10^{14} சுழற்சிகள் வரை அடங்கும். காணக்கிடைக்கும் *(விசிபில்)* கதிர்கள், அதிர்வெண்ணில் குறைவான சிவப்பு நிற அலையில் தொடங்கி; ஆரஞ்சு, மஞ்சள், பச்சை, நீலம் மற்றும் ஊதா அலை எனப் படிப்படியாக உயர்கின்றன.

ரேடியோ அலைகள் – மின்காந்த அலைகளின் நிறமாலையில், சிவப்பு நிற அலைகளைக் காட்டிலும் அதிர்வெண்ணில் குறைந்த, கண்களுக்குப் புலனாகாத, 10000 ஹெஸிலிருந்து 300×10^9 ஹெஸுக்கு இடைப்பட்ட அதிர்வெண்கள் கொண்ட அலைகள். இவ்வலைகளை வானொலி, தொலைக்காட்சி, செல்லுலர் மற்றும் ரேடார் அமைப்புகள்

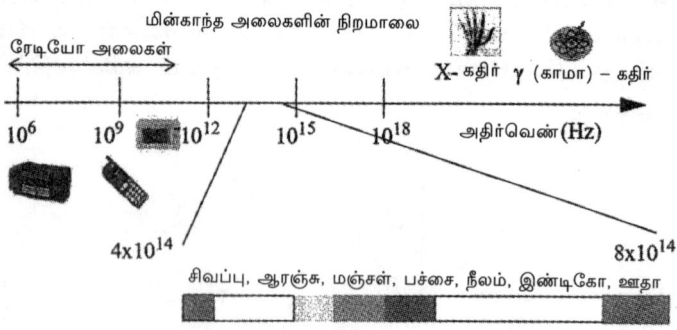

வரைபடம் 4.2. மின்காந்த அலைகளின் நிறமாலையில் ரேடியோ அலைகள் வகிக்குமிடம்.

பயன்படுத்துகின்றன. AM ரேடியோ – 300 கிலோ ஹெர்ட்ஸ் தொடங்கி 1600 கிலோ ஹெர்ட்ஸ் வரையிலும், FM ரேடியோ – 88 மெகா ஹெர்ட்ஸ் தொடங்கி 108 மெகா ஹெர்ட்ஸ் வரையிலும், அலைகளைச் செலுத்த ஒழுங்குபடுத்தப்பட்டுள்ளன.

4.4 அலை நீளமும் அதிர்வெண்ணும் (Wavelength and Frequency)

ரேடியோ அலைகளின் வீச்சு, நேரம் தொட்டு வட்டமிடுவதை அறிந்தோம். பரவும் மின்காந்த அலைகள், தோற்றுவிக்கும் மூலத்தி லிருந்து விலகும்போது, தொலைவு தொட்டும் வட்டமிடுகின்றன.

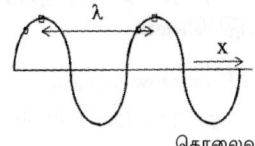

தொலைவு

வீச்சின் உச்ச நிலை, குறிப்பிட்ட தொலைவு (அலை நீளம்) தாண்டி மீளும் தன்மையுடைதாக அலைகள் அமைகின்றன. அலை நீளத்தை லாம்டா (λ) என்ற கிரேக்க எழுத்தால் குறிப்பது வழக்கம். அலை நீளத்துக்கும் அதிர்வெண்ணுக்கும் உள்ள தொடர்பு,

$\lambda = \dfrac{c}{f}$; c-ஒளியின் வேகம்-3×10^8 மீட்டர்/வினாடி, f-அதிர்வெண் (ஹெர்ட்ஸ் அலகில்), λ- அலைநீளம் மீட்டர் அலகில்.

மேல்சொன்ன சமன்பாட்டை வைத்து, ஒரு ரேடியோ அலையின் அதிர்வெண் குறிப்பிட்டவுடன், அதன் அலைநீளத்தையும் அறிகின்றோம். அலைநீள அடிப்படையில், உயர் அதிர்வெண் அலைகளைச் சிறிய அலைகள் என்று கொள்ளலாம். ரேடியோ அலைகள் நீளத்திற்கேற்பப் பிரிக்கப்பட்டு, அட்டவணை இடப்பட்டுள்ளதை அட்டவணை 4.1இல் காணலாம்.

அலைநீளம் எடுத்துக்காட்டு:
அதிர்வெண் 300 மெஹெ என்று ரேடியோ அலையைக் குறிப்பிட்டால் அலை நீளம் காண்க?

$$\lambda = \dfrac{c}{f} = \dfrac{3 \times 10^8}{300 \times 10^6} = 1 \text{ மீ} \qquad (4.1)$$

4.5 அலைகள் பரவும் திசைவேகம்

ரேடியோ அலை பயணிக்கும் வேகத்தைப் பொதுவாக ஒரு மாறிலி (3×10^8 மீ/வினாடி) என்று குறிப்பிட்டாலும், இந்த வேகம், ஊடகம்

அட்டவணை 4-1 ரேடியோ-அதிர்வெண் வரிசைக் குறிப்பீடு.

அதிர்வெண்	அலைநீளம்	நிர்ணயிக்கப்பட்ட வரிசை	பயன்பாடு
30-300Hz	*10-1 மெமீ*	ELF-extremely low frequency தீவிரம் குறைந்த அதிர்வெண்	AC செலுத்தம். கடலுள் தொடர்பாடும் சோனார்.
300-3000Hz	*1 மெமீ - 100 கிமீ*	ULF-ultra low frequency மிகவும் தீவிரம் குறைந்த அதிர்வெண்	
3-30 kHz	*100-10 கிமீ*	VLF-very low frequency மீக்குறை அதிர்வெண்	இதயத்துடிப்பு கண்காணிப்பு.
30-300kHz	*10-1 கிமீ*	LF-low frequency குறை அதிர்வெண்	
300-3000kHz	*1 கிமீ-100 மீ*	MF-medium frequency நடுத்தர அதிர்வெண்	AM ரேடியோ. நெடுந்தொலைவு ஒலிபரப்பு அயனிமண்டல அலை.
3-30MHz	*100-10 மீ*	HF-high frequency உயர் அதிர்வெண்	FM ரேடியோ
30-300MHz	*10-1 மீ*	VHF-very high frequency அதி உயர் அதிர்வெண்	FM ரேடியோ
300-3000MHz	*1மீ-10 செமீ*	UHF-ultra high frequency மீ உயர் அதிர்வெண்	தொலைக்காட்சி, செல்பேசி
3-30GHz	*10-1 செமீ*	SHF-super high frequency மீ அதிஉயர் அதிர்வெண்	துணைக்கோள், ரேடார்
30-300GHz	*1 செமீ - 1 மிமீ*	EHF-extremely high frequency கடை உயர் அதிர்வெண்	ரேடார்

சார்ந்ததாகும். 3×10^8 *மீ/வி*, வெற்றிடத்தில் (vacuum) வேகத்தின் மதிப்பாகும். அலைகளின் வேகம், ஊடகத்தின் உட்புகுதிறன் $\mu = \mu_0\mu_r$ மற்றும் விடுதிறன் $\varepsilon = \varepsilon_0\varepsilon_r$ கொண்டு நிர்ணயிக்கப்படுகிறது.

$$v = \frac{1}{\sqrt{\varepsilon\mu}} = \frac{1}{\sqrt{\varepsilon_0 \varepsilon_r \mu_0 \mu_r}} = \frac{3 \times 10^8}{\sqrt{\mu_r \varepsilon_r}} = \frac{c}{\sqrt{\mu_r \varepsilon_r}} \qquad (4.2)$$

காந்தப்போக்கில்லாத ($\mu_r = 1$, நாண்-மேக்னடிக்), மின்விசையைக் கடத்தாமல், மின்விசையின் விளைவுகளை மட்டும் செலுத்தும் ஊடகத்தில் – அலையின் வேகம் v,

$$v = \frac{3 \times 10^8}{\sqrt{\varepsilon_r}} \text{ மீ/வி;}$$

அலைநீளம், $\lambda = \dfrac{v}{f} = \dfrac{\lambda_o}{\sqrt{\varepsilon_r}}$ மீ;

அதிர்வெண், அலையின் ஊடகம் சாராத ஓர் அடிப்படை அளபுரு. அலை நீளமும் அலையின் வேகமும், ஊடகம் சார்ந்த அளபுருக்கள்.

4.6 ரேடியோ அலைகள் உருவாவது எப்படி?

மின்னணுக்கள் நகரும்போது காந்தப் புலத்தை உருவாக்குகின்றன. மின்னணுக்கள் முன்னும் பின்னுமாக நகரும்போது அல்லது அலைவுறும் போது, அவற்றின் மின் புலமும் காந்தப் புலமும் ஒரே நேரத்தில் மாற்றப்படுகின்றன; இதனால், மின்காந்த அலைகள் உருவாகின்றன. மின்னணுக்களின் இந்த அலைவுகள், அணுக்கள் சூடாக்கப்பட்டு விரைவாக நகர்த்தப்படுவதால் ஏற்படலாம்; மாறுதிசை (AC) மின்சாரத் தாலும் உண்டாக்கப்படலாம்.

மின்காந்த அலை, பருப்பொருளில் படும்போது, எதிர்விளைவு உண்டாகின்றது. அலைநீளத்துக்குத் தகுந்தவாறு – அணுக்களை அதிரச் செய்து, பொருளைச் சூடாக்கலாம் அல்லது மின்னணுக்களை அலைவுறச் செய்யலாம்.

ஒரு மாறுதிசை மூலத்தை (AC) இரு கம்பிகளிடையே இணைத் திருப்பதை வரைபடம் 4.3 காட்டுகிறது. மின் மூலத்தின் மின் அழுத்தம், மின்னணுக்களை (எலெக்ட்ரான்) கம்பிக்கு மேலும் கீழும் நகரச் செய்கிறது. படம் 4.3 அ) கருவியின் மேல் பக்கம் பாசிட்டிவாகவும் (+) கீழ்ப்பக்கம் நெகட்டிவாகவும் (–) இருப்பதைச் சித்திரிக்கிறது. இத்தருணத்தில் கருவியைச் சுற்றி நிலவும் மின்புலத்தை, கருவியைச் சுற்றியுள்ள அம்புக் குறிகளால் காட்டலாம். துருவ முனைப்போக்கு (போலாரிடி) மாறும் வேளையில், படம் 4.3 ஆ-வில் உள்ள மின் புல வரிகளின் திசை மாறு படுகிறது. மின்புலம் மூலத்தை விட்டுப் புறப்பட்டுப் பரவத் தொடங்கும் வேளையில், மூலத்துக்குச் சற்றே விலகி உள்ள மின்னணுக்கள் ஒரு

கணம் மேலும், மறு கணம் கீழும் தள்ளப்படுகின்றன. ஒரு மின் அலை, கருவிக்கும் தள்ளப்படும் மின்னணுக்களுக்கும் இடையில் செலுத்தப் படுகின்றது. இக்கதை இங்கோடு நின்றுவிடுவதில்லை. கம்பியில் மின்னோட்டம் இருப்பதால், காந்தப் புலமும் கம்பியைச் சுற்றிலும் நிறுவப்படுகின்றது (படம் 4.4). இப்படத்தில் காந்தப் புலம் கம்பிக்கு இடப்புறம் தாளுக்கு உள்ளே சென்று வலப்புறம் வெளியேறுவதாகச் சித்திரிக்கின்றது. வலக்கை விதி, (பிற்சேர்க்கை 4.ஆ) காந்தப் புலத்தின் திசையைச் சுட்டிக்காட்டப் பயன்படுகிறது. மின்னோட்டம் கம்பியின் கீழ்ப் பாகம் நேர்த்துருவப் போக்கிலும் *(போசிடிவ் போலாரிடி)* மேல்பாகம் எதிர்த்துருவப் போக்கிலும் *(நெகடிவ்)* இருப்பதாகக் காட்டும் படம் 4.4இல் காந்தப் புலம் திசை மாறுவதைக் காணலாம். மின் புலம் மூலத்தை விட்டுப் பரவுவது போல, தொலைவிலிருந்து உணரப்படும் காந்தப் புலமும் மாறுதிசை வடிவைக் கொண்டதாக இருக்கும்; மின் புலம் மாறும் அதே வீதத்தில் மாறுபடும். மாறும் காந்தப் புலத்தால் ஒரு சுருள் கம்பியில் மின்னோட்டம் ஏற்படுத்தி, அத்தகைய கம்பியைக் கொண்டு காந்த அலையை உணரலாம். மாறுதிசை மின் அலையோ அல்லது காந்த அலையோ, தனித்து இயங்க முடியாது; அவற்றின் சேர்க்கை, மின்காந்த அலை என்று குறிக்கப்படுகிறது.

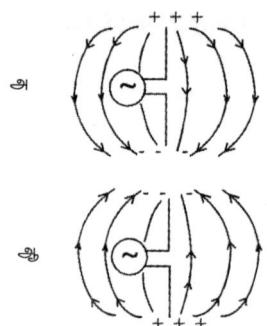

அ

ஆ

வரைபடம் 4.3. மின்புல வரிகள். அ) மின்மூலத்தின் முதல் பகுதி சுழற்சி நேரத்தில். ஆ) மின்மூலத்தின் இரண்டாம் பகுதி சுழற்சி நேரத்தில்.

மேல் சொன்னதைக் கொண்டு வெளியேறும் மின்காந்த அலைகளின் அதிர்வெண், மூலத்தின் அதிர்வெண்ணை மட்டும் சார்ந்தது என்று எண்ணக்கூடும். நடைமுறையில் ஆன்டெனாவின் நீளம், அலையின் உச்ச அலைவீச்சை நிர்ணயிக்கிறது. ஒரு பக்கம் பொருத்தப்பட்ட ரம்பத்தின் முன்-பின் அதிர்வில் எப்படி தனக்கே உரிய இயல்பு அதிர் வெண் இருக்கிறதோ, அதுபோல, ஆன்டெனாவில் மின்மங்கள் மேலும் கீழும் மாறி மாறி உலவ, ஓர் இயல்பு அதிர்வெண் உள்ளது. இந்த இயல்பு அதிர்வெண் ஆன்டெனாவின் நீளத்தை வைத்துக் கணக்கிடப்

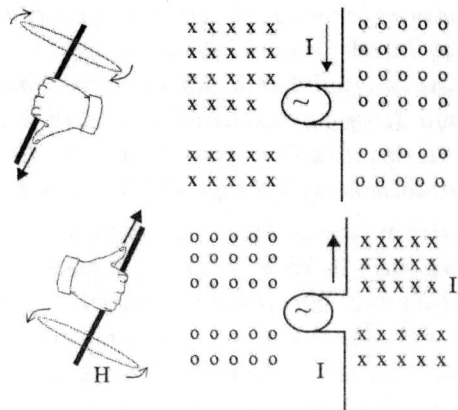

x தாளுக்குள்ளே ; oதாளுக்கு வெளியே

வரைபடம் 4.4. காந்தப் புல வரிகள். அ) மின்னோட்டம் மேலிருந்து கீழிறங்கும் கட்டத்தில். ஆ) மின்னோட்டம் கீழிருந்து மேலேறும் கட்டத்தில்.

படுகிறது. அலைவீச்சை உச்ச அளவுக்குக் கொண்டு வர, செலுத்தும் ஆன்டெனாவில் மின்னணுக்கள் அதிர்வுறும் இயல்பு அதிர்வெண்ணை, மாறுதிசை மின்மூலத்தின் அதிர்வெண்ணுக்குப் பொருத்தமாக அமைக்க வேண்டும். கம்பியின் நீளம், அரை அலைநீளமாக ($\lambda/2$) அமைக்கப் படுவது – இருகோல் ஆன்டெனா.

4.7 குறுக்கலைகளின் தனிப் பண்புகள் (Characteristics of Transverse Waves)

ரேடியோ அலைகள் பரவும் திசை, அதில் அடங்கும் மின் அலை மற்றும் காந்த அலைக்குச் செங்குத்தாக அமையும். இவ்வாறு பரவும் அலைகள், குறுக்கலைகள் *(டிரான்ஸ்வெர்ஸ் வேவ்ஸ்)* எனப்படும். ஆன்டெனா படத்தில் வர்ணித்த மின் அலைகளும் காந்த அலைகளும் ஒன்றுக்கொன்று செங்குத்தாக இயங்குகின்றன. மின் அலை, காந்த அலை, அலை பரவும் திசை என மூன்றும் ஒன்றுக்கொன்று செங்குத்தாக அமைவதால்,

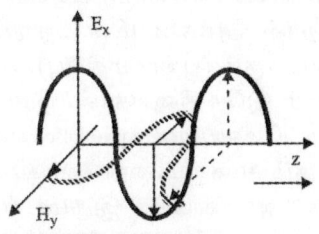

வரைபடம் 4.5. குறுக்கு மின்காந்த அலைகள்.

ரேடியோ அலைகள் காற்றில் பரவும் பாங்கை, குறுக்கு மின்காந்த அலைகளாக (டிரான்ஸ்வெர்ஸ் எலெக்ட்ரோமேக்னடிக் வேவ்ஸ் -டீஈஎம்) சித்திரிக்கலாம். மின் புலம் E யின் அதிர்வுகள் x அச்சில் இருப்பின், z திசையில் பரவும்போது, காந்தப்புலம் H, y அச்சில்தான் இருக்கும். மேக்ஸ்வெல் சமன்பாடுகளின் தீர்வை படம் 4.5 காட்டுகிறது. (மேக்ஸ்வெல் சமன்பாடுகளும் தீர்வும் பிற்சேர்க்கை 4.அஇல் காண்க).

ரேடியோ அலைகள் ஒளியின் வேகத்தில் பயணிக்கின்றன. மேக்ஸ்வெல் சமன்பாடுகளின் தீர்வு, குறுக்கலைகளின் பாங்கில் பயணிக்கும் மின்காந்த அலைகளின் வேகம், ஒளி அலைகளின் வேகம்தான் ($c=3 \times 10^8$ m/s) என்று காட்டுகின்றன [பிற்சேர்க்கை 4.அ]. மேக்ஸ்வெல்லின் கோட்பாட்டு அளவில் நின்ற முடிவுகளைச் சோதனை அளவில் தெளிவாகக் கண்டறிந்த பெருமை, ஹெர்ட்ஸையே சாரும். மின்காந்த அலைகளை உருவாக்கி, செலுத்தி, அதனைப் பரவச் செய்து, ஏற்கவும் இயலும் என்று காட்டினார் ஹெர்ட்ஸ் [ரேடியோ முன்னோடிகள் இயலில் காண்க].

4.7.1 கட்டில்லாக் குறுக்கலைகள் (Transverse waves in free space)

'Free space' என்று சொல்லப்படும் இடையீடு இல்லாத, தடைகள் இல்லாத வெளியில், ஒரு புள்ளியளவுள்ள மின்காந்த மூலத்தை (point source) வைத்தால், சீராக எல்லாத் திசைகளிலும் அலைகள் பரவும். அலைமுகப்பு, உருளை வடிவில் இருக்கும். வரைபடம் 4.6 அலை முகப்பின் குறுக்கு வெட்டைச் சித்திரிக்கின்றது. விளக்கத்தை எளிதாக்க, 'கதிர்கள்' புள்ளி மூலத்திலிருந்து எல்லாத் திசைகளிலும் வீசுவதாக எண்ணலாம். கதிர்கள், எல்லா இடத்திலும் அலைமுகச் சமதளத்துக்குச் செங்குத்தாக அமையும்; சக்கரத்தின் ஆரை (spoke) போல.

கதிர் (அ), புள்ளிமூலத்திலிருந்து விலகியுள்ள தொலைவில், அலை ஒரு குறிப்பிட்ட கட்டநிலையில் (phase) உள்ளது. அலை, மூலத்திலிருந்து புறப்பட்ட கணத்தில், மின் மற்றும் காந்தப் புலன் வெக்டார்கள் உச்ச மதிப்பில் இருந்ததாகக் கொள்வோம். பயணித்த தொலைவு 100.25 அலை நீளங்களென்றால், அக்கண மின் மற்றும் காந்தச் செறிவுகள், அந்த இடத்தில் சுழியமாகும் (பூஜ்ய மதிப்பு). அலைமுகப்பில் உள்ள எல்லாப் புள்ளிகளிலும் இதே நிலைதான். இதுவே, அலைமுகப்பின் வரையறை; ஒத்த கட்ட நிலையுள்ள (equi-phase) எல்லாப் புள்ளிகளையும் சேர்ப்பதால் உண்டாகும் சமதளம். எனவே, சமதளம் உருளையாகும். கதிர் (ஆ)வின் நீளம் 'அ'வை விட இருமடங்கு இருந்தால், புதிய உருளையின் பரப்பளவு, ஆரம் 'அ' உள்ள உருளையை விட நான்கு மடங்கு அதிகமாகும். இரு மடங்கு தொலைவு கூடினால், மூலத்தின்

ரேடியோ அலைகள் | 33

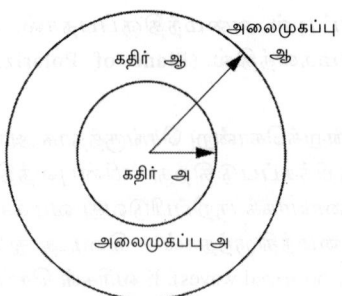

வரைபடம் 4.6 உருளை வடிவில் அலைமுகப்புகள்.

மொத்தத் திறன் வெளியீடு, நாலு மடங்கு விரிந்துள்ளது. ஓர் அலகு பரப்பளவில் அடங்கும் கதிர்வீச்சுத் திறனை, திறன் செறிவு அல்லது அடர்த்தி என்போம். மூலத்திலிருந்து தொலைவு இரட்டித்தால், திறன் செறிவு, கால் மடங்காகும் (1/4). திறன் அடர்த்தி, மூலத்திலிருந்து அளக்கப்படும் தொலைவின் இருமடிக்குத் தலைகீழ்த் தகவாக அமைந்துள்ளது. இது தலைகீழ் இருமடி விதி (inverse square law) எனப்படும். கட்டில்லாக் கதிர்வீச்சை விளக்கப் பொதுவாக இந்த விதி உதவுகிறது. கணித முறையில்,

$$P = \frac{P_t}{4\pi r^2} \qquad (4.3)$$

இங்கு, P=திசைசாரா (Isotropic) மூலத்திலிருந்து 'r' தொலைவில் திறன் அடர்த்தி, P_t-செலுத்தப்பட்ட திறன்.

அலைமுகப்புகள் உருளையாக இருக்க, கதிர்வீச்சின் திசைவேகம் எல்லாப் புள்ளிகளிலும் மாறாமல் இருக்கவேண்டும். இவ்வாறு அமையும் ஊடகம் திசைசாராதது எனலாம்.

4.7.2 அலையின் துருவமுனைப்பாடு (Wave Polarization)

விரியும் உருளையின் பாங்கில் ஆன்டெனாவிலிருந்து பரவி, மின்காந்த ஆற்றல் வெளியேறுகின்றது. இந்த உருளையின் ஒரு சிறிய பகுதி, 'அலை முகப்பு' (wavefront) என்று வழங்கப்படுகிறது. இந்த அலை முகப்பு, பரவும் திசைக்குச் செங்குத்தாக அமையும். இந்த முகப்பில் அடங்கும் அலையின் ஆற்றல், ஒரே கட்டநிலையில் இருக்கும். ஆன்டெனாவிலிருந்து விலகிச் செல்லச் செல்ல, கணிசமான தொலைவில், அலை முகப்பைத் தட்டையாகவும், பரவும் திசைக்குச் செங்குத்தாகவும் கருதலாம். டைப்போல் ஆன்டெனாவின் மின் புலம் (படம் 4.3), அதன்

அச்சுக்குப் பக்கவாட்டில் அமைந்திருப்பதால், ஆன்டெனா, துருவ முனைப்பாட்டுச் சமதளத்தில் (Plane of Polarization) இருப்பதாகக் கருதப்படுகிறது.

பரவும் புலம், ஒன்றுக்கொன்று செங்குத்தாக அமையும், மின் மற்றும் காந்த வரிகளால் குறிக்கப்படுகிறது. மின்புலத்தின் திசையை துருவ முனைப்பாட்டுத் திசையாகக் குறிப்பிடுவது வழக்கம். கிடைத்திசையில் மின்புல வரிகள் அமைந்திருந்தால் – கிடைத் துருவ முனைப்பாட்டு அலைகள் (horizontally polarized waves). E வரிகள் செங்குத்தாக அமைந்தால் – செங்குத்துத் துருவமுனைப்பாட்டு அலைகள் (vertically polarized waves).

குறை-அதிர்வெண் ஆன்டெனாக்கள் (வானொலி ஆன்டெனா) வழக்கமாக செங்குத்துத் துருவமுனைப்பாடு கொண்டன. உயர் அதிர் வெண் ஆன்டெனாக்கள் (தொலைக்காட்சி மற்றும் ரேடார்) பெரும் பாலும் கிடைத்துருவ முனைப்பாடுள்ள ஆன்டெனாக்கள். மனிதரால்

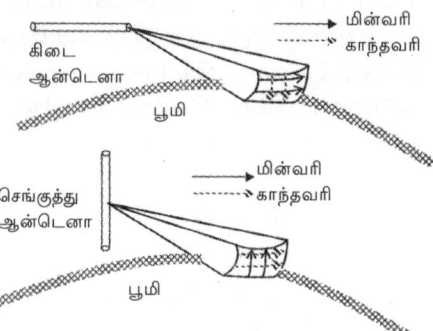

வரைபடம் 4.7 கிடைத் துருவ முனைப்பாடும் செங்குத்துத் துருவமுனைப்பாடும்.

செயற்கையாக உண்டாக்கப்படும் இரைச்சல், பெரும்பாலும் செங்குத் தான துருவமுனைப்போடு இருப்பதால், கிடை ஆன்டெனாவில் மனிதர்கள் உண்டாக்கும் பலவேறு இரைச்சல் நீக்கப்படுகிறது.

4.7.3 அலை எதிர்மம் (Wave Impedance)

மின்புலமும் காந்தப்புலமும், மின் சுற்றுகளில் சொல்லப்படும் மின் அழுத்தம் (Voltage) மற்றும் ஓட்டம் (Current) போல விளங்குகின்றன. மின்சுற்றுகளில் V=ZI என்ற சமன்பாட்டுக்குச் சரிநிகரான அலையியல் சமன்பாடு,

$$E = Z_0 H \tag{4.4}$$

இங்கு, E-பயனுறு மின் புலச் செறிவு (வோல்ட்(V)/மீட்டர் (m) அலகில்),

H-பயனுறு காந்தப் புலச் செறிவு (ஆம்பியர்(A)/மீட்டர்(m) அலகில்), Z_O-அலை பரவும் ஊடகத்தின் தன்னியல்பு எதிர்மம் (ஓம்-Ohm அலகில்). குறுக்கலைகளைக் கடத்தும் ஓர் ஊடகத்தின் தன்னியல்பு எதிர்மம், Z_O

$$Z_o = \sqrt{\frac{\mu}{\varepsilon}} \qquad (4.5)$$

இங்கு, μ-ஊடகத்தின் உட்புகு திறன் (Permeability);

ε - ஊடகத்தின் விடுதிறன் (Permittivity).

கட்டில்லா வெளியில் (Free Space) – $\mu = 4\pi \times 10^{-7}$ H/m (ஹென்றி/மீட்டர்),

$\varepsilon = \dfrac{1}{36\pi \times 10^9} = 8.85 \times 10^{-12}$ F/m (பாரட்/மீட்டர்).

மின்சுற்றுகளை ஒப்புநோக்கினால் – உட்புகு திறன் மின் தூண்டி மத்துக்கு (inductance) சரிநிகர்; விடுதிறன் மின் கொண்மத்துக்கு (capacitance) சரிநிகர். வெற்றிடத்தில், தன்னியல்பு எதிர்மத்தின் மதிப்பு 377 Ω;

$$Z_o = \sqrt{\frac{\mu}{\varepsilon}} = \sqrt{\frac{4\pi \times 10^{-7}}{\frac{1}{36\pi \times 10^9}}} = \sqrt{144\pi^2 \times 100} = 120\pi = 377\,\Omega \qquad (4.6)$$

4.7.4 மின்புலச் செறிவு (Electric Field Intensity)

மின்னெதிர்மம் வரையறுக்கப்பட்டபின், மின்புலச் செறிவை திசைசாரா மூலத்திலிருந்து r தொலைவில் கணிக்கலாம். மின்சுற்றுகளில் மின் திறன், $P=V^2/Z$ என்ற சமன்பாட்டுக்கு ஒப்பாக, மின்காந்த அலையியலில், $P=E^2/Z$. இக்கோவையைத் தலைகீழாக்கி, பிறகு P இடத்தில், சமன்பாடு 4.3ஐப் பொருத்தினால், மின்புலச் செறிவு

$$E = \sqrt{P \times Z_o} = \sqrt{\frac{P_t \times 2\pi}{4\pi r^2}} = \sqrt{\frac{30P_t}{r^2}} = \frac{\sqrt{30P_t}}{r} \qquad (4.7)$$

சமன்பாடு (4.7) வாயிலாக, மின்புலத்தின் திறன் செறிவு, மூலத்திலிருந்து குறிக்கப்படும் தொலைவுக்கு எதிர்த் தகவாக (inversely proportional) விளங்குவதைக் காணலாம்.

அலைமுகப்பு பற்றி சொன்னவற்றை மீண்டும் அலச வேண்டும். ஒரு திசைசாரா ஊடகத்தில், அலைமுகப்பு, உருளை வடிவம். ஆனால், அதன் மீது உள்ள சிறிய பரப்பு, மூலத்திலிருந்து வெகுதொலைவில் இருக்குமாயின், சமதள அலைமுகப்பாகக் கொள்ளப்படும். இதை, அன்றாடம் நம் கண்முன் இருக்கும் எடுத்துக்காட்டு மூலம் விளக்க இயலும். பூமி, உருளை வடிவம்; என்றாலும், கால்பந்து அரங்கம் தட்டையாகவே

கருதப்படுகின்றது. அரங்கம், பூமியின் மீது ஒரு குறிப்பிட்ட பரப்பு என்றாலும், மையத்திலிருந்து மிகத் தொலைவில் இருக்கிறது.

4.8 செலுத்தும் கம்பிகள் (Transmission Lines)

தொடரும் எதிர்மம்: திறந்த வெளிக் கம்பியில்லா ஊடகத்தில் (medium) பயணிக்கும் ரேடியோ குறுக்கலைகளின் – ஊடகம் சார்ந்த குணங்களாகிய வேகம், அலைநீளம், தன்னியல்பு எதிர்மம் பற்றிய – பாடத்தைத் தொடரலாம். மின்காந்த அலைகளைப் பரப்பும் கம்பியில்லா ஊடகத்தில் அலைகளுக்கு நேரும் எதிர்மத்தை (377 Ω), ஏற்பி மற்றும் செலுத்தியின் எதிர்மத்தோடு பொருத்தும் சாதனமாக விளங்குவதே ஆன்டெனா. இவ்வாறு அலைகளின் எதிர்மம் பொருந்தி இருக்கும் போது, ரேடியோ அலைகளுக்கு இழப்பு இல்லை. செலுத்தியிலிருந்து வெளிக் கிளம்பும் அலைகள், கம்பியில்லா ஊடகத்தில் திறமாகச் செலுத்தப்படுகின்றன. செலுத்தி – ஏற்பிக்கும் ஆன்டெனாவுக்கும் இடையில் உள்ள ஊடகமாக விளங்குவதுதான் செலுத்தும் கம்பி (Transmission Line). மின்காந்த குறுக்கலைகளை, கடத்திகளைச் சுற்றியுள்ள மின்தாங்கு பொருளுக்குள் அடங்குமாறு, உலோகக் கடத்திகள் வடிவமைக்கப்படுகின்றன.

ஊட்டப் புள்ளியிலிருந்து (feed-point) உள்நோக்கும் போது, ஒவ்வோர் ஆன்டெனாவிலும், ஒரு குறிப்பிட்ட அலை-எதிர்மம் இருக்கும். எடுத்துக்காட்டாக, தொலைக்காட்சி ஏற்பிகளில் பயன்படுத்தப்படும் மடிக்கப்பட்ட இருகம்பு (Folded Dipole) ஆன்டெனாவின் ஊட்டப் புள்ளியில், குறுக்கலைகளுக்கு நேரும் எதிர்மம் 300 Ω. சமிக்ஞையை செலுத்தும் கம்பிகளின் தன்னியல்பு எதிர்மமும், ஆன்டெனாவின் ஊட்டப் புள்ளியின் எதிர்மமும் ஒத்திருக்க வேண்டும்; இல்லாவிட்டால், எதிர்மம் பொருத்தப்படவேண்டும் (impedance matching); எதிர்மம் மாற்றும் சுற்றுகளும், கருவிகளும் வடிவமைக்கப் பட வேண்டும்.

ரேடியோ குறுக்கலைகளைச் செலுத்தும் சில இணைப்புக் கம்பிகளை வரைபடம் 4.8 காட்டுகின்றது. மிகவும் பரவலாகப் புழக்கத்தில் இருக்கும் ஊடகங்களில் – எடுத்துக்காட்டாக, இணையச்சு வடம் (Coaxial cable) மற்றும் இரு-கம்பி வடத்தில் – மின்புல வரிகளும், காந்தப் புல வரிகளும், அலை பயணிக்கும் திசைக்குச் செங்குத்தாக அமைந்துள்ளன. இணையச்சு வடத்தில் மின்புல வரிகள் – மையக்கடத்தியில் தொடங்கி, மின்தாங்கு பொருளை (dielectric) ஊடுருவிச் சென்று, புறக்கடத்தியில் முடிவுறுகின்றன. காந்தவரிகள், மையக் கடத்தியைச் சுற்றி வட்டமிடுகின்றன. செலுத்தும் கம்பிகளை – சமநிலைக் கம்பிகள், சமநிலையில்லாக் கம்பிகள் என வகைப்படுத்துகின்றனர்.

ரேடியோ அலைகள் | 37

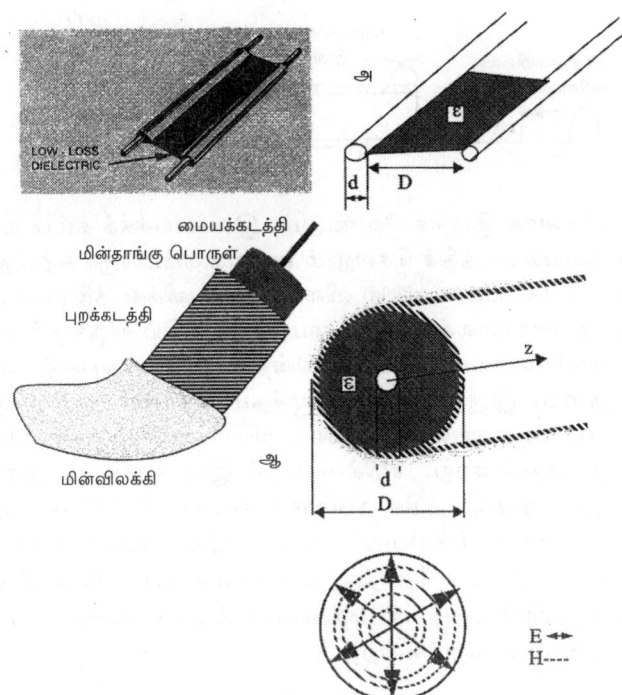

வரைபடம் 4.8. (அ) இருகம்பி வடம் (ஆ) இணையச்சு வடம்.

சமநிலைக் கம்பிகளில் ரேடியோ அலை, இரு சமமதிப்பு அழுத்தமும், நேர்-எதிர் கட்டநிலைகளும் (equal voltage amplitude and opposite phase) உள்ள சமிக்ஞைகளாக கடத்தப்படுகின்றன. தொலைக்காட்சி ஏற்பிகளில் இடம் பெறும் மடிக்கப்பட்ட இருகோல் ஆன்டெனாவின் ஊட்டப் புள்ளியிலிருந்து அலைகளைக் கடத்தும் கம்பி, ஒரு சமநிலை செலுத்தும் கம்பி (balanced transmission line). தொலைக்காட்சிப் பெட்டிக்குள் இருக்கும் சுற்றுகள் எல்லாம் சமநிலையில்லாச் (unbalanced) சுற்றுகள். இணையச்சு வடம் (coaxial cable), சமநிலையில்லா ரேடியோ சமிக்ஞைகளைக் கடத்தும் உயர்ரகக் கம்பி. இணையச்சு வடத்தில், வரம்புக்குட்பட்ட மின்னழுத்தம் நிலவ – ஒரு கடத்தும் மையக் கம்பியும் (centre-conductor), மின்னோட்டம் மூலத்துக்குத் திரும்ப – தரை இணைப்பு வழங்கும் கம்பி இழையும் இருக்கும் [வரைபடம் *4.8* ஆ].

4.8.1 சமநிலைச் சமிக்ஞைகள் எதற்கு? (Why Balanced Signals?)
சமநிலையில்லாச் சமிக்ஞைகளைச் செலுத்தும் கம்பிகள், மிகவும் உயர்

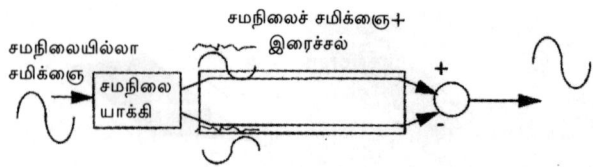

ரகக் கம்பிகளாக இருக்க வேண்டும். இணையச்சுக் கம்பி வடத்தில், சமிக்ஞையைக் கடத்திச் செல்லும் மையக் கம்பிக்குச் சுற்றிலும் தரையிணைப்புக் கேடயமாக (shield) விளங்கும் வெளிக்கடத்தி (outer conductor), தரைக்கு இரைச்சலைக் கடத்தி, மையக் கடத்தியிலிருக்கும் சமிக்ஞை, இரைச்சலால் மாசடையாமல் காக்கின்றது. சமநிலையாக்கி – உள்ளிடும் சமிக்ஞையை, இரு சமமான அழுத்தம் கொண்ட ஒன்றுக்கொன்று எதிரான கட்டநிலையுள்ள (180^0 out of phase) சமிக்ஞைகளாகப் பிரித்து, பிறகு செலுத்துகின்றது. சமிக்ஞையின் இரு கூறுகளும் இரைச்சலை எடுத்தாலும், முடிவிடத்தில் தலைகீழாக்கப்பட்டு சேர்க்கப்படுவதால், இரைச்சல் நீக்கப்படுகின்றது. படம் 4.8இல் கம்பிகளின் வடிவியல் அளவுகள் D மற்றும் d தெரிந்து, மின்தாங்கு பொருளின் விடுதிறன் ε_r அறிந்தால், தன்னியல்பு எதிர்மத்தை (characteristic impedance) பின்வரும் கோவைகள் வரையறுக்கின்றன.

இணையச்சு வடம் $$Z_o = \frac{60}{\sqrt{\varepsilon_r}} \ln\left(\frac{D}{d}\right) \qquad (4.8)$$

இருகம்பி வடம் $$Z_o = \frac{120}{\sqrt{\varepsilon_r}} \ln\left(\frac{2D}{d}\right) \qquad (4.9)$$

4.8.2 மின்புலச் செறிவு மானியும் அதன் பயன்பாடும்

குறுக்கலைகளின் பண்புகளைப் படித்தோம். மின்புலச் செறிவுக்கும் மின் திறனுக்கும் உள்ள தொடர்பு அடிப்படையில், மின்புலத்தை அளக்கும் ஒரு பயனுள்ள கருவி, மின்புலச் செறிவு மானி (Field Strength Meter). மின் திறனை, எளிதில் அளக்க முடியும். அதைக் கொண்டு குறுக்கலையின் மின்புலச் செறிவை அறியலாம். மின்புலச் செறிவு அதிகம் உள்ள இடத்தில் ஆன்டெனாவை நடுவதுதான், சமிக்ஞையை ஏற்பதற்கு உகந்தது. செலுத்தும் கோபுரம் (Transmitting tower) நம் வீட்டுக்கு அருகில் என்றால், ஆன்டெனாவை எங்கு வேண்டுமானாலும் நடலாம்; போதுமான அளவு சமிக்ஞையை ஏற்கலாம். செலுத்தியிலிருந்து வெகுதொலைவு வந்துவிட்டால், வீட்டின் கூரை மேல் சமிக்ஞையின் திறன், இடத்துக்கு இடம் பெரிய அளவில் வேறுபடும். உயரமான

மரங்களால், ஏற்பதில் சிக்கல் உண்டாகலாம். அருகில் உள்ள மின்சாரக் கம்பிகளால், இடையீடு (interference) உண்டாகலாம். பெரிய மரங் களிலிருந்தும் அதிஉயர்-அழுத்த மின்கம்பிகளிலிருந்தும் விலகிச் சென்றால், ஏற்புகை (reception) நன்றாக அமையும். இப்படிப்பட்ட சூழலில், ஆன்டெனாவைப் பொருத்தச் சரியான இடம், திசை, உயரம் ஆகியவற்றைத் தெரிவு செய்வது மிகவும் இன்றியமையாததாகி விடுகிறது.

கூரைமேல் ஏறி ஒருவர் ஆன்டெனாவை நகர்த்திக் கொண்டு கீழே தொலைக்காட்சி பார்ப்பவரைக் கேட்டு, ஏற்கும் சமிக்ஞையை வைத்துக் கொண்டு, ஆன்டெனா பொருத்தும் இடத்தை நிர்ணயிக்கலாம். இதை விட நேர்த்தியாக – நுணுக்கமாகவும் செம்மையாகவும் – செய்ய வழி உண்டு. படம் 4.9 காட்டுவது போல், மின்புலச் செறிவு மானியைப் பயன்படுத்தினால், தொலைக்காட்சி ஆன்டெனா பொருத்தும் இடத்தை, எளிதாகக் கண்டறியலாம். மின்புலச் செறிவு மானியும் ஓர் எளிய கருவிதான்; அதில் அடங்கும் கூறுகளின் எண்ணிக்கையும் மிகவும் குறைவு (இயல் 6இல் உள்ள மேலுறைப் பகுப்பானைப் பயன்படுத் தலாம்); கையில் எடுத்துச் செல்ல வசதியாக இருக்கும். தொலைக் காட்சி ஆன்டெனாவைத் தாங்கிப் பிடிக்கும் 4-6 அடி நீளமுள்ள குழாய்த் தண்டை (mast) கையில் ஏந்தியபடி, மின்புல மானியுள் சமிக்ஞை சென்றடையுமாறு இணைக்க வேண்டும். மடிக்கப்பட்ட இருகோல் ஆன்டெனாவிலிருந்து வரும் சமிக்ஞையை, மின்புலச் செறிவு மானிக்குள் அனுப்ப, எதிர்மம் பொருத்தப்பட வேண்டும். 300 Ω சமநிலை (balanced) எதிர்மம் கொண்ட இரு-கம்பி வடத்தை, 75 Ω சமநிலையில்லா (unbalanced) எதிர்மமாக மாற்ற, சமநிலைமாற்றி (Balun) பயன்படுத்த வேண்டும்; பேலன், 4:1 விகிதம் எதிர்மத்தைக் குறைக்கின்றது. பேலனின் வெளியீடும், இணையச்சு வடத்துக்கு ஏற்புடையதாக அமைகின்றது [படம் 4.9].

4.9 ரேடியோ அலைகளின் எதிரொலியைப் பயன்படுத்தும் ரேடார்

நாம் அறிந்தோ அறியாமலோ, ரேடார், நம்மைச் சுற்றிலும் உள்ளது. கண்ணுக்குத் தென்படாமல் போகலாம். ரேடாரைப் பயன்படுத்தி – வானூர்திகளின் தடத்தைக் கண்காணிக்கவும், தரையிறக்கம் சிக்கல் இல்லாமல் நிகழ வழிநடத்தவும் முடியும். வாகனங்களின் வேகத்தை அறியக் காவல்துறை, ரேடாரைப் பயன்படுத்துகின்றது. இராணுவம், எதிரிகளின் இடமறியவும் தளவாடங்களை வழிநடத்தவும், ரேடாரைப் பயன்படுத்துகிறது. வானிலை அறிவியலாளர்கள் புயல், கனமழை, சூறாவளி ஆகியன பற்றி அறியப் பயன்படுத்துகின்றனர்.

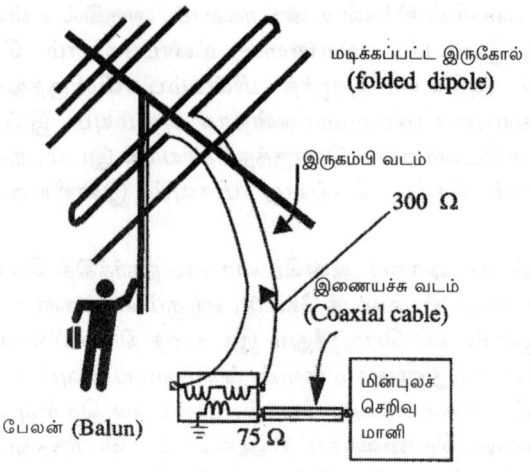

வரைபடம் 4.9 மின்புலச் செறிவு மானி கொண்டு வலுவான சமிக்ஞை ஏற்கும் இடம் அறிதல்.

4.9.1 எதிரொலியும் டாப்ளர் விலகலும்

எதிரொலி என்பது நாம் பல சந்தர்ப்பங்களில் அனுபவிக்க நேர்கின்ற ஒன்று. ஒரு கிணற்றுக்குள் ஒரு கணம் சப்தம் எழுப்பினால், மறுகணம் திரும்ப வருகின்றது எதிரொலி. சப்தம் போடும்போது எழுப்பும் ஒலி அலைகள், ஒரு தளத்திலிருந்து பிரதிபலிக்கப்படுவதே இதன் காரணம். இந்தத் தளம், கிணற்றின் அடிமட்டத்தில் உள்ள நீராகவோ, ஒலியெழுப்புபவருக்கு எதிர்ப்புறம் உள்ள சுவராகவோ இருக்கலாம். சப்தம் போடும் நேரத்துக்கும் எதிரொலி கேட்கும் கணத்துக்கும் உள்ள நேர இடைவெளி, ஒலியெழுப்புபவருக்கும் தளத்துக்கும் உள்ள தொலைவால் நிர்ணயிக்கப்படுகின்றது.

டாப்ளர் விலகலும் சாதாரணமாக உணர முடிந்த ஒன்றுதான்; டாப்ளர் விளைவு இதுதான் என்று அறியாமலே ஒருவர் அனுபவிக்க நேரலாம். நகரும் ஒரு பொருளிலிருந்து, ஒலியலைகள் பிரதிபலிக்கும்போது, டாப்ளர் விலகல் நிகழ்கின்றது. தீவிர டாப்ளர் விலகல், ஓர் ஒலிப் பிளிறலை (sonic boom) உருவாக்குகின்றது. 60 கி.மீ வேகத்தில் மோட்டார் வாகனம் உங்களை நோக்கி வருகின்றது; ஹார்ன் ஒலியை எழுப்பி வருகின்றது என்று கொள்வோம். உங்களை நோக்கி வரும்போது ஒரு 'தொனி'யில் ஹார்ன் ஓசை கேட்கும். தாண்டிச் சென்றதும் உடனே ஹார்ன் ஓசை குறைந்த 'தொனிக்கு' விலகும். முழு நேரமும் அதே ஹார்ன், அதே ஓசைதான் எழுப்பி வந்தாலும், உங்கள் செவிக்குப் புலனாகும் மாற்றங்கள் டாப்ளர் விலகலால் ஏற்பட்டவை.

இதுதான் நடக்கின்றது: காற்றில் பரவும் ஒலியின் வேகம் நிலை யானது. கணிப்புகளை எளிதாக்க, மணிக்கு 600 மைல் வேகம் (600mi/hr) என்று கொள்வோம். ஊர்தி நிலையாக நிற்பதாகவும், நீங்கள் ஒரு மைல் தள்ளி இருப்பதாகவும், ஒரு நிமிடம் ஹார்ன் ஒலி எழுப்புவதாகக் கற்பனை செய்யவும். ஒலியலைகள் ஊர்தியிலிருந்து உங்களை நோக்கி, மணிக்கு 600 மைல் வேகத்தில் பயணிக்கின்றது. ஒலி வந்து சேர – ஒலி உங்களுக்குப் புலனாக – 6 வினாடி எடுக்கின்றது (ஒரு மைல் ஒலி பயணிக்க 3600/600=6 வினாடிகள்). பிறகு ஒரு நிமிடம் கேட்கிறீர்கள். ஊர்தி உங்களை நோக்கி, மணிக்கு 60 மைல் என்ற வேகத்தில் நகர்வதாகக் கொள்வோம். ஒரு மைலுக்கு அப்பாலிருந்து கிளம்பி, ஒரு நிமிடம் சப்தம் எழுப்புகின்றது. நீங்கள் கேட்க இன்னும் 6 வினாடிகள் தாமதம் இருக்கும். அதனால், நீங்கள் 54 வினாடிகள்தான் கேட்பீர்கள்.

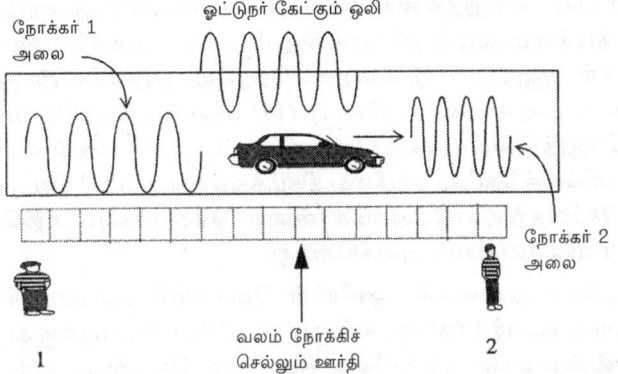

வரைபடம் 4.10 டாப்ளர் விலகல்: ஓட்டுநரைக் காட்டிலும் குறைந்த தொனியில் கேட்பவர் 1. ஓட்டுநரை விட அதிக தொனியில் கேட்கின்றார் 2.

ஏனென்றால், நீங்கள் இருக்கும் இடத்துக்கு ஊர்தி வந்து சேர்ந் திருக்கும். நிமிட இறுதியில் எழுப்பப்பட்ட சப்தம் உங்களுக்கு அக்கண நேரத்திலே கேட்டிருக்கும். ஊர்தி ஓட்டுநரைப் பொருத்தமட்டில், ஒலி எழுப்பி ஒரு நிமிடம் ஆகிவிட்டது. உங்களைப் பொருத்தவரை ஒரு நிமிட நேரம் எழுப்பப்பட்ட ஒலி, 54 வினாடிகளில் அடக்கப்பட்டிருக் கின்றது. ஓட்டுநர் கேட்ட, அதே எண்ணிக்கை அலையதிர்வுகள், குறுகிய நேரத்துக்குள் அடக்கப்பட்டு இருக்கின்றன. அதனால், அதிர் வெண் கூடி, ஹார்ன் ஒலியின் தொனி உங்களுக்கு அதிகமாகப்படுகின்றது. ஊர்தி உங்களைக் கடந்து, விலகிச் சென்றவுடன் – ஒலி விரிந்து, அதிக நேரத்தை நிரப்புகின்றது; அதனால், தொனி குறைகின்றது.

எதிரொலியையும், டாப்ளர் விளைவையும் பின்வருமாறு இணைத்துப் பார்க்கலாம். ஒரு வலுவான ஒலிச் சமிக்ஞையை, நம்மை நோக்கி

வரும் வாகனம் பார்த்து, அனுப்பலாம். வாகனம் நம்மை நோக்கி நகர்வதால், ஒலியலைகளின் அதிர்வுகள் நெருக்கி அழுத்தப்படுகின்றன (டாப்ளர் விளைவால்). அனுப்பிய மூல ஒலியைக் காட்டிலும் அதிக தொனி கொண்டது எதிரொலி. எதிரொலி அதிர்வுகளின் எண்ணிக்கை அல்லது டாப்ளர் விலகலை அளந்து, வாகனத்தின் வேகத்தைக் கண்டறியலாம். ஆனால், காற்றில் ஒலி வெகுதொலைவு செல்வதில்லை; அதிகபட்சம் ஒரு மைல் செல்லலாம். எதிரொலி மிகவும் வலுவற்றதாக இருக்கும்பட்சத்தில், உணர்வது சிக்கலாகி விடுகின்றது.

ரேடார், ஒலிக்குப் பதிலாக, ரேடியோ அலைகளைப் பயன்படுத்துகின்றது. ரேடியோ அலைகள் நெடுந்தொலைவு செல்லவல்லன; வலுக்குன்றித் திரும்ப வந்தாலும், உணர முடியும். பறந்து வரும் வானூர்திகளை உணரும் ரேடார் அமைப்பை எடுத்துகொள்வோம். ரேடார் செட் செலுத்தியை நிகழ்த்த – உயர்-செறிவுடனும், குறுகிய நேரம் நீடிக்கும் துடிப்புப் பாங்கிலும் – உயர் அதிர்வெண் ரேடியோ அலைகள் அனுப்பப்படுகின்றன. ரேடியோ அதிர்வெண் துடிப்புகள் (RF pulses), ஒரு மைக்ரோ வினாடி (10^{-6} வினாடி) நீடிக்கின்றன. ரேடார் செட் செலுத்தியை 'அகல்' (off) நிலைக்குக் கொண்டு வருகின்றது. எதிரொலியைக் கேட்க, ஏற்பியை நிகழ்த்துகிறது. ரேடார் செட், எதிரொலி வந்து சேர்வதற்கு எடுத்துக்கொள்ளும் நேரத்தையும் எதிரொலியின் டாப்ளர் விலகலையும் அளக்கின்றது.

ரேடியோ அலைகள், ஒளியின் வேகத்தில் பயணம் செய்வதை அறிவோம். சுமார் 1,000 அடிகள் ஒரு மைக்ரோ வினாடிக்கு கடப்பதால், ஒரு துல்லியமான உயர்-வேக கடிகாரம் கொண்டு, வானூர்தியின் தொலைவைத் துல்லியமாக அளக்கலாம். மிகவும் சிறப்பான சமிக்ஞை முறைவழிப் படுத்தும் சாதனங்கள் கொண்டு, டாப்ளர் விலக்கத்தை துல்லியமாக அளந்து, வானூர்தியின் வேகத்தைத் துல்லியமாக அறியலாம்.

வரைபடம் 4.11 ரேடார் ஆன்டெனா, ஓர் உயர்-திறன் ரேடியோ துடிப்பலையை (pulse), குறிப்பிட்ட அலைவரிசையில் அனுப்புகின்றது. அலைகள் இலக்குப் பொருளில் பட்டவுடன் எதிரொலிக்கின்றன. பொருளின் வேகம், எதிரொலியின் அதிர்வெண்ணில் விலக்கம் உண்டாக்குகின்றது. அதே ஆன்டெனா, திரும்பி வரும் எதிரொலியை ஏற்கின்றது.

தரையில் பயன்படுத்தப்படும் ரேடார்களில், வான்வெளியில் பயன்படுத்தப்படும் ரேடார்களைவிட அதிக இடையீடுகள் உள்ளன. காவல்

துறையினர், ரேடார் துடிப்பலைகளைச் செலுத்திய பிறகு – பாலங்கள், மலைகள், வேலிகள் எனப் பல வித இடைஞ்சல் தருவனவற்றில் பட்டு, அலைகள் சிதறுகின்றன. இந்த சிதறல்களினால் உண்டாகும் எதிரொலி – நகரும் இலக்குப் பொருளில் பட்டுச் சிதறும் எதிரொலியைக் கண்டுணர்வதில், பெரும் சிக்கலை விளைவிக்கும். குழப்பம் தரும் 'clutter', ஏற்பியில் வந்து குவிந்தாலும், நகராத பொருளில் பட்டுச் சிதறுவதால், சமிக்ஞையில் டாப்ளர் விலக்கம் இருக்காது. இதை வைத்துக்கொண்டு, காவல்துறை ரேடார் – நகரும் வாகனத்தில் பட்டு – அதிர்வெண் விலக்கமடைந்து வரும் சமிக்ஞையை மட்டும் பிரித்து எடுக்கிறது.

பிற்சேர்க்கை

4.அ. மேக்ஸ்வெல்லின் எழில்மிகு சமன்பாடுகளும், அலை வேகமும்.

(வெக்டர் நுண்கணிதம் புரியாவிட்டால் பரவாயில்லை. மேக்ஸ்வெல் சமன்பாடுகளைச் சில நிபந்தனைகளுக்கு உள்படுத்தி, நாம் தருவிக்கும் முடிவுகளை விரிவாகவும் எளிய முறையிலும் அணுகி உள்ளோம். தீர்வு முடிவுகளைப் படிக்கலாம்.)

மின் விசைகளையும் காந்த விசைகளையும், அவற்றுக்கிடையே உள்ள தொடர்பையும், காலம் மற்றும் இடம் தொட்டு மாறும் விதத்தை சித்திரிக்கின்றன மேக்ஸ்வெல்லின் சமன்பாடுகள் – ஓர் அருங் காட்சி யகத்தில் காணக் கிடைக்காதன; மேடைகளில் அரங்கேற்றப்படாதன என்றாலும் மனித இனத்தின் அளப்பரிய அறிவியல் சாதனைகளில் ஒன்றாகக் கருதப்படுகின்றன. சமன்பாடுகளுக்குப் பெரிய கண்காட்சி யின் இடம் தேவையில்லை. நம் நுட்பியல் படைத்துள்ள பல பயன் தரும் கருவிகளின் இயக்கங்களில் இச்சமன்பாடுகள் அடங்கியுள்ளன.

மேக்ஸ்வெல்லுக்கு முன்: மின்விசை, காந்த விசை மற்றும் ஒளிக்கு இடையேயுள்ள தொடர்பை நன்கு உணராமல் இருந்தனர். மேக்ஸ்வெல் தம் சமன்பாடுகள் மூலம் ஒளியின் பயண வேகத்தைக் கணக்கிட்டார். அவர் இருந்த காலகட்டத்தில் வேகங்கள் கூட்டப்படலாம் என்றுகூட கருத்து நிலவி இருந்தது. 100 மைல்/மணி வேகம் ஓடுகின்ற வண்டியின் ஓடுதிசை நோக்கிக் காட்டப்படும் விளக்கின் ஒளி, ஒளியைக் காட்டிலும் 100 மைல்/மணி கூடுதல் வேகத்துடன் பயணிக்கும் என்று நம்பி இருந் தனர். இன்றைய அறிவியலில் ஒளியின் பயண வேகம் அறுதியானது; எப்படி உருவாக்கினாலும் சரி, காணும் போது எப்படி நகர்ந்தாலும் சரி, ஒளி நகரும் வேகம் ஒன்றே.

சமன்பாடுகள் பின்வருமாறு:

$$\nabla \times \vec{E} = -\frac{\partial}{\partial t}\vec{B} \quad (4.10)$$

$$\nabla \times \vec{H} = \varepsilon_0 \frac{\partial}{\partial t}\vec{E} + \vec{J} \quad (4.11)$$

$$\nabla \bullet \vec{E} = \frac{\vec{\rho}}{\varepsilon_0} \quad (4.12)$$

$$\nabla \bullet \vec{H} = 0 \quad (4.13)$$

இச்சமன்பாடுகளில் காலம் மற்றும் இடவெளியில் மாறுகின்றவை, மின் புலம் $\vec{E}$, காந்தப் புலம் $\vec{H}$, மின்னூட்ட அடர்த்தி $\vec{\rho}$ (மின்னூட்டங்கள்

ஓர் அலகு கொள்ளளவுள்) மற்றும் மின்னோட்ட அடர்த்தி $\vec{J}$ (மின்னோட்ட அளவு ஓர் அலகு பரப்பளவில்).

ஒரு குறிப்பிட்ட ஊடகத்தில், ஒரு குறிப்பிட்ட மின்னூட்டம் மற்றும் வடிவளவில் உருவாகும் மின்புலத்தின் வலுவை நிர்ணயிப்பது, விடுதிறன் ε. அதிக ε மதிப்புள்ள ஊடகத்தில் அதே அளவு மின்புலத்தை உருவாக்க, கூடுதல் மின்னூட்டம் தேவைப்படுகின்றது. μ என்பது, ஊடகத்தின் உட்புகு திறன். அதிக மதிப்பு உட்புகுதிறன் கொண்ட ஊடகத்தில், குறிப்பிட்ட மின்னோட்ட மதிப்புக்கு, மேலும் வலுவான காந்தப்புலம் உருவாகும். எடுத்துக்காட்டாக, காந்தப் பொருளான இரும்பில், காந்தப் புல வலுவின் (உட்புகுதிறனின்) மதிப்பு, வெற்றிடத்தை ஒப்புநோக்கின் 1000 மடங்கு அதிகம்.

குறியீடு ∇ (டெல் என்று உச்சரிக்கப்படுகின்றது) செய்யும் வேலை என்ன? ஒரு வெளியில் மின் அல்லது காந்தப் புலம் மாறுவதைக் கணக்கிடுகின்றது; ஒருவகை இடம்சார் வேறுபாட்டு வீதம். ஒரு திசையில் நகரும் போது, $\nabla \bullet \vec{E}$ எந்த அளவுக்கு $\vec{E}$ பரவுகின்றது, அல்லது அத்திசையில் எவ்வளவு மாற்றம் அடைகின்றது என்பதைச் சொல்லும். $\nabla \times \vec{E}$ (கெர்ல் என்று உச்சரிக்கப்படுகின்றது), எந்த அளவுக்கு $\vec{E}$ சுருள்கின்றது அல்லது எந்த அளவுக்குச் செங்குத்துச் திசையில் மாற்றம் அடைகின்றது என்பதைச் சொல்லும்.

வெற்றிடத்தில் அலைகளின் பயணம்

மின்காந்த அலைகள் வெற்றிடத்தில் பயணிப்பதாகக் கொள்வோம். வெற்றிடப் பரப்பில் மின்னூட்டம் இல்லை, $\vec{J} = 0$ மற்றும் $\vec{\rho} = 0$· இந்த மாற்றங்களைச் செய்யும்போது, செவ்வொழுங்கும் அழகும் மேலும் ஒளிரும் சமன்பாடுகளாகக் காட்சி தருகின்றன.

$$\nabla \times \vec{H} = \varepsilon_o \frac{\partial}{\partial t}\vec{E} \quad (4.14) \qquad \nabla \times \vec{E} = -\mu_o \frac{\partial}{\partial t}(\vec{H}) \quad (4.15)$$

$$\nabla \bullet \vec{H} = 0 \quad (4.16) \qquad \nabla \bullet \vec{E} = 0 \quad (4.17)$$

அலையின் சமன்பாட்டைக் காண, சமன்பாடு **(4.15)**இன் 'சுருள்' எடுக்க வேண்டும்

$$\nabla \times (\nabla \times \vec{E}) = \frac{\partial}{\partial t}(\nabla \times H) = -\mu_o \varepsilon_o \frac{\partial^2}{\partial t}(\vec{E})$$

வெக்டர் நுண்கணிதத்தின் தேற்றம், $\nabla \times (\nabla \times \vec{E}) = -\nabla^2 \vec{E} + \nabla \bullet (\nabla \bullet \vec{E})$ பயன்படுத்தினால்,

$$\nabla^2\vec{E} = \mu_o\varepsilon_o\frac{\partial^2}{\partial t^2}\vec{E} \qquad (4.18)$$

இதுவே, முப்பரிமாண வெளியில், அலையின் சமன்பாடு. ஒரு பரிமாணத்தில்,

$$\frac{\partial^2 E}{\partial z^2} = \mu_o\varepsilon_o\frac{\partial^2 E}{\partial t^2} \qquad (4.19)$$

இந்தச் சமன்பாட்டுக்கு, λ அலைநீளம் கொண்ட, v வேகத்தில் பயணிக்கும் ஒரு சைனலை தீர்வாகும் என்று காட்டலாம். அப்படிப் பட்ட அலையினைக் குறிப்பது பின்வரும் கோவை:

$$\vec{E} = E_o\sin\left(2\pi\frac{z-vt}{\lambda}\right)\vec{x} \qquad (4.20)$$

சமன்பாடு (4.20)இன் வெளி சார் வகையீடும், காலம் சார் வகையீடும் கண்டால்:

$$\frac{\partial^2 E}{\partial z^2} = -E_o\left(\frac{2\pi}{\lambda}\right)^2\sin\left(2\pi\frac{z-vt}{\lambda}\right), \qquad \frac{\partial^2 E}{\partial t^2} = -E_o\left(\frac{2\pi v}{\lambda}\right)^2\sin\left(2\pi\frac{z-vt}{\lambda}\right).$$

இந்த வகையீடுகளை அலை சமன்பாடு (4.19)இல் பொருத்தினால்,

இருக்கும் போது, (4.20) அலை சமன்பாட்டின் தீர்வாகும்.

மேலும், அலைகளின் பயண வேகம்,

$$v = \frac{1}{\sqrt{\mu_o\varepsilon_o}} = \frac{1}{\sqrt{8.85\times10^{-12}\times4\pi\times10^{-7}}} = 3.00\times10^8 \text{ மீ/வினாடி.}$$

முடிவுரை

எப்படி மின்னோட்டம் ஒரு காந்தப் புலத்தை உருவாக்குகின்றதோ, காலம் தொட்டு மாறும் மின்புலத்தால் காந்தப்புலம் உண்டாகிறது. மின்னூட்டமோ, மின்னோட்டமோ தேவையில்லை. மாறும் மின்புலம் தானாகவே மாறும் காந்தப்புலத்தை உருவாக்குகின்றது. பதிலாக, மாறும் மின்புலம் உண்டாகின்றது, அதற்குப் பதிலாக மாறும் காந்தப் புலம் உண்டாகின்றது... இப்படிச் சொல்லிக்கொண்டே போகலாம் – முழுதும், வெற்றிட வெளியில், ஒளியின் வேகத்தில் விரிந்து பறக்கின்றது. இந்தத் தீர்வு உருவகமாகச் சொல்ல வருவது ஏராளம். ஒளியைத் தவிர மனிதர்களின் கண்களுக்குப் புலப்படாமல் மின்காந்த அலைவடிவங்கள் இருக்கின்றன. இச்சமன்பாடுகள், அலைநீளத்துக்கோ அல்லது அதிர் வெண்ணுக்கோ ஒரு வரம்பு விதிப்பதில்லை. ஒரே கட்டாயம் தான்; அலைகள் வெற்றிடத்தில் ஒளியின் வேகத்தில் பயணிக்க வேண்டும். கண்களுக்குப் புலனாகாத மின்காந்த அலைகள் இருக்கின்றன என்பதற்கு,

சோதனை வாயிலாக சாட்சிகள் இல்லாத காலகட்டத்தில், இச்சமன்பாடுகள் 1864 ஆம் ஆண்டு அறிவிக்கப்பட்டது. மேக்ஸ்வெல் அன்று உணர்ந்தது, ஒளி மட்டுமே. இன்று ரேடியோ அலைகள், நுண்ணலைகள், அகச்சிவப்பு, புற-ஊதா, ஊடுகதிர், காமா-கதிர் எனப் பலவேறுபட்ட அலைகள் அடங்கிய வரம்பில்லாத மின்காந்த நிறமாலை இருப்பதை நாம் அறிகின்றோம்.

கணக்கு 4.1.

1. 100 வாட் விளக்கிலிருந்து ஒரு மீட்டர் தொலைவில், பின்வருவனவற்றை காண்க?

அ. உச்ச மின் புலம்

ஆ. உச்ச காந்தப் புலம்

அ. சமன்பாடு 4.7யை நினைவுகூர்ந்து, P_t*=100 வாட்; r=1 மீ. பதிலீடு செய்தால்*

$$E = \frac{\sqrt{30P_t}}{r} = \frac{\sqrt{30\times 100}}{1} = 55 \text{ வோல்ட்/மீ (V/m)}.$$

மின்புலச் செறிவு மானி கொண்டு அளக்கலாம்.

ஆ) அலை எதிர்மம், $Z_o = 377\ \Omega$ *என்று அறிவோம். காந்தப் புலம்,*

$$H = \frac{E}{377} = \frac{55}{377} = 0.15 \text{ ஆம்பியர்/மீ (A/m)}.$$

2. மின்புலம் $\vec{E} = E_o \sin\left(2\pi\frac{z-vt}{\lambda}\right)\vec{x}$ *என்றால் காந்தப் புலத்தைக் காண்க.*

மேக்ஸ்வெல் சமன்பாடு 4.15ஐப் பயன்படுத்தினால்

$$\nabla \times \vec{E} = -\mu_o \frac{\partial}{\partial t}(\vec{H}) \;;$$

$$-\mu_o \frac{\partial}{\partial t}(\vec{H}) = \left\|\begin{bmatrix} \hat{x} & \hat{y} & \hat{z} \\ \frac{\partial}{\partial x} & \frac{\partial}{\partial y} & \frac{\partial}{\partial z} \\ E_o \sin\left(2\pi\frac{z-vt}{\lambda}\right) & 0 & 0 \end{bmatrix}\right\|$$

$$\mu_o \frac{\partial}{\partial t}(\vec{H}) = \hat{y}\frac{\partial}{\partial z}\left(\sin\left(2\pi\frac{z-vt}{\lambda}\right)\right) = \frac{2\pi}{\lambda}\cos\left(2\pi\frac{z-vt}{\lambda}\right)\hat{y}$$

$$\vec{H} = \left(\frac{2\pi}{\lambda\mu_o}\right)\frac{\sin\left(2\pi\frac{z-vt}{\lambda}\right)}{\frac{v}{\lambda}} = \frac{\hat{y}}{\mu_o v}E_o \sin\left(2\pi\frac{z-vt}{\lambda}\right)$$

$$= \hat{y}\frac{E_o}{\mu_o\sqrt{\frac{1}{\varepsilon_o\mu_o}}}\sin\left(2\pi\frac{z-vt}{\lambda}\right) = \frac{\hat{y}}{\sqrt{\frac{\mu_o}{\varepsilon_o}}}\left(E_o \sin\left(2\pi\frac{z-vt}{\lambda}\right)\right) \text{ (A/m)}.$$

4.ஆ. வலக்கை விதி

வலக்கை கட்டைவிரல் மின்னோட்ட திசையைச் சுட்டும்போது, கம்பியைச் சுற்றிப்பிடிக்கும் மற்ற விரல்கள் காந்தப் புலத்தின் திசையைச் சுட்டுகின்றன.

4.இ. கேள்வி-பதில்

நகரும் செல் தொலைபேசிகள், ரேடியோ அலைகளைப் பயன்படுத்தி, நிலைபெற்றிருக்கும் தளநிலைய அலகுடன் தொடர்பாடுகின்றன. ரேடியோ அலைகளின் அதிர்வெண்கள் சுமார் 850 MHz அல்லது வினாடிக்கு 850,000,000 சுழற்சிகள்.

i. உங்கள் செல்பேசி சரியாக 850 மெஹெ-இல் செலுத்துகின்றது; செலுத்தப் பட்ட அலைகள் திறந்த வெளியில் பயணம் செய்கின்றன என்று அனுமானம் செய்க. அலைகளின் நீளம் என்ன?

விடை: ரேடியோ அதிவெண் மற்றும் அலைநீளத்தைப் பெருக்கினால் ஒளியின் வேகம் (300,000,000 மீ/வினாடி). அதிர்வெண் 850,000,000 Hzக்கு அலைநீளம் 0.353 மீ.

$$\lambda = \frac{c}{f} = \frac{300,000,000}{850,000,000} = 0.353 \text{ மீ}$$

ii. செல்பேசியின் ஆன்டெனா உலோகத்தால் செய்யப்படுகின்றது. ஏன் பிளாஸ்டிக்கால் செய்யக்கூடாது?

விடை: பிளாஸ்டிக் பொருள் மின்கடத்தாப் பொருள். மின்னூட்டங்களை ஆன்டெனாவின் மேலும் கீழும் தள்ள, மின்னூட்டங்கள் ஆன்டெனாவின் ஊடாக நகர வேண்டும். பிளாஸ்டிக் பொருள்கள் பொதுவாக மின்கடத்த மாட்டா; அதனால், பிளாஸ்டிக் கொண்டு ஆன்டெனா செய்ய முடியாது.

iii. மின்னூட்டங்கள் (charges) தான் ரேடியோ அலைகளை உமிழ்கின்றன என்றால், ஒரு பாசிடிவ் மின்னூட்டத்தை ஆன்டெனா மீது வைத்தால் ரேடியோ அலைகள் உருவாவதில்லை. ஏன்?

விடை: நிரந்தர (நிலையான) மின்னூட்டங்கள் (மின்மங்கள்) மின்காந்த அலைகளைத் தோற்றுவிக்கமாட்டா. முடுக்கப்பட்ட மின்னூட்டங்கள் ரேடியோ அலைகளை உருவாக்கும்.

iv. நேர் மின்னூட்டப்பட்ட (+) ஆன்டெனாவை, வினாடிக்கு 850,000,000 முறைகள் குலுக்கினால் ரேடியோ அலைகளை உமிழுமா? இல்லா விட்டால் ஏன்?

விடை: ஆம், உமிழும். மின்னூட்டம் முடுக்கப்படுவதால் ரேடியோ அலைகளை ஆன்டெனா உமிழும்.

5

ரேடியோ பரப்பமும் ஏற்பமும்

கம்பியில்லாத் தந்தி, புரிந்துகொள்ளக் கடினமன்று. சாதாரணத் தந்தி, ஒரு நீளமான பூனையைப் போன்றது; நியூ யார்க்கில் வாலை இழுத்தால் லாஸ் ஏஞ்சலீசில் மியா சப்தம் கேட்கும். வயர்லெஸூம் அது போலத்தான்; பூனை மட்டும் இல்லை!

ஆல்பர்ட் ஐன்ஸ்டீன்

5.1 நேர்ப்பார்வைச் செலுத்தம் (Line of Sight Transmission)

உள்ளூர் வானொலி மற்றும் தொலைக்காட்சி நிலைய நிகழ்ச்சிகளைக் கம்பியில்லாமல் நேரடியாக ரேடியோ அலையாகப் பரவச் செய்யலாம். இப்படி அனுப்பும் முறையை, நேர்ப் பார்வைச் செலுத்தம் (Line of Sight Transmission) என்று குறிப்பிடுவது வழக்கம். இதில் பொதுவாக, அனுப்பும் ஆன்டெனாவுக்கும் வாங்கும் ஆன்டெனாவுக்கும் இடையில், தடை ஏதும் இருக்காது. பரவும் அலைகள், பூமியின் வளைவுப்பாட்டினால் (curvature) தடைபடலாம். நேர்க்கோட்டில் பரவும் பாங்கு, அலை நீளத்தினால் நிர்ணயிக்கப்படுகிறது. அயனிமண்டலத்தால் (Ionosphere) பிரதிபலிக்கப்படாத அதிர்வெண் கொண்ட அலைகள், நேர்க்கோட்டில் பயணிக்கின்றன. இவ்வாறு பரவும் அலைகளைப் பரப்பும் ஆன்டெனாவின் கண்ணுக்கெட்டும் தொலைவை (Radio Horizon),

$$d_t = 4\sqrt{h_t} \qquad (5.1)$$

என்ற சமன்பாடு கணிக்கிறது (பிற்சேர்க்கை 5.அ). இதில், d_t-செலுத்தும் ஆன்டெனாவிலிருந்து விலகும் தொலைவு (கி.மீ), h_t-தரைமட்டத்தி லிருந்து செலுத்தும் ஆன்டெனாவின் உயரம் (மீ). இந்த விதி, ஏற்கும் ஆன்டெனாவுக்கும் பொருந்தும். நேர்ப் பார்வையால் ஏற்கும் தொலைவு,

$$d = d_t + d_r = 4\sqrt{h_t} + 4\sqrt{h_r} \qquad (5.2)$$

செலுத்தும் ஆன்டெனாவின் தரைமட்டத்திலிருந்து உயரம் 225 மீ என்றால் ரேடியோவின் கண்ணுக்கெட்டும் தொலைவு 60 கிமீ ($4\sqrt{225}$). ஏற்கும் ஆன்டெனாவைத் தரைமட்டத்திலிருந்து 16 மீ உயரத்தில் வைத்தால், ரேடியோவின் கண்ணுக்கெட்டும் தொலைவு, 76 கிமீ ஆக உயர்த்தப் படும் ($60 + 4\sqrt{16}$). செலுத்தும் மற்றும் ஏற்கும் ஆன்டெனாக்களுக்

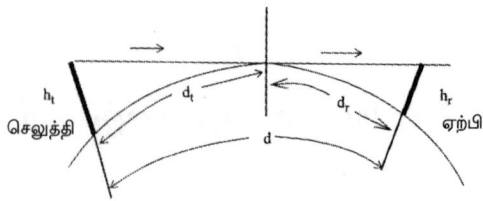

வரைபடம் 5.1 ரேடியோவின் கண்ணுக்கெட்டும் தொலைவு.

கிடையே உள்ள கண்ணுக்கெட்டும் தொலைவை அதிகரிக்க செலுத்தும் ஆன்டெனாவை மலை உச்சியில் வைக்கலாம்.

பல்லாயிரம் மைல்களுக்கு அப்பால் கம்பியில்லாமல் ரேடியோ அலைகள் பரவ, வான்வெளியில் உள்ள அயனி மண்டலத்தில் பட்டு எகிறும் பாங்கில் அலைகளை அனுப்பலாம். இதற்கு, 30 மெகா ஹெர்ட்ஸுக்கும் குறைவான அதிர்வெண் கொண்ட ரேடியோ அலை களைப் பயன்படுத்த வேண்டும். இம்முறையில், பிபிசி, வாய்ஸ் ஆஃப் அமெரிக்கா ஆகிய வானொலி நிலையங்கள் கடல் கடந்து, கண்டம் தாண்டி நிகழ்ச்சிகளை ஒலிபரப்புகின்றன.

வானொலி பரப்பும் தகவல் – இசை, பேச்சு அடங்கிய கேட்பொலி மட்டுமே. அதிக அலைவரிசை அகலம் எடுத்துக் கொள்ளும், ஒளியும்-ஒலியும் சேர அமைந்த தொலைக்காட்சியின் தகவலைப் பரப்ப, 30 மெஹெ-க்கும் மேல் அதிக அதிர்வெண்கள் கொண்ட அலைகள் தேவைப்படுகின்றன. தொலைக்காட்சி சமிக்ஞையை எடுத்துச்செல்லும் அலைகள், ஒலியை எடுத்துச் செல்லும் அலைகளைப் போல அயனி மண்டலத்தில் பட்டு எகிறித் திரும்பாமல் ஊடுருவிச் செல்கின்றன. அதனால், நேர்ப் பார்வைச் செலுத்த (Line of Sight) முறையில்தான் தொலைக்காட்சி ஒளிபரப்பு நடந்து வந்தது. இம்முறையில் 20 அல்லது 30 மைல்கள் சிக்கல் இல்லாமல் தொடர்பு கொள்ளலாம். மேலதிக தொலைவு அலைகளைச் செலுத்த, ரிப்பீட்டர் என வழங்கப்படும் மீள்செலுத்திகளைப் பயன்படுத்த வேண்டும். மீள்செலுத்திகள், உயரமான மலை அல்லது கோபுரங்களின் உச்சிகளில் சமிக்ஞையை வாங்கி, திறனைப் பெருக்கி, மீண்டும் செலுத்துகின்றன.

தொலைபேசி மற்றும் தொலைக்காட்சி சமிக்ஞைகளை, கடல் கடந்த நாடுகளுக்கு உடனுக்குடன் அனுப்ப, துணைக்கோள் தொடர் பாடல் அமைப்புகள் உள்ளன. துணைக்கோள்கள், தரையிலிருக்கும் சமிக்ஞைகளை வாங்கி, ஒலிபெருக்கிப் பிறகு பூமியில் உள்ள ஏற்கும் நிலையத்துக்கு அனுப்பும் மீள்செலுத்திகளாகச் செயல்படுகின்றன. பூமத்திய ரேகையிலிருந்து 22,000 மைல் மேலே வானில் உலவும் துணைக்

கோள்கள், பூமி சுழலும் வேகத்துக்கு ஒத்த வேகத்தில் பயணிப்பதால் நிலைபெற்று இருப்பது போலத் தோன்றுகின்றன. இப்படிப்பட்ட துணைக்கோள்கள் – புவியியல் இணையமைவு (Geosynchronous) அல்லது புவியியல் நிலைவமைவு (Geostationary) என்ற அடைமொழிகளால் வழங்கப்படுகின்றன.

வரைபடம் 5.2, ஓர் அடிப்படைத் துணைக்கோள் தொடர்பாடல் அமைப்பைச் சித்திரிக்கின்றது. ஏற்கும் மற்றும் செலுத்தும் தரை நிலையங்கள் (Ground Stations) கண்ணுக்கெட்டா தொலைவில் இருக்கும் போதிலும் தொடர்பாடல் நடைபெறுகின்றது.

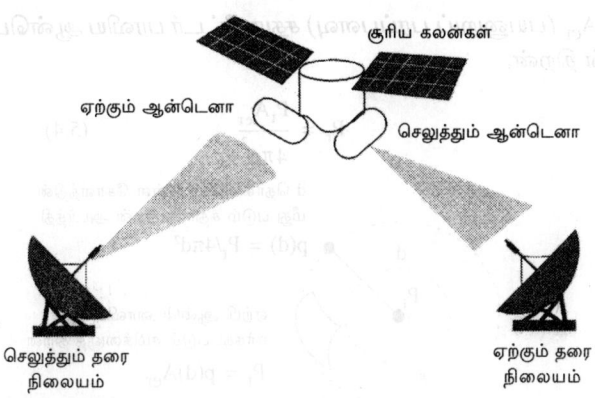

வரைபடம் 5.2 துணைக்கோள் தொடர்பாடல் அமைப்பு.

வானில் 22,000 மைல் உயரத்திலிருக்கும் துணைக்கோள் இயங்கு வதற்குத் தேவையான மின்சாரத்தை சூரிய கலன்கள் தயாரிக்கின்றன. தரையில் இயங்கும் செலுத்திக்குக் கிடைக்கும் மின்சக்தியின் அளவுக்கு நிகராக, சூரிய கலன்களால் (solar cells) உற்பத்தி செய்ய இயலாது. பூமியில் உள்ள ஒரு ரேடியோ நிலையம் சாதாரணமாக 1000வாட் செலுத்த வல்லது. அதை ஒப்பிட்டுப் பார்க்கையில், துணைக்கோள் செலுத்திகளின் செலுத்தும் திறன் மிகவும் குறைவு. துணைக்கோள்கள் செலுத்தும் ரேடியோ சமிக்ஞையின் திறன் (Transmit Power) 100வாட் இருந்தாலே அதிகம். ஒரு வானொலி நிலையம் வடக்கு, கிழக்கு, தெற்கு, மேற்கு எனப் பல திசைகளிலும் அலையைப் பரப்புகிறது. நிலையத்தைச் சுற்றிலும் வாழும் பொதுமக்கள் ஏற்கும் வண்ணம், ரேடியோ அலைகளை வானொலி நிலையம் ஒலிபரப்ப வேண்டும். துணைக்கோள் செலுத்தியோ, ஒரு குறிப்பிட்ட திசையில், பரப்பும் அலையின் சக்தியைக் குவிக்கிறது.

5.2 கட்டில்லா வெளியில் பரப்பம் (Free Space Propagation)

பூமியில் நிலைபெற்றிருக்கும் தரைநிலையத்திற்கு வந்து சேரும் அலைகளின் சக்தியைக் கண்டறிய – P_t திறன் உள்ள பரவும் அலை, செலுத்தியை மையமாகவும் செலுத்திக்கும்-ஏற்பிக்கும் உள்ள தொலைவை ஆரமாகக் (d) கொண்ட கோளத்தின் மேல் படுவதாகச் சித்திரிக்கலாம்.

கோளத்தின் மேற்பரப்பு $A = 4\pi d^2$ சமமாக எல்லாத்திசைகளிலும் அலை பரவும்போது ஒரு சதுர மீட்டர் பரப்பில் படும் மின் திறன்,

$$p(d) = \frac{P}{4\pi d^2} \quad W/m^2 \quad (5.3)$$

ஏற்பியில் A_{er} (பயனுறுப் பரப்பளவு) சதுர மீட்டர் பரவிய ஆன்டெனாவில் படும் மின் திறன்,

$$P_r = \frac{P_t A_{er}}{4\pi d^2} \quad (5.4)$$

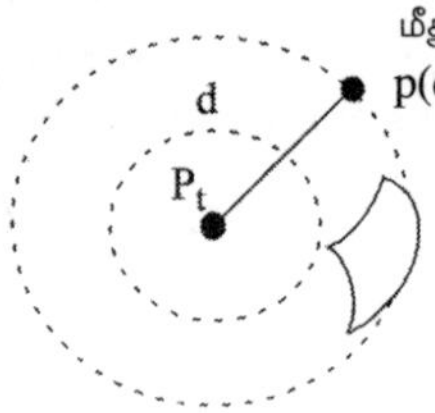

d தொலைவில் உள்ள கோளத்தின் மீது படும் கதிரின் திறன் அடர்த்தி

$p(d) = P_t/4\pi d^2$

ஏற்பி ஆன்டெனாவில் ஈர்க்கப்படும் சமிக்ஞைத் திறன்

$P_r = p(d)A_{er}$

வரைபடம் 5.3 அளவெல்லை சமன்பாடு. ஏற்கப்படும் சமிக்ஞைத் திறனை, தொலைவு 'd' சார்பாகக் கணக்கிடலாம்.

எல்லாத் திசையிலும் சமமான சக்தியுடன் அலைகளைச் செலுத்தும் ஆன்டெனாவின் பெருக்கம், 'ஒன்று' என்று கொள்வோம். அதன் கதிர் வீச்சுப் பரவு தோரணி (radiation pattern) ஒரு வட்டமாக அமைந்திருக்கும் (படம் 5.4அ). ஒரு குறிப்பிட்ட இடத்தில் நிலைபெற்றிருக்கும் ஏற்பிக்கு நேரடியாகச் செலுத்தும் பரவளைவு வட்டில் (Parabolic Dish) ஆன்டெனாவின் பரவு தோரணி, ஒரு குறுகிய கற்றை; அதனால், சமிக்ஞையை ஏற்பியில் குவிக்கலாம். ஆன்டெனாவின் பெருக்கம் (Gain), ஒன்றைவிடப் பன்மடங்கு அதிகம் (படம் 5.4 ஆ).

ஆன்டெனாவின் பெருக்கம் ஒரு விகித அளவைக் குறிக்கிறது. அதன் வரையறை: ஒரு குறிப்பிட்ட திசையிலும் தொலைவிலும் ஒரே சக்தியுடைய மின்புலத்தை ஈட்ட – திசைசாரா (Isotropic) ஆன்டெனாவுக்குள் செலுத்தத் தேவைப்படும் மின்திறனுக்கும், கேள்வியில் இருக்கும் ஆன்டெனாவினுள் செலுத்தப்படும் மின் திறனுக்கும் உள்ள விகித அளவு. ஆன்டெனாவின் பெருக்கம் dB அலகில் சொல்லப்படுகிறது

[பிற்சேர்க்கை 5.ஆ]. விளக்கமாகச் சொல்லாவிட்டாலும், பெருக்கம், உச்சக் கதிர்வீச்சுத் திசையைக் குறிக்கும்.

நூறு வாட் செலுத்தும் திசைசாரா ஆன்டெனாவும், பெருக்கும் எண் ஆயிரம் உடைய நூறு மில்லிவாட் செலுத்தும் ஆன்டெனாவும் – 'd'

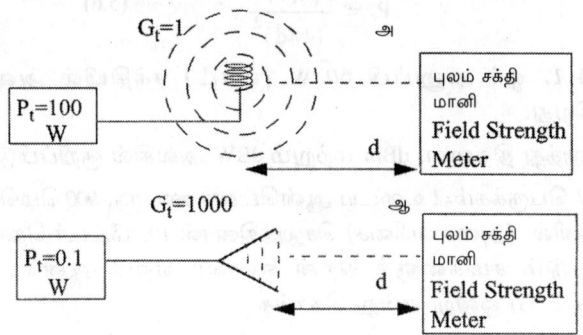

வரைபடம் 5.4 ஆன்டெனாவின் பெருக்கத்தை விளக்கும் வரைபடம். அ) திசைசாரா ஆன்டெனா. ஆ) ஒரு திசையில் குவிக்கும் ஆன்டெனா.

மீட்டர் தொலைவு தள்ளி, அதே சமிக்ஞைத் திறனை ஈட்டுகின்றன (வரைபடம் 5.4).

ஏற்கப்படும் சமிக்ஞைத் திறனைக் கணிக்கும் பணியில், ஆன்டெனாவின் பெருக்கம் பற்றிய விளக்கம் சொல்ல முற்பட்டோம்.

'கிலோ', 'மெகா', 'கிகா' போன்ற சொற்கள் விஞ்ஞானிகள் பயன்படுத்தும் சுருக்கெழுத்துகள். கிலோ என்ற முன்னொட்டு கிராமோடு சேரும்போது 1,000 கிராமைக் குறிப்பது போல், மெகா என்பது 1,000,000; ஒரு மில்லியன்; மெகா (MHz) என்பது ஹெ (Hz) அலகோடு ஒட்டும்போது 10^6ஹெ. கிகா, ஒரு பில்லியனைக் குறிக்கும்; கிகாஹெ (GHz). என்பது 10^9 ஹெ.

ஆன்டெனாவின் பெருக்கத்திற்கும் (G) பயனுறு பரப்பளவுக்கும் (A_e) உள்ள தொடர்பு,

$$G = \frac{4\pi A_e}{\lambda^2} \quad (5.5);$$

இங்கு, அலை நீளம் லாம்டா-$\lambda = \frac{c}{f}$; c-ஒளி பரவும் வேகம்$= 3 \times 10^8$ மீ/வினாடி மற்றும் f-அதிர்வெண். சமன்பாடு (5.5) இல் உள்ள பயனுறு பரப்பளவு A_eயை (5.4)இல் பதிலீடு செய்யும்போது, ஏற்கும் (P_r) சமிக்ஞைத் திறனைக் கணக்கிடும் சமன்பாடு (5.6) கிட்டுகிறது.

இந்தச் சமன்பாடு, அளவெல்லை (பரப்பெல்லை) சமன்பாடு (Range Equation) *என்று வழங்கப்படுகிறது. செலுத்தும் ஆன்டெனாவின் பயனுறு பரப்பும் திறனை (P_tG_t), சமன்பாடு 5.4இல், P_tஇன் இடத்தில் பயன்படுத்தியுள்ளோம்.*

$$P_r = \frac{P_tG_tG_r\lambda^2}{(4\pi d)^2} \quad . \qquad (5.6)$$

***கணக்கு 5.1.** ஓர் அனுப்பி 50 W (வாட்) சக்தியில் அலையைச் செலுத்துகிறது.*

அ. செலுத்து திறனை, dBm மற்றும் dBW அலகில் குறிப்பிடுக.

ஆ. 50 W பெருக்கம்=1 உடைய ஆன்டெனா ஊடாக, 900 மெஹெ அதிர்வெண்ணில் (அலைவரிசை) செலுத்தினால் 100 மீட்டர் தொலைவில் ஏற்கப்படும் சமிக்ஞைத் திறன் என்ன? ஏற்பி ஆன்டெனாவின் பெருக்கம் (G) ஒன்று என்று கொள்க.

செலுத்து திறன், P_t = 50 W அதிர்வெண், f_c = 900 மெஹெ

அ. செலுத்து திறன், dBW அலகில்

$$P_t(\text{dBW}) = 10\log_{10}\left(\frac{P_t(w)}{1w}\right) = 10\log_{10}(50) = 17\,\text{dBW}$$

ஆ. ஏற்பு திறன்,

$$P_r = \frac{P_tG_tG_r\lambda^2}{(4\pi)^2d^2} = \frac{50(1)(1)\left(\frac{1}{3}\right)^2}{(4\pi)^2(100)^2} = 3.5\times10^{-6}\text{W} = 3.5\times10^{-3}\text{mW}$$

$$P_r = 10\log P_r(\text{mW}) = 10\log_{10}\left(3.5\times10^{-3}\text{mW}\right) = -24.5\,\text{dBm}$$

$$P_r(10\text{km}) = P_r(100) + 20\log_{10}\left[\frac{100}{10000}\right] = -24.5\,\text{dBm} - 40 = -64.5\,\text{dBm}$$

5.3 நகரும் ரேடியோவின் சூழ்வெளி (Mobile Radio Environment)

ஒரு துணைக்கோள் தொடர்பாடல் அமைப்பைப் பார்த்தோம். மழை, இடி மற்றும் மின்னல் இல்லாவிட்டால் துணைக்கோளுக்கும் தரை நிலையத்துக்கும் நேர்ப் பார்வை அமைகின்றது. மிகவும் பரவலாகப் பயன்படுத்தப்படும் செல்பேசி அமைப்புகளில் அலை பரப்பம் எப்படிப் பட்டது? ஏற்கப்படும் சமிக்ஞையின் திறனைக் கணிக்கும் சமன்பாடு எப்படிப்பட்டது? என்று பார்க்கலாம். இதற்கு முன் நாம் நகரும் (Mobile) ரேடியோவின் சூழ்வெறி பற்றிச் சில வரிகள்.

ரேடியோ அலைகள் பரவும் ஊடகமான திறந்த வெளியில்; குறிப்பாக, தளநிலையங்களுக்கும் (Base Station) நகரும் பயனருக்கும் உள்ள வெளியில் – அதிர்வெண்ணுக்கும் அலைநீளத்துக்கும் ஏற்றவாறு, அலைகளின் பரப்பம் பாதிக்கப்படுகின்றது. கிராமப்புறங்களிலும் குடியேற்றங்களிலும் உள்ள கட்டடங்கள், 10-15 மீட்டர் அகலமும் 5-10 மீட்டர் உயரமும் கொண்டன. நகரங்களின் மையப்புறங்களில் அதி உயர் கட்டடங்கள் இருக்கலாம். எல்லாக் கட்டடங்களும் வீடுகளும், அலைகளைச் சிதற வைக்கின்றன. கட்டடங்களின் வடிவளவு, பரவும் அலைகளின் நீளத்தோடு ஒப்பிடுகையில் பன்மடங்கு அதிகமாக இருக்கின்றது. ஆகவே, பல பிரதிபலிப்புகள் (reflections) உள்ள அலைகளை கட்டடங்கள் உண்டுபண்ணும்.

வட்டளவு 6.5-13 கிமீ ஆரம் உள்ள பெரிய நகரும்-ரேடியோ செல்களை வடிவமைக்கும் போது – புறநகர்ப்பகுதிகளில் தளநிலையங்களின் ஆன்டெனா உயரம் 100-150 அடியாகவும், நடு-நகர்ப்பகுதிகளில் 150 அடிக்கும் மேலாக இருக்கும்படி நாம் தேர்ந்தெடுக்க வேண்டும். தளநிலையத்தைச் சுற்றிலும் தடுக்கும் கட்டடங்கள் இல்லாமல் இருத்தல் நலம். அலைபரவும்போது ஏற்படும் அலையின் வலிமை இழப்பு (power loss), தளநிலையத்துக்கும் ஊர்தியின் இடநிலைக்கும் இடைப்பட்ட வெளியினைப் பொருத்ததே. சுற்றியுள்ள கட்டடங்களை விட உயரம் கூடுதலாக தளநிலைய ஆன்டெனா அமைந்தாலும், கட்டடங்களுக்கிடையிலும் சுவர்களுக்கிடையிலும் நகரும் செல்லிட ரேடியோ (செல்பேசி) இருக்கக்கூடும்.

வரைபடம் 5.5இல் உள்ள நகரும் செல்லிட ரேடியோவிடம் (mobile) வந்து சேரும் சமிக்ஞையில், தளநிலையத்தின் நேரலையுடன் கட்டடங்கள் மேல்பட்டுப் பிரதிபலிக்கும் அலைகளும் அடங்கும். இவ்வாறான பிரதிபலிப்புகள் ஏற்பட்டு, செல்பேசியின் ஏற்பியில் வந்து சேரும் அலைகள்,

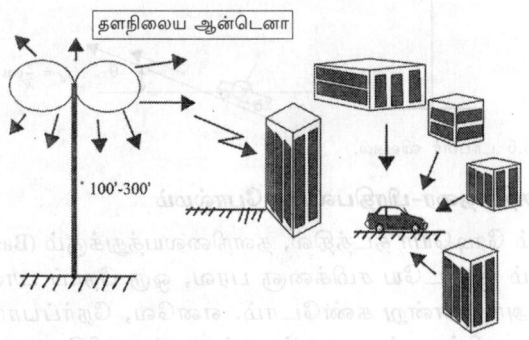

வரைபடம் 5.5 நகரும் ரேடியோவின் சூழ்வெளி.

மங்கிய நிலையில் இருக்கும். மங்குதல் (fading) என்று சொல்லப்படுவது, ரேடியோ அலைகளின் வீச்சில் ஒரு குறுகிய காலகட்டத்தில், ஒரு சிறிய தொலைவில் ஏற்படும் ஏற்றத்தாழ்வுகளைக் குறிப்பது.

அலை மங்கக் காரணம் என்ன? பல வழிகளில் இடையூறுகளைச் சந்தித்து, பின் பிரதிபலித்து, நகரும் செல்பேசியிடம் வந்து சேரும் அலைகளின் மங்கிய நிலையைக் குறுகிய காலகட்ட மங்குதல் (short term fading) என்று குறிப்பிடுவது வழக்கம். இப்படிக் குறுகிய காலம் நீடிக்கும் அலைமங்குதல்; வீடுகள், கட்டடங்கள் மற்றும் செயற்கைச் சிதறிகள் ஏற்படுத்தும் பல வழிப் பிரதிபலிப்பு அலைகளால் உண்டாகும் மங்குதல். இம்மங்குதல், செலுத்திக்கும் ஏற்பிக்கும் இடையே உள்ள இயற்கை அலைச் சிதறிகளான மலைகளாலும் குன்றுகளாலும் ஏற்படுவதில்லை. சிதறியபின் பலவழிகளில் பயணித்து, மொபைல் வந்து சேரும் அலைகள் ஒவ்வொன்றும் ஒரே நேரத்தில் வந்து சேர்ந்தால், எதிரொலி போன்ற ஒரு விளைவை ஏற்படுத்தும்.

சிதறிகள் இல்லாவிட்டாலும், நகரும் ஏற்பிக்கும் தளநிலையத்துக்கும் இடையே உள்ள அலைகளின் சார்பு வேகத்தின் விளைவு, வந்துசேரும் அலைகளின் அதிர்வெண்ணை மாற்றும். ஊர்தியின் வேகத்தையும் (v) தளநிலையத்திலிருந்து வரும் நேரலைக்கும் ஊர்திக்கும் இடைப்பட்ட கோணத்தையும் (θ) பொருத்து, அதிர்வெண் மாற்றம் அமைகின்றது.

அதிர்வெண் மாற்றம் அல்லது டாப்ளர் விலகல் $f_d = \frac{v}{\lambda}\cos\theta$. ரேடியோ அலை பரவும் திசையை நோக்கி நகரும்போது, டாப்ளர் விலகல் பாசிட்டிவாக இருக்கின்றது (positive). அலை வந்து சேரும் திசையிலிருந்து விலகிச் செல்லும்போது, டாப்ளர் விலகல் நெகட்டிவாக இருக்கும் (negative).

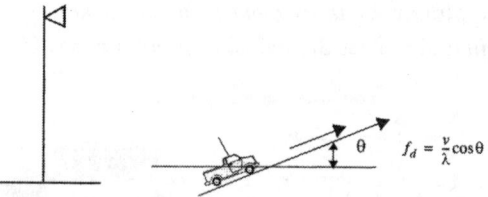

வரைபடம் 5.6 டாப்ளர் விலகல்.

5.4 இரு கதிர் தரை-பிரதிபலிப்பு போல்மம்

நடமாடும் ரேடியோ தடத்தில், தளநிலையத்துக்கும் (Base Station) செல் பேசிக்கும் இடையே சமிக்ஞை பரவ, ஒரு நேர்ப் பாதை அமைவது மிகவும் அரிது என்று கண்டோம். எனவே, நேர்ப்பார்வை செலுத்த அடிப்படையில் கண்ட சமன்பாட்டைத் தனியே பயன்படுத்துவது

துல்லியமற்ற முடிவுகளை ஈட்டும். இருகதிர் தரை பிரதிபலிப்பு போல்மம், நேர்ப்பாதை மட்டுமல்லாமல் செலுத்திக்கும் ஏற்பிக்கும் இடையே உள்ள தரைப் பிரதிபலிப்புப் பாதையையும் கணக்கில் எடுத்துக்கொள்கிறது. இந்த போல்மத்தைக் கையாண்டு, உயரமான கோபுரங்களைப் பாவிக்கும் (50 மீட்டருக்கும் மேலான) நடமாடும் செல்பேசி அமைப்புகளில், செலுத்தியிலிருந்து பல கிலோமீட்டர் தொலைவில் சமிக்ஞைத் திறனைப் போதுமான அளவு துல்லியமாக முன்கூற முடிகிறது என்று கண்டுள்ளனர்.

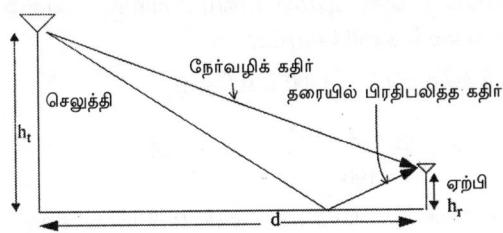

வரைபடம் 5.7. இரு-கதிர் தரை பிரதிபலிப்பு போல்மம்.

பெரும்பாலான நடமாடும் தொடர்பாடல் அமைப்புகளில், செலுத்திக்கும் ஏற்பிக்கும் இடையில் உள்ள தொலைவு 10-20 கிலோ மீட்டர்களுக்குள் இருக்கும். பூமி தட்டையானதென்ற அனுமானத்தில், ஏற்கும் சமிக்ஞையின் திறன் கணிக்கப்படுகின்றது. ஏற்கப்படும் சமிக்ஞையின் திறன், P_r

$$P_r = P_t G_t G_r \frac{h_t^2 h_r^2}{d^4} \quad (5.7)$$

P_t-செலுத்து திறன், G_t-செலுத்தும் ஆன்டெனாவின் பெருக்கம். P_t-ஏற்கும் ஆன்டெனாவின் பெருக்கம், h_t-செலுத்தும் ஆன்டெனாவின் உயரம், h_r-ஏற்கும் ஆன்டெனாவின் உயரம், d-ஏற்பியிலிருந்து செலுத்தியின் தொலைவு.

கணக்கு 5.2. ஒரு செல்பேசி தளநிலையத்திலிருந்து 10 கி.மீ. தொலைவில் செல்லுலர் ரேடியோ சமிக்ஞைகளை ஏற்கிறது. தளநிலையம் செலுத்தும் திறன் P_t = 15 W, தளநிலைய ஆன்டெனா உயரம் h_t=*50 மீ;* G_t=G_r=1 என்று கொள்க. ஏற்பவர் h_t=*1 மீ* உயரத்தில் செல்பேசியைப் பிடித்திருக்கும் போது அவர் ஏற்கும் சமிக்ஞையின் திறனைக் கணிக்க?

சமன்பாடு (5.7) இல்,

$$P_t = 15W, G_r = G_t = 1; h_t = 50M; h_r = 1M, d = 10 km.$$

$$P_r = \frac{15 \times 1 \times 1 \times 50 \times 1}{10000^4} = 7.5 \times 10^{-14} W = -101 dBm$$

கணக்கு 5.3. ஒரு செலுத்தியின் சுமப்பி அதிர்வெண் 1900 மெஹெ. மணிக்கு 60 கிமீ வேகத்தில் வண்டி செல்கின்றது.

அ. செலுத்திக்கு நேரெதிராக வண்டி செல்லும்போதும்,
ஆ. செலுத்தியைவிட்டு நேராக விலகிச் செல்லும் போதும்,
இ. செலுத்தப்பட்ட சமிக்ஞை வந்து சேரும் திசைக்குச் செங்குத்தாக வண்டி செல்லும்போதும், ஏற்கும் அலைகளின் அதிர் வெண்ணைக் கணிக்கவும்.

சுமப்பி அதிர்வெண் f_c = 1900 மெஹெ.

அலைநீளம், $\lambda = \frac{c}{f} = \frac{3 \times 10^8}{1900 \times 10^6} = 0.157$ மீ

வண்டியின் வேகம், v =60 கி.மீ/மணி=16.7 மீ/வினாடி (m/s).

அ. செலுத்தியை நோக்கி வாகனம் செல்லும்போது டாப்ளர் விலக்கம் நேர்ச்சார்பானது (+).

$$f = f_c + f_d = 1900 \times 10^6 + \frac{16.7}{0.157} = 1900.000106 \text{ மெஹெ}$$

ஆ. செலுத்தியை விட்டு வாகனம் விலகி செல்லும்போது டாப்ளர் விலக்கம் எதிர்ச்சார்பானது (-).

$$f = f_c - f_d = 1900 \times 10^6 - \frac{16.7}{0.157} = 1899.999894 \text{ மெஹெ}$$

இ. செலுத்தப்பட்ட சமிக்ஞை வந்துசேரும் திசைக்குச் செங்குத்தாக வாகனம் நகரும்போது, $\theta = 90^0$, $\cos\theta = 0$, டாப்ளர் விலக்கம் இல்லை. ஏற்கப்படும் சமிக்ஞையின் அதிர்வெண், செலுத்தப்படும் சமிக்ஞையின் அதிர்வெண்ணே.

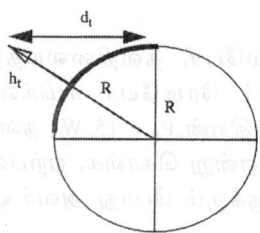

பூமியின் ஆரம் - R - 6340 கி.மீ
ஆன்டெனாவின் உயரம் - h_t மீ.
கண்ணுக்கெட்டும் தொலைவு - d_t கி.மீ.

ரேடியோ பரப்பமும் ஏற்பமும் | 59

பிற்சேர்க்கை

5.அ. ரேடியோவின் கண்ணுக்கெட்டும் தொலைவு: பகுப்பாய்வு

'பிதகோரஸ் தேற்ற' அடிப்படையில், கண்ணுக்கெட்டும் தொலைவைக் காணலாம். பூமியின் ஆரம், R=6340 கி.மீ. வளிமண்டலத்தில் காற்றின் ஒளிவிலகல் எண்ணில் மாற்றங்களை விளக்க, வளைவுக் காரணியால் (4/3) பூமியின் ஆரம் பெருக்கப்படுகிறது. ஆன்டெனாவின் உயரம் h_t மீட்டர் அலகில் குறிப்பிடுவதால், சமன்பாட்டில் h_t, ஆயிரத்தால் வகுக்கப்படுகிறது.

$$d = \sqrt{(R + h_t)^2 - R^2}$$

பூமியின் ஆரத்தை ஒப்பிடும்போது, ஆன்டெனாவின் உயரம் h_t மிகவும் குறைவானதால், சமன்பாட்டின் வர்க்கமூலத்துக்குள் ($R^2 + h_t^2 +$ $2Rh_t - R^2$), h_t^2 நீக்கப்படலாம்;

$$d_t = \sqrt{2Rh_t} = \sqrt{2 \times 6.34 \times \frac{4}{3} \times 10^3 m \times h_t 10^{-3}} = \sqrt{17h_t} \cong 4\sqrt{h_t}$$

5.ஆ. டெசிபெல் (Decibel)

டெசிபெல், பெருக்கம் (Gain) அல்லது இழப்பை (Loss) அளந்து குறிக்கும் அலகு. ஒலி, மின் மற்றும் எந்திர சக்தியை அளக்கப் பயன்படுகின்றது. செப்புக் கம்பி, ஒளியியல் இழை (optical fiber) மற்றும் கம்பியில்லா (ரேடியோ) ஊடகங்களில், செலுத்தும் அமைப்புகளில் பெருக்கம் (Gain) அல்லது இழப்பை (Loss) மிகக் கச்சிதமாகக் குறிக்கப் பயன்படுகின்றது.

ஒரு பொருந்து புள்ளிக்கும் மற்றொரு புள்ளிக்கும் உள்ள தொடர்பு தான் decibel. பொருந்து புள்ளியின் (reference point) அடித்தளம் 0 dB. மற்ற புள்ளிகள், அடித்தளத்திலிருந்து மேலும் கீழும் குறிக்கப்படுகின்றன. பலவகை டெசிபெல் குறிமான முறைகள் புழக்கத்தில் உள்ளன; அளக்கப்படும் சூழ்நிலைக்கும் அளபுருக்களுக்கும் ஏற்ப, அவை பயன்படுத்தப்படுகின்றன.

dBi என்பது ஆன்டெனாவின் பெருக்கம்; திசைசாரா (Isotropic) ஆன்டெனாவின் பெருக்கத்துக்கு சார்பாகக் குறிப்படும் போது.

dBm என்பது திறன் dBயில், 1 மில்லிவாட் (mW) பொருந்து புள்ளி யாகக் கொண்டு குறிப்பிடும்போது. 10 மில்லிவாட் என்பது $10\log_{10}$ (10 மிவா) = 10 dBm; 100 மிவா என்பது 20 dBm, 2 மிவா என்பது

டெசிபெல் அலகில் 3 dBm. அவ்வாறு, 0.5 (அரை) மி.வாட் டெசிபெல் அலகில் -3 dBm.

dBW என்பது திறன் dB யில்; 1 வாட் (W) பொருந்து புள்ளியாகக் கொண்டு குறிப்பிடும்போது, 100 வாட் திறன், dBW அலகில்

$10\log_{10}(100$ வாட்$) = 20$ dBW.

6
சமிக்ஞைகளும் பண்பேற்றமும்

ரேடியோ வாயிலான சமிக்ஞைச் செலுத்தத்தை இயற்பியல் விதி களால் விளக்க முடியும் என்று படித்தோம். மனிதருக்குப் புலனாகும் ஒலி-ஒளிச் சமிக்ஞைகளை ரேடியோ சமிக்ஞைகளாக மாற்றும் உத்தி களும், ரேடியோ சமிக்ஞைகளிலிருந்து ஒலி-ஒளிச் சமிக்ஞைகளை மீட்டெடுக்கும் உத்திகளும் இயற்பியல் விதிகளுக்குக் கட்டுப்பட்டவை தான். தொடர்பாடல் வசதிக்காக, கேட்பொலி (audio) சமிக்ஞைகள் மின்னியல் சமிக்ஞைகளாக மாற்றப்படுகின்றன. இருப்பினும், ஒலியின் சில தன்னியல் அளபுருக்களைத் தக்க வைத்துக் கொண்டு, ஊடகத்தில் உலவி வருகின்றது ஒப்புமைச் சமிக்ஞை. கணினியுக டிஜிட்டல் நுட்பத்தைக் கையாண்டு, கேட்பொலி சமிக்ஞைகளை இலக்கமுறை எண்களாக மாற்றலாம்; மூல ஒலியையும் மீட்கலாம். இந்தச் செயற்பாடு களுக்கு அடிப்படையான, சமிக்ஞை சார்ந்த கோட்பாடுகளைப் பார்ப்போம். குறுவட்டுகளில் (CD) பதிவு செய்யப்படும் டிஜிட்டல் இசை யையும், போனோ இசைத்தட்டில் பதிவாகும் இசையையும் ஒப்பீடு செய்வோம். பிறகு, ரேடியோ அலையில் ஒப்புமைக் கேட்பொலியை ஏற்றும் AM மற்றும் FM கொள்கைகளை, அலைவடிவங்களுடன் பகுப்பாய்வு செய்வோம். நவீன செல்பேசிகளில் உள்ள டிஜிட்டல் கேட்பொலியை, ரேடியோ அதிர்வெண் சுமப்பியில் ஏற்றுவதற்கான நுட்பமும் விளக்கப் படுகின்றது.

6.1 சமிக்ஞைகளிலும் சைனலைகள்

ஓர் ஆள் அல்லது எந்திர மூலத்திலிருந்து, ஏற்கும் ஆள் அல்லது எந்திரத்துக்குச் செய்திகள் அனுப்பப்படுகின்றன. செய்தியின் வடிவம் பனுவலாகவோ வரைபடமாகவோ இருக்கலாம், குரல் அல்லது காணொளிக் காட்சியாகவும் இருக்கலாம். எந்த வடிவில் இருப்பினும் – ஏற்கும் முனையில் – அந்த வடிவிலேயே மீண்டும் உருவாக்கப்பட வேண்டும்.

செய்தியைக் கொண்டு செல்லும் சமிக்ஞைகள் எல்லாம் – காலம் தொட்டு மாறும் மின்னோட்டங்கள் அல்லது மின்னழுத்தங்கள்தாம். நுணுகிப் பார்த்தால், கொண்டுசெல்லும் செய்திகளைப் போன்ற வடிவங் களை சமிக்ஞைகளும் எடுக்கின்றன. சிக்கலான குறிப்பு ஏற்றங்களால்

ஜோசப் ஃபூரியர் (1768-1830)

செய்திகள் மறைக்கப்படலாம்; இருப்பினும், மின்னோட்டம் அல்லது மின்னழுத்தம் மாறும் விதமே செய்தியைச் சொல்லும். சிக்கலான சமிக்ஞைகளைக் கருத்துருவிலும் கணக்கியல் ரீதியாகவும் சித்திரிப்பதில் சிரமம் இருப்பினும், பல வழிமுறைகளைத் தொடர்பாடல் களத்தில் கண்டறிந்துள்ளனர்.

பத்தொன்பதாம் நூற்றாண்டின் தொடக்கத்தில் ஜோசப் ஃபூரியர் என்ற பிரெஞ்சு இயற்பியலாளர், வெப்பப் பாய்மத்தை (heat flow)

ஆராயும் போது, அற்புதமான ஒன்றைக் கண்டறிந்தார். 'காலம் தொட்டு மாறும் சமிக்ஞையை, எவ்வளவு சிக்கலானதாக இருந்தாலும், எளிதாக எழுதப்படும் அலைகளின் தொகுதி கொண்டு குறிக்கலாம்!' என்றார். தொகுதியில் (set) உள்ள ஒவ்வொரு அலைக்கும், சொந்த அதிர்வெண் இருக்கும். அவ்வலைகள், சைனலைகள் (sine waves) – காலவட்டத்திலே எழுந்து விழும் வளைகோடுகள். சமிக்ஞையோ, ஓர் அலைவரிசைப் பட்டையில் உள்ள அதிர்வெண்களாலான சைனலைகளின் கூட்டுத் தொகை என்று கருதலாம்.

ஃபூரியரும் அதிர்வெண்ணும்

'எந்த ஓர் அலைவடிவத்தையும், பல சைனலைகளின் கூட்டுத் தொகை கொண்டு, துல்லியமாகக் சித்திரிக்க இயலும்' என்ற ஃபூரியரின் அறிவியல், சமகாலத்தில் வாழ்ந்த அறிவியலாளர் பலரையும் வியப்பில் ஆழ்த்தியது. அதன்பிறகு இசை, பேச்சு மற்றும் மின்னியல் களத்தில் உள்ள பல அறிவியலாளர்களும் ஃபூரியரின் கண்டுபிடிப்பைத் தங்களுக்கு இன்றியமையாததெனக் கண்டு, பயன்படுத்தி வருகின்றனர்.

சைனலையை மிகவும் எளிதான வளைகோடாகப் படம்பிடித்துக் காட்டுகின்றது வரைபடம் 6.1 (படம் 4.1 காட்டியதை மீண்டும் நினைவுக்குக் கொண்டு வருவோம்). மாறாத கோண வேகத்தோடு சுழலும் ஒரு சக்கரத்தின் மீதுள்ள திருகு விட்டத்தின் (crank) உயரம், சைனலையை விவரிக்கும். நேரக் கோட்டுக்கு எதிரே வரையப்படும் திருகு விட்டத்தின் உயரம்தான் சைனலை. ஒரு சைனலையை முழுமை யாக விவரிக்க, மூன்று உருப்படிகள் தேவை: வீச்சு, அதிர்வெண், கட்ட நிலை ஆகியன. ஒரு வினாடியில் முடிவுறும் சுழற்சிகளின் எண்ணிக்கை தான் அதிர்வெண். அலை –இல்(மைனசில்) இருந்து + ஆக மாறும் சரியான நேரம், அல்லது சார்பு நேரம்தான் கட்டநிலை. கட்டநிலையை டிகிரி (ஒரு சுழற்சியில் 360 டிகிரி உள்ளது) அல்லது ரேடியனில் (ஒரு சுழற்சியில் 2π ரேடியன்) குறிப்பிடுவது வழக்கம். சைனலை என்ற சொல் திரிகோணமிதி சைன் வளைகோடு அல்லது கொசைன் வளைகோட்டைக் குறிக்கின்றது. உச்ச வீச்சுநிலை, நேரம் t=0இல் நிகழுமாறு உருவெடுக்கும் சைனலையே (sine) கொசைனலை (cosine).

தொடர்பாடல் சமிக்ஞைகளும் சுற்றுகளின் கணக்கியலும் சைனலை களைச் சித்திரிக்க மிகவும் பயனுள்ள வழிகளைக் காட்டுகின்றன. குறிப்பிட்ட அதிர்வெண் கொண்ட சைனலை, ஒரு மிகைம வீச்சுநிலை யும் குறிப்பிட்ட கட்டநிலையும் கொண்டது. மிகைம வீச்சுநிலையை யும் கட்டநிலையையும் ஒரே எண்ணால் குறிப்பிடலாம்; அதுதான் சிக்கல் எண். இதில் வியப்பில்லை. ஏனென்றால், ஒரு சிக்கல் எண்,

இரு எண்களின் இணை; ஒன்று மெய்ப்பகுதி மற்றொன்று கற்பனைப் பகுதி. சிக்கல் எண்ணை, கணக்கியல் முறைவழிகளில் தனியொரு எண்ணாகவே காண்கின்றோம்; இது மிகவும் முக்கியமான கருத்து (பிற்சேர்க்கை 6.அ).

சமிக்ஞைகளைப் புரிந்து கொள்ள, நம் புலன்களும் பல தொடர் பாடல் கருவிகளும் – குத்துமதிப்பாக, அவற்றைச் சைனலை கூறுகளாக பகுக்கின்றன. அடிக்கடி எழுந்து விழும் உயரதிர்வெண் சைனலைக் கூறுகள் மட்டும் அடங்கிய ஒலியை, குறை அதிர்வெண் கூறுகளாலான ஒலியிலிருந்து – மிகத் தெளிவாக வேறுபடுத்தி, நம் செவிப்புலன் பகுத்துணர்கின்றது. நம் செவியில் உள்ள சுருள் குழாய் (cochlea), ஒலியலையை, பல்வேறு அதிர்வெண்கள் கொண்ட கூறுகளாக வகைப் படுத்துகின்றது; அதுவும், நாம் ஒலியின் தனித்தனிக் கூறுகளைக் கூட பிரித்துக் கேட்கும் அளவுக்கு.

உள்வாங்கும் சமிக்ஞையின் வெவ்வேறு சைனலைக் கூறுகளையும் செவிப்புலன் பகுப்பது போல, நம் பார்வைப் புலனும் வெவ்வேறு ஒளி அதிர்வுகள் கொண்ட அலைகளை வெவ்வேறு நிறங்களாகப் பகுத்தெடுக்கின்றது. நாம் பார்க்கும் மீக்குறை அதிர்வெண் ஒளியை, சிவப்பென்று உணர்கின்றோம்; அதிர்வெண் உயர உயர படிப்படியே ஆரஞ்சு, மஞ்சள், பச்சை, நீலம் மற்றும் ஊதா நிறங்களாக உணர்கின்றோம்.

ஓர் அளவெல்லைக்குள் இருக்கும் அதிர்வெண் கூறுகளை, செவியும் விழியும் உடனுக்குடன் வகைப்படுத்திப் பகுத்துப் புரிந்துகொள்ளும் அதே வேளையில் – மற்றோர் அளவெல்லையில் உள்ள அதிர்வெண் கூறுகளைப் புறந்தள்ளுகின்றன (reject). அதே பிரித்தெடுத்துப் புறந் தள்ளுதல் அல்லது வடிகட்டுதல் – குறிப்பிட்ட ஒரு வானொலி அல்லது தொலைக்காட்சி நிலையச் சமிக்ஞையைத் தெரிவுசெய்து, மற்ற செலுத்தி களின் சமிக்ஞைகளை நிராகரிக்கும்போதும் நிகழ்த்தப்படுகின்றது. பல்வேறு ஒலிபரப்பு நிலையங்கள் அனுப்பும் சமிக்ஞைகளின் சைனலைக் கூறுகள், பல்வேறுபட்ட அலைவரிசை அளவெல்லை களில் அமைந்திருக்கின்றன.

ஒரு சமிக்ஞையின் அதிர்வெண் நிறமாலையைக் காண – அந்தச் சமிக்ஞையிலுள்ள அதிர்வெண் கூறுகளின் உச்ச வீச்சுநிலையின் (peak amplitude) மதிப்புகளை, அதிர்வெண்களுக்கு எதிராக வரைய வேண்டும். வரைபடம் 6.2(அ)இல் உள்ள வெறும் சைனலையை எடுத்துக் கொள்வோம்; அதிர்வெண் நிறமாலையில், தனி ஓர் அதிர்வெண்ணில் தனி ஒரு வீச்சு என்று பார்க்கிறோம். மாறாக, சிக்கலான ஒரு குரல் சமிக்ஞையில், ஓர் அலைவரிசை அகலத்துக்குள் இருக்கக்கூடிய அதிர் வெண்கள் எல்லாம் இருக்கும். சைனலைக் கூறுகளின் கட்டநிலை

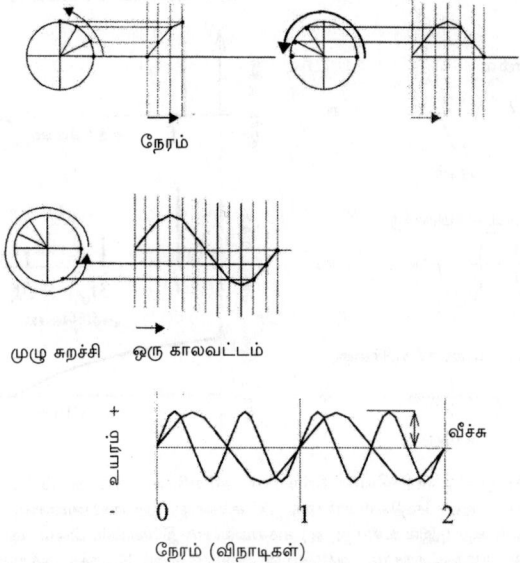

வரைபடம் 6.1. சுழலும் சக்கரத்தின் மீதுள்ள திருகுவிட்ட உயரத்தின் சுவடு ஒரு சைனலையைத் தருகிறது. படத்தின் கீழுள்ள இரு சைனலைகள் ஒரே வீச்சும், வேறுபட்ட அதிர்வெண்களும் கொண்டன. இரண்டும் ஒரே கட்டநிலையில் உள்ளன. -விலிருந்து + ஆக நேரம் t=0 இல் இரண்டு அலைகளும் மாறுகின்றதால் ஒரே கட்டநிலை கொண்டதாக அறிகிறோம்.

களைக் காட்ட, மற்றொரு தனிப்பட்ட நிறமாலை தேவைப்படுகின்றது. சமிக்ஞையின் நிறமாலை சார்ந்த சித்திரிப்பிலே – நேரந்தொட்டு மாறும் மூலச் சமிக்ஞையை மீட்டுருவாக்கத் தேவைப்படும் அனைத்துத் தகவல் களும் அடங்கி உள்ளன.

எல்லாவற்றுக்கும் அப்பால், சிக்கலான சமிக்ஞையைச் சைனலை களின் கூட்டுத் தொகையாக எழுதுவது தொடர்பாடலைப் புரிந்து கொள்ளவும், தொடர்பாடல் கணிப்புகளை எளிதாக்கவும் உதவுகின்றது.

6.2 ஒப்புமைச் சமிக்ஞை (Analog Signal)

அக்காலத் தொலைபேசி அமைப்பைக் கொண்டு, ஒப்புமைச் சமிக்ஞை யின் இயல்பையும் பயன்பாட்டையும் விளக்கலாம். ஒலிச் சமிக்ஞைகள் (இசை, பேச்சு), அழுத்த அலைத் தோரணியாகக் காற்றில் செலுத்தப் படுவதை படம் 6.4 விளக்குகின்றது. காலம் தொட்டு மாறும் காற்று அழுத்தத்துக்கு ஒத்த மின்னழுத்த மாற்றத்தை, செலுத்தும் நுண்பேசி (Microphone) செய்கிறது. மின்னழுத்த ஊசல்கள், கம்பியின் ஊடாகச் சென்று, பெருக்கப்பட்டு, ஏற்கும் தொலைபேசியின் ஒலியாக்கியுள்

66 | அடிப்படை ரேடியோ தொடர்பாடல்

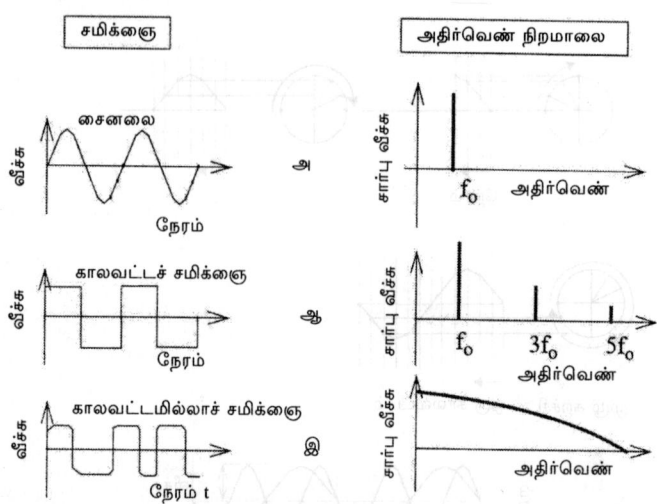

அ

வரைபடம் 6.2. சமிக்ஞையின் அதிர்வெண் நிறமாலை, அச்சமிக்ஞையில் அடங்கியுள்ள சைனலைக் கூறுகளின் அதிர்வெண் மற்றும் வீச்சுநிலை சார்ந்தது. அ) சமிக்ஞை, ஒரு சைனலையானால், அதிர்வெண் நிறமாலையில் ஒரே ஒரு கூறு f_0இல் உள்ளது ஆ) சைனலையாக இல்லாமல், நேரம் தொட்டுத் திரும்பத் திரும்ப மீளும் சமிக்ஞையாக இருந்தால், அதிர்வெண் நிறமாலையில் பெருக்க அதிர்வெண்களில் (f_o, $2f_o$, $3f_o$) கூறுகள் இருக்கும். இங்கு எடுத்துக்கொண்ட சதுர அலையில் ஒற்றைப்படை பெருக்க அலைகளில் (odd harmonics) மட்டும் கூறுகள் இருக்கின்றன. இ) நேரந்தொட்டு மீளாத சமிக்ஞையாக இருந்தால், நிறமாலை தொடர்ச்சியாக இருக்கும். சமிக்ஞையின் அலைவரிசை அகலத்துக்குள் இருக்கக்கூடிய எல்லா அதிர்வெண் கூறுகளையும் காணலாம்.

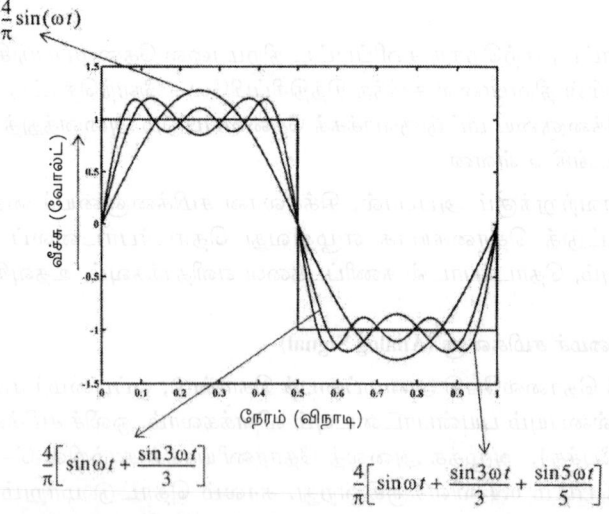

வரைபடம் 6.3. ஒரு Hz சதுர அலையை பல சைனலை ஃபூரியர் கூறுகளின் தொகையாகக் குறித்தல். பெருக்க அதிர்வெண்கள் (harmonics) கூடக் கூட ஃபூரியர் தொடர், சதுர அலையைப் போல தோன்றுவதைக் காணலாம்.

சமிக்ஞைகளும் பண்பேற்றமும் | 67

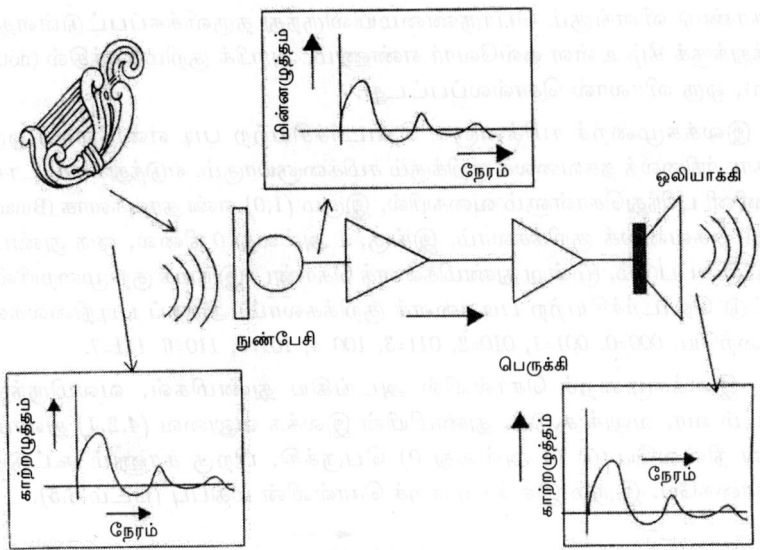

வரைபடம் 6.4. யாழின் இசை, ஓர் ஒப்புமை சமிக்ஞை. காற்றழுத்தத் தோரணிக்கும் மின்னியல் சமிக்ஞைக்கும் உள்ள ஒப்புமையை நோக்குக.

(speaker) சென்றடைகின்றன. ஏற்கும் ஒலியாக்கியிலிருந்து வெளிவரும் அசைவுத் தோரணி, மூல ஒலியின் அசைவுக்கு ஒத்து அமையும். ஒரு பேசியிலிருந்து மற்றொரு தொலைபேசிக்குச் செலுத்தப்படும் மின்னழுத்த மாற்றங்களை, ஒலி அழுத்த மாற்றங்களின் ஒப்புமை (Analog) என்று கொள்ளலாம். ஒலியைக் குறிக்கும் மின்னழுத்தத் தோரணியை, ஓர் ஒப்புமைச் சமிக்ஞை என்று சொல்லலாம்.

ஒப்புமைச் சமிக்ஞையை எளிதில் உருவாக்கலாம். ஆனால், தோரணியின் ஒவ்வொரு விவரமும் நுணுக்கமாக அறியப்பட வேண்டும். இரைச்சல் மற்றும் சீர்குலைவால், தோரணியில் சிறிய மாறுபாடுகள் உண்டாகும். இதனால், ஏற்கும் அமைப்பின் வெளியீடு, உள்ளீட்டிலிருந்து வேறுபட்டிருக்கும்.

6.3 இலக்கமுறைச் சமிக்ஞை (Digital Signal)

பெயர் விளக்கம்: டிஜிட்டல் என்ற சொல்லுக்கும் லத்தீன் மொழியின் 'Digitalis' என்ற சொல்லுக்கும் நேர்த்தொடர்பு உள்ளது. 'விரல் அல்லது விரல் சார்ந்த என்பது அரும்பொருள்'. 'Digital' என்ற சொல், இலக்க அல்லது பிரிநிலை வடிவில் உள்ள தரவுகளை முறைவழிப்படுத்தும் கணினியைக் குறிக்கும் இடத்தில், 'digit' என்பது மாந்தர் பத்து விரல்கள்

கொண்டு விளங்கும் பொருண்மையிலிருந்து தருவிக்கப்பட்டுள்ளது; பத்துக்குக் கீழ் உள்ள ஒவ்வோர் எண்ணும், அரபிக் குறிமானத்தில் (notation), ஒரு விரலால் சொல்லப்பட்டது.

இலக்கமுறைச் சமிக்ஞை – தொடர்ச்சியற்ற படி எண்களால் ஒரு தொடர்நிலைத் தகவலைக் குறிக்கும் சமிக்ஞையாகும். எடுத்துக்காட்டாக, கணினி புரிந்துகொள்ளும் வகையில், இரும (1,0) எண் தரவுகளாக (Binary Data) தகவலைக் குறிக்கலாம். இங்கு, 1 அல்லது 0 நிலை, ஒரு துண்மி (Bit) எனப்படும். மூன்று துண்மிகளைக் கொண்ட இருமக் குறிமுறையில், எட்டு தொடர்ச்சியற்ற படிகளைக் குறிக்கலாம்; அந்தப் படிநிலைகள் முறையே: 000=0, 001=1, 010=2, 011=3, 100=4, 101=5, 110=6 111=7.

இலக்கமுறைச் சொல்லில் அடங்கிய துண்மிகள், வலமிருந்து இடம் வர, வலுக் கூடும். துண்மியின் இலக்க வலுவை (4,2,1) துண்மி யின் நிலையோடு (1 அல்லது 0) பெருக்கி, பிறகு காணும் கூட்டுத் தொகையே, இரும இலக்கமுறைச் சொல்லின் மதிப்பு (படம் 6.5).

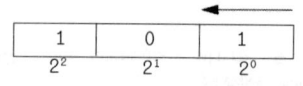

$1\ 0\ 1 = 1 \times 2^2 + 0 \times 2^1 + 1 \times 2^0 = 4+0+1=5$

வரைபடம் 6.5. இரும எண்ணின் மதிப்பு.

இலக்கமுறைச் சமிக்ஞை உருவாக்கம் - Quantization (சொட்டாக்கம்)

ஒரு தொடர்நிலை அல்லது ஒப்புமைச் சமிக்ஞையை, படி எண்களைக் கொண்டு குறிக்கும் முறை, சொட்டாக்கம் (Quantization) என்று வழங்கப் படுகிறது. சமிக்ஞையின் வீச்சை அளக்கக் குறிப்பிடும் படிகளை சொட்டாக்கப் படிகள் (Quantization Steps) எனலாம். 'சொட்டாக்கம்' என்ற முறை வழியைக் கையாண்டு, தொடர்நிலைச் சமிக்ஞையை இலக்க மாக்கும் போது, சமிக்ஞையில் திரிபு ஏற்படுகிறது. இதை, சொட்டாக்க இரைச்சல் (Quantization Noise) என்பர். சமிக்ஞையில் ஏற்படும் வழு, தற்போக்கான இயல்பு உடையது. தொடர்நிலைச் சமிக்ஞைக்கும் அக்கண நேரத்தில் குறிக்கப்படும் எண்களுக்கும் உள்ள வேறுபாட்டில் தற்போக்குத் தன்மை உள்ளதால், வழுவை இரைச்சலாக குறிப்பிடுகிறோம். விளக்கப் படம் 6.6, இலக்கச் சமிக்ஞை உருவாக்கத்தில் உள்ள படிகளை விவரிக் கின்றது. சமிக்ஞையின் வீச்சு, t=1 நொடி கணத்தில் 1.2 V அழுத்தம் கொண்டதாக இருக்க, சொட்டாக்கி (Quantizer) சமிக்ஞையின் வீச்சை 1V எனக் குறிப்பிடுமாயின், அக்கண வழு: 1.2 V-1.0 V =0.2 V (படம் 6.6).

இலக்கமாக்கலின் படிநிலைகளான மாதிரி எடுத்தல் (Sampling), சொட்டாக்கம் (Quantization), குறிமுறையாக்கம் (Coding) ஆகியவற்றைப்

படம்பிடித்துக் காட்டி உள்ளோம். படம் 6.6 (அ)இல் ஐந்து மாதிரிகளைப் பொறுக்கி எடுத்துப் பிரிநிலை (discrete) முறையில், ஒரு தொடர்நிலைச் சமிக்ஞையைக் குறித்துள்ளோம்.

பொறுக்கி எடுக்கப்பட்ட மாதிரிகளின் சொட்டாக்க மதிப்புகளை, இரும எண்களாகக் குறிப்பதைப் படம் 6.6 (ஆ)இல் காணலாம். இருமத் துண்மிகளின் ஓட்டத்தை, படம் 6.6 (இ) சித்திரிக்கின்றது.

பொறுக்கி எடுத்த மாதிரிகளாலான பிரிநிலைச் சமிக்ஞைதான் தகவலின் முழுச் சித்திரிப்பாகுமா? இன்னும் விரைவாகவும் எதிர் பாராத விதமாகவும் மாறுகின்ற சமிக்ஞைகளைக் குறிக்க, அதிக மாதிரிகள் வேண்டாமா? ஒரு தொடர்நிலைச் சமிக்ஞையை பிரிநிலைச் (discrete) சமிக்ஞையாக மாற்றிய பிறகு, மூலச் சமிக்ஞையில் பொதிந்த தகவலை மீளப் பெற முடியுமா? அவ்வாறு தகவலை மீட்டெடுக்க எத்தனை மாதிரிகள் தேவை? இந்தக் கேள்வியின் விடையை 'மாதிரி எடுக்கும் தேற்றம்' சொல்லுகிறது. தேற்றத்தைச் சொல்லும் முன், தொடர்பாடல் களத்தில் ஓர் அடிப்படைக் கருத்தான, 'அலைவரிசைப்பட்டை அகலத்தைக்' காணலாம்.

6.4 அலைவரிசைப்பட்டை அகலம் (Bandwidth)

ஒப்புமைக் குரல் சமிக்ஞை, ஒரு தனிப்பட்ட அதிர்வெண் மட்டுமே கொண்டு திகழ்வதில்லை; தொடர்பாடும் தடத்தில் உள்ள பல்வேறு பட்ட அதிர்வெண்கள் கொண்ட அலைவடிவத்தால் ஆனது. அதிர்வெண் களின் ஒரு குறிப்பிட்ட கூட்டுக் கலவைதான் ஒருவருடைய குரலை நிர்ணயிக்கிறது. இயற்கையின் பல படைப்புகளும் நிகழ்வுகளும், பலதரப்பட்ட அதிர்வெண்களின் கூட்டுக்கலவைகளாக வெளிப்படு கின்றன. வானவில்லின் வண்ணங்கள் பல்வேறு ஒளி அதிர்வெண் களின் சேர்க்கையே; இசையொலியும், பல்வேறு கேட்பொலி அதிர்வெண் களாலானதே. சமிக்ஞைகளில் உள்ள அதிர்வெண்களின் அளவெல்லை யைக் (frequency range) குறிப்பிடுவது, தொடர்பாடல் களத்தில் உள்ள வழக்கம். இதை, அலைப்பட்டை அகலம் என்று வழங்குவர் (Bandwidth). அலைப்பட்டை அகலம்=f_1-f_2; f_1-அதியுயர் அதிர்வெண்; f_2-தாழ் அதிர்வெண். எடுத்துக்காட்டாக, தொலைபேசிகளில் பேச்சுச் சமிக்ஞை யின் அலைப்பட்டை, 200 Hz-3500 Hz வரை, எல்லைப்படுத்தப் படுகின்றது.

தடத்தில் செலுத்தப்படும் பேச்சுச் சமிக்ஞைகளை முழுத் துல்லியத் துடன் மீட்டுருவாக்கத் தேவையில்லை. ஏனென்றால், மனித செவியால் நுட்பமான அதிர்வெண் வேறுபாடுகளை மிகவும் கூர்மையாக உணர முடியாது. மேலும், மூளைக்கு ஊகத்தால் அறியும் திறன் உள்ளதால்,

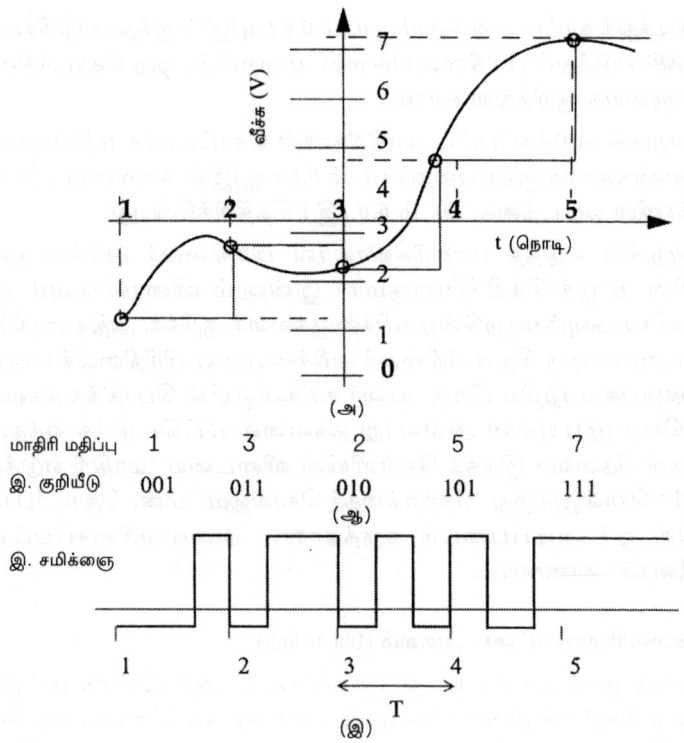

வரைபடம் 6.6. அ) தொடர்நிலைச் சமிக்ஞையை தொடர்ச்சியற்ற படிநிலைகள் கொண்டு குறிக்கும் சொட்டாக்கம். ஆ) மாதிரி மதிப்புகளும், குறிமுறையாக்கமும் இ) இலக்கமுறைச் சமிக்ஞை.

பேச்சில் உள்ள அறிய வேண்டிய செய்தியை மீளமைக்கும். அதிர்வெண்களை எல்லைப்படுத்தினாலும், 98% பேச்சின் ஆற்றலும் 85% செய்தியும், செலுத்தத்தில் அடங்கி உள்ளது. இருப்பினும், தொலைபேசிக் கம்பியினூடாகத் செலுத்தப்பட்ட குரல் வேறுபட்டு ஒலிப்பதற்கு ‘அலைப் பட்டை-வரைப்படுத்தப்பட்ட தடம் (band-limited channel)’ தான் காரணம்.

குரல்-தரத் தடம், 4,000 ஹெ அகலம் கொள்ளும் ஒரு பட்டையாக வரையறுக்கப்படுவதை வரைபடம் 6.7 விளக்குகிறது. இதன் பொருள் ‘குரல்-தடம்’, 0-4,000 ஹெ வரை உள்ள அதிர்வெண்கள் கொண்டுள்ளது என்பதே. பேச்சுச் சமிக்ஞைகள், அலைவரிசை 200 ஹெ-இல் தொடங்கி 3,500 ஹெ வரை வரைப்படுத்தப்படுகின்றன. பேச்சுச் சமிக்ஞைக்கு இரு மருங்கிலும் உள்ள மற்ற அதிர்வெண்கள் (guard-bands) – ஒரே ஊடகத்தில் (medium) இடம்பெறும் தடங்களுக்கிடையில் உள்ள இடையீடுகளைக் குறைக்கின்றன.

பட்டை அகலம் என்பது, தொடர்பாடலில் ஒரு முதன்மைக் கருத்தாக விளங்குகிறது. தொலைபேசித் தடத்தின் அலைவரிசைப் பட்டை அகலத்தை 3.3 கிஹெ-லிருந்து 20 கிஹெ-க்கு அதிகரித்தால், குரலின் முழுச் சிறப்பியல்புகளையும் தடத்தினூடாக எடுத்துச் செல்ல முடியும்.

காலம் சார்ந்த சமிக்ஞையின் மாற்றத்துக்கும் – குறிப்பாக, மாற்றத்தின் விரைவுக்கும் எதிர்பாராத தன்மைக்கும் – அதிர்வெண் பட்டை அகலத்துக்கும், ஓர் அடிப்படைத் தொடர்பு உள்ளது. மெதுவாக மாறி வரும் தரவுச் சமிக்ஞையை, 200 ஹெ அலைப்பட்டை அகலத்தில் உள்ள சைனலைக் கூறுகளால் குறிப்பிடலாம். இன்னும் விரைவாக மாறும் தொலைபேசி சமிக்ஞைக்கு, 4,000 ஹெ அகலம் தேவைப்படுகின்றது. உயர்தர கேட்பொலிச் சமிக்ஞை, எல்லாக் கேட்பொலி அதிர்வெண் களையும் உருவாக்குகின்றது. உயர்-முற்றுருவாக்கக் கேட்பொலிக்குத் (high-fidelity audio) தேவைப்படும் அலைப்பட்டை அகலம் 16,000 ஹெ. மேலும் விரைவாக மாறும் தொலைக்காட்சிக் காணொளிச் (video) சமிக்ஞைக்கு, 4,000,000 ஹெ அகலம் தேவைப்படுகின்றது.

பலதரப்பட்ட சமிக்ஞைகள், தொலைபேசி இணைப்பின் ஊடாகச் செலுத்தப்படுகின்றன. குரல் மட்டுமல்லாது, தரவு, நகல் ஆகியவையும் அனுப்பி வைக்கப்படுகின்றன. தொலைபேசி இணைப்பினூடாக, நிமிடத்துக்கு ஒரு பக்கம் என்ற வீதத்தில், நகல் அனுப்பி வைக்கப்படு கின்றது. பனுவலை (text), 10 மடங்கு அதிக வேகத்தில் அனுப்பலாம்.

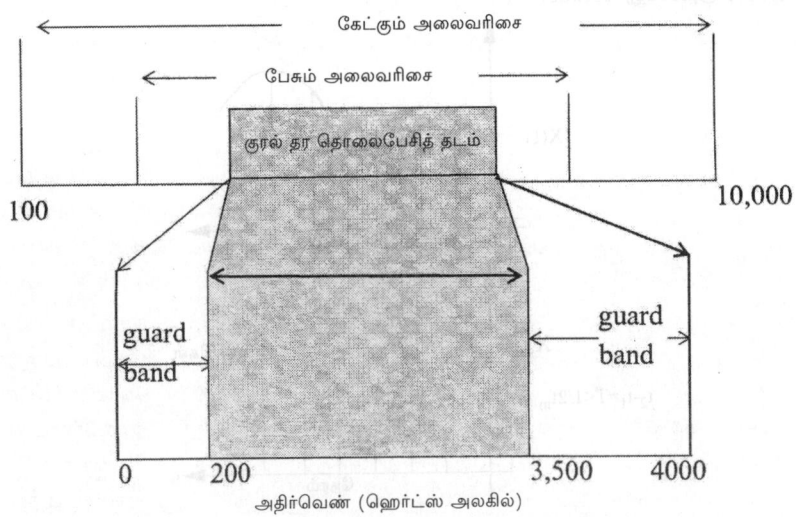

வரைபடம் 6.7. தொலைபேசித் தடத்தில் குரல் அலைவரிசையின் பட்டை.

6.5 மாதிரியெடுக்கும் தேற்றம் (Sampling Theorem)

அலைப்பட்டை அகலம் வரைப்படுத்தப்பட்ட சமிக்ஞையில் உள்ள தகவலை முற்றிலும் புலப்படுத்த, குறிப்பிட்ட எண்ணிக்கையுடைய சமிக்ஞையிலிருந்து பொறுக்கி எடுக்கப்பட்ட மாதிரிகளே போதும். செய்திச் சமிக்ஞையின் அதிர்வெண் பட்டை f_m ஹெர்ட்ஸ் (Hz) என்று வரையறுக்கப்பட்டிருப்பின், ($1/2f_m$) வினாடிக்கு உட்பட்ட கால இடைவெளிகளில் எடுக்கப்பட்ட மாதிரிகளை வைத்துக்கொண்டு சமிக்ஞையை முற்றிலுமாகத் திரும்பப் பெறலாம். வரைபடம் 6.8இல் மாதிரி எடுக்கும் இடைவெளி T, தேற்றம் சொல்லும் ($1/2f_m$) வினாடியினும் குறைவானதாக இருக்க வேண்டும்.

முழுச் சமிக்ஞையை எல்லாக் காலமும் ஒப்புமை வடிவில் ஒலி பரப்பத் தேவையில்லை; குறிப்பிட்ட எண்ணிக்கை உடைய மாதிரிகளை ஒலிபரப்பினாலே போதும். எடுத்துக்காட்டாக: தொலைபேசிகளில் குரல் சமிக்ஞைகளை இலக்கப்படுத்த, T = (1/2x3,500) வினாடியினும் குறைவான கால இடைவெளிக்குள் ஒரு மாதிரியை எடுக்க வேண்டும்; குறைந்தது 7,000 மாதிரிகள் ஒரு வினாடிக்குத் தேவை.

ஒரு வினாடிக்கு எத்தனை மாதிரிகள் (Sample) என்று சொல்வதுதான் மாதிரி எடுக்கும் வீதம் (Sampling Rate). குறுவட்டு (CD) கேட்பொலி அமைப்பில், ஒரு வினாடிக்கு *44,100* மாதிரிகள் எடுக்கப்படுகின்றன. அதாவது, மாதிரி எடுக்கும் வீதம் *44.1* கிஹெ. DAT (Digital Audio Tape) எனப்படும் இலக்கக் கேட்பொலிப் பேழையில் மாதிரி எடுக்கும் வீதம் ***32,44.1*** *அல்லது* ***48,000.***

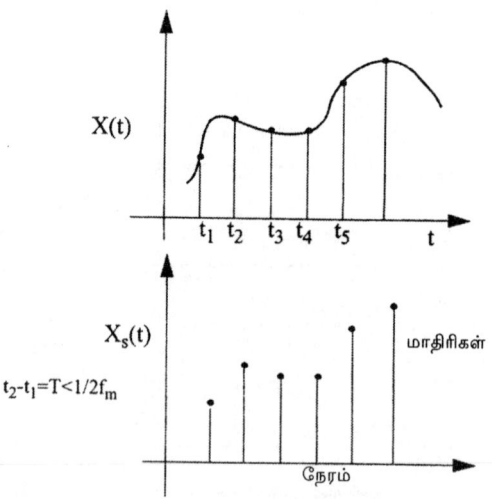

வரைபடம் 6.8. மாதிரி எடுக்கும் தேற்றம். மாதிரி எடுக்கும் வீதம் பற்றிய அடிப்படைக் கோட்பாடு.

6.6 ஒப்புமை, இலக்கமுறை கேட்பொலிச் சமிக்ஞைகள்: ஓர் ஒப்பீடு

ஓர் ஒப்புமைக் கேட்பொலி அமைப்பில், மின்னழுத்தம் ஒலி அழுத்தத்தைக் குறிக்கும். நுண்பேசியிலிருந்து வெளிவரும் மின் சமிக்ஞைகள், மில்லி வோல்டு மின்னழுத்த அளவிலிருந்து (1/1000 வோல்டு (V)) 1000 மடங்கு ஸ்டீரியோ முன்பெருக்கியால் (preamp) பெருக்கப்படுகின்றது. அழுத்தவலு மீண்டும் திறன் பெருக்கியால் (power amplifier) கூட்டப்பட்டு, ஒலியாக்கியுள் (loudspeaker) செல்ல, கேட்பொலிச் சமிக்ஞைகளுக்குப் பதிலீடான அதிர்வுகள் காற்றில் ஒலியலைகளை உருவாக்குகின்றன.

இலக்கமுறைக் கேட்பொலியில், கேட்பொலியின் சித்திரிப்பில் ஒலி யலையுடன் ஒரு நேரடி ஒப்புமை, சமிக்ஞைக்கு இருக்கின்றதெனச் சொல்ல முடியாது. மாறாக, சமிக்ஞையின் சித்திரிப்பு – சீரான கால இடைவெளிகளில் ஒப்புமை இலக்க மாற்றியால் பொறுக்கி எடுத்து, வெளியீடாகப் பெறப்படும் இலக்க எண்களின் ஓட்டமாகின்றது. கேட்பொலியைக் குறிக்கும் இந்த இலக்க எண்களை, கணினியில் கோப்பு வடிவில் சேமிக்கலாம்; பிறகு, பிணையத்தின் ஊடாகச் செலுத்தலாம்.

இலக்கக் கேட்பொலிச் சமிக்ஞையைக் கேட்பதற்கு முன், அது ஒப்புமை வடிவுக்கு இலக்க ஒப்புமை (D/A) மாற்றியால் கொண்டுவரப் படுகிறது. வீடுகளில் இருக்கும் பெரும்பாலான ஸ்டீரியோ அமைப்பு களில் இலக்க ஒப்புமை மாற்றம், குறுவட்டு இயக்கியுள் நடைபெறு கின்றது. கணினி ஒலி அட்டைகளிலும் (Sound Card) குறுவட்டு பதிப்பான்

களிலும், A/D (பதிவு செய்ய) மற்றும் D/A (மீள் இயக்க) பயன்படுத்தப் படுகிறது. வீட்டில் பயன்படுத்தும் கேட்பொலி அமைப்புகள், ஒப்புமை மற்றும் இலக்க முறைக் கூறுகளின் ஒருங்கிணைப்பால் (வரைபடம் 6.9) உருவாக்கப்படுகின்றன; எல்லாக் கேட்பொலி அமைப்புகளும் ஒப்புமை சமிக்ஞைகளை வெளியீடாகக் கொண்ட ஒலியாக்கியில் முடிவுறுகின்றன.

இசையைப் பதிவு செய்யும் முறையையும் மீள் இயக்கத்தையும் நோக்குகையில், ஒப்புமைக் கேட்பொலியை மின்னியல் வடிவுக்குக் கொண்டு வந்தாலும், இயற்பியல் ஒப்புமை பேணப்படுவதை அறியலாம். எடுத்துக்காட்டாக: ஒப்புமை வடிவில் பதிவு செய்யப்பட்ட ஒலித் தகட்டில் உள்ள வரிப்பள்ளங்களின் (grooves) புடைப்புகளை, மீள் இயக்கப்படும் ஒலியலையோடு தொடர்புபடுத்தலாம். புடைப்புகளின் உயரம், ஒலிவீச்சு அல்லது ஒலியின் வலுவைக் (loudness-volume) குறிக்கும். புடைப்புகளுக்கிடையில் உள்ள தொலைவு, அதிர்வெண்ணைக் (frequency-pitch) குறிக்கும்.

வீச்சு <-> புடைப்புகளின் உயரம்
loudness (amplitude) <-> height of bumps
அதிர்வெண் <-> புடைப்புகளிடை தொலைவு.
Frequency (Pitch) <-> distance between bumps

இசைப்பெட்டியின் ஊசி (முள்) ஒரு கணத்தில், ஓர் இடத்தில்தான் இருக்க முடியும். டிஜிட்டல் இசையைப் புரிந்துகொள்ள, அந்த இடத்தில், நம் மனதளவில் ஊசியை நிலைநிறுத்திப் பார்க்கலாம். ஊசியின் அக்கணச் செங்குத்து நிலைக்கு, 0 (சுழி)யிலிருந்து 64,000க்குள், ஒரு வீச்சுநிலை மதிப்பு உள்ளது. ஊசியின் நிலையை பதினாறு துண்மி எண்ணால், (எடுத்துக்காட்டாக: 1000 1111 0101 1010) கணினி புரிந்து கொள்ளும் வகையில் பதிவு செய்யலாம். இசைப்பெட்டியின் முள்ளை நகர்த்த நகர்த்த, LPயில் உள்ள ஒலியின் தோராயம் நமக்குக் கிட்டுகிறது. 'முள்' கடக்கும் நிலையை வினாடிக்கு 44,100 முறை குறுவட்டியக்கி (CD player) அறிகிறது.

குறுவட்டுப் பதிப்பானில் 65,536 (2^{16}) இருக்கக்கூடிய நிலைகள் பயன் படுத்தப்படுகின்றன; மாதிரிகளின் மதிப்பு, 0-65535 வரையில் ஓர் எண். இயக்கி, ஒரு வினாடியில், 44,100 ஒலியின் மாதிரிகளை எடுத்துப் பதிவு செய்கிறது. கணினியில் தேக்கிவைக்கப்படும் குறுவட்டுக் கேட்பொலிக் கோப்புகளில் தேக்கக வெளி (storage space), ஒரு நிமிட நேரம் நீடிக்கும் ஒலிக்கு 10 மெகா பைட் (10^7 பைட்) தேவைப்படுகின்றது.

குறிப்பு: ஒரு நிமிடம் ஒலியைக் குறுவட்டில் பதிவு செய்ய, தேக்ககத் தேவைப்பாடு=16 துண்மிகள் × 44,100 (மாதிரி வீதம்) × 60 (வினாடிகள்) × 2 (ஸ்டீரியோவில் இரு தடங்கள்; வலம், இடம்) = 84,672,000 துண்மிகள். 8 துண்மிகள்= 1 பைட் ஆகையால், தேக்ககத் தேவைப்பாடு = 84,672,000/810,000,000 பைட்=10 மெகா. பைட்.

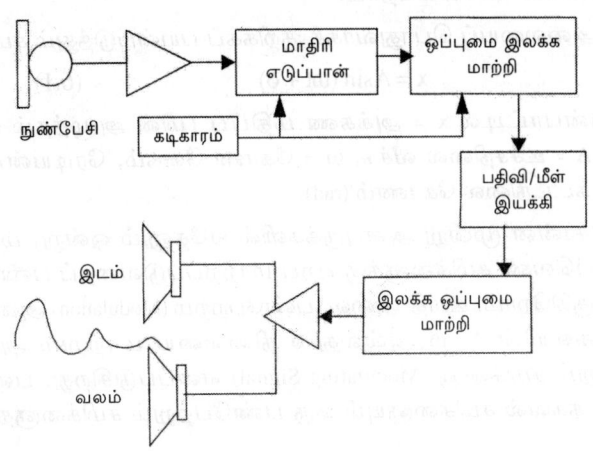

வரைபடம் 6.9. இலக்கமுறையில் ஒலிப்பதிவும் மீள் இயக்கமும்.

6.7 பண்பேற்றம் (Modulation)

ஒரு கேட்பொலித் (audio) தகவலை உயர் அதிர்வெண் கொண்ட ஊர்தி அலையில் ஏற்றும் உத்தி செம்மையாக நிறுவப்படுவதற்கு முன், மிகவும் பரவலாகப் புழக்கத்தில் இருந்து வந்த தொடர்பாடல் அமைப்புகள், அடிப்படையாக ஒரு தொடர்நிலைச் சமிக்ஞையை, தந்தி முறையில் செலுத்தி வந்தன. இந்த முறைமையில், ஒரு சமிக்ஞையை அவ்வப்போது இடைமறித்துக் குறிப்புகளை (Morse Code) ஏற்றினர். இப்படித் தகவலை அனுப்ப, செலுத்து பவரும் ஏற்பவரும் குறிமுறை ஆக்குவதில் பயிற்சி பெற்றிருக்க வேண்டியிருந்தது. தொடர்பாடும் திறமையை சிலர்தாம் பெற்றிருந்தனர்.

மோர்ஸ் குறிமுறை

A .-	N -.
B -...	O ---
C -.-.	P .--.
D -..	Q --.-
E .	R .-.
F ..-.	S ...
G --.	T -
H	U ..-
I ..	V ...-
J .---	W .--
K -.-	X -..-
L .-..	Y -.--
M --	Z --..

Modulation என அழைக்கப்படும் பண்பேற்ற முறை வளர வளர, தொடர்பாடல் துறை ஒரு புதிய பரிணாம வளர்ச்சி அடைந்தது. இந்த முன்னேற்றத்தை நம்மைச் சுற்றிலும் இன்று நாம் காணலாம். Modulation என்ற முறைவழியை விவரமாக உற்று நோக்குவதே நம் குறிக்கோள்.

'Modulate' என்ற சொல் உயர் அதிர்வெண் கொண்ட ஊர்தி அலையின் அளபுரு வீச்சுநிலை (Amplitude), அதிர்வெண் (Frequency) அல்லது கட்ட நிலை (Phase) சமிக்ஞை அலைகளால் மாற்றப்படுவதைக் குறிக்கிறது. குறை அதிர்வெண் கொண்ட சமிக்ஞை அலையின் வீச்சுக்கு ஏற்ப ஊர்தி அலையின் வீச்சோ, அதிர்வெண்ணோ, கட்டநிலையோ மாறுவதை, 'Modulation' எனச் சொல்கிறோம்.

ஊர்தி அலையைப் பொதுவாகக் குறிக்கப் பயன்படுத்தும் சமன்பாடு,

$$x = A\sin(\omega t + \phi) \qquad (6.1)$$

இச்சமன்பாட்டில் x = அக்கண மதிப்பு (மின் அழுத்தம் அல்லது ஓட்டம்), A = உச்சநிலை வீச்சு, ω = கோண வேகம், ரேடியன்/வினாடி (rad/s), ϕ = கட்டநிலை கோணம் (rad).

மேற்சொன்ன மூன்று அளபுருக்களில் ஏதேனும் ஒன்று, மற்றொரு குறை அதிர்வெண் சமிக்ஞைக்கு ஏற்ப மாற்றப்படுவதைப் பண்பேற்றம் என வழங்குகிறோம். ஊர்தி அலை, பண்பேற்றம் (Modulation) அடைகிறது. ஊர்தி அலையின் A, ω அல்லது ϕ நிலையை மாற்றும் அலையே பண்பேற்றும் சமிக்ஞை (Modulating Signal) எனப்படுகிறது. பண்பேற்ற வழக்கில், தகவல் சமிக்ஞையும் ஒரு பண்பேற்றும் சமிக்ஞைதான்.

6.8 பண்பேற்றம் எதற்காக? (Why Modulate?)

ஒலி மற்றும் காணொளிச் சமிக்ஞைகளை ரேடியோ ஊடகத்தில் செலுத்த, மின்காந்த அலைகளாக மாற்ற வேண்டிய தேவை என்ன? திறந்தவெளி யில் மின்காந்தப் புலத்தைச் செலுத்த, ஆன்டெனா பயன்படுத்தப் படுகின்றது. ஆன்டெனாவின் வடிவளவு, அலையின் நீளம் (λ) சார்ந்தது. செல்பேசிகளில் ஆன்டெனாவின் நீளம் $\lambda/4$. இங்கு அலைநீளம் $\lambda = \frac{c}{f}$. c - ஒளியின் வேகம் = 3×10^8 m/sec. ஒரு சுமப்பி அலை இல்லாமல் கேட்பொலிச் சமிக்ஞையை, ஆன்டெனாவைப் பயன்படுத்தித் திறந்த வெளியில் பரப்புவதாக வைத்துக் கொள்வோம். ஆன்டெனா எவ்வளவு பெரியதாக இருக்க வேண்டும்? 3000 Hz கேட்பொலிச் சமிக்ஞையை ஒலிபரப்ப, ஆன்டெனா நீளம் $\frac{\lambda}{4} = \frac{3 \times 10^8}{4 \times 3000} = 2.5 \times 10^4$ மீ = 15 மைல்கள். சுமப்பியலைப் பண்பேற்றம் இல்லாமல் நேரடியாக 3,000 ஹெ சமிக்ஞையை ஒலிபரப்ப, ஆன்டெனா அளவு 15 மைல் தேவைப்படு கிறது. அப்படி இல்லாமல், கேட்பொலியை 900 மெஹெ சுமப்பி அலை மீது ஏற்றினால், சரிநிகரான ஆன்டெனாவின் நீளம் 8 செ.மீ. இந்தக் காரணத்துக்காக, ஒலி-ஒளி சமிக்ஞைகளை ரேடியோ ஊடகத்தில் செலுத்தும் எல்லா அமைப்புகளிலும் பண்பேற்றம் இன்றியமையாததாகி விடுகிறது.

சுமப்பி அல்லது ஊர்தி அதிர்வெண்ணை முறையாகத் தெரிவுசெய்வதன் மூலம், பல சமிக்ஞைகளை ஒரே நேரத்தில், ஒன்றுக்கொன்று இடையிடாதவாறு செலுத்த முடிகிறது. ஒவ்வொரு வானொலி மற்றும் தொலைக்காட்சி நிலையத்துக்கும், இயங்குவதற்கென, தனித்தனி அலைவரிசைகள் ஒதுக்கப்படுகின்றன. இவை பல நிலையங்கள் ஒரே நேரத்தில் இயங்க வழிவகுக்கின்றன. ஒலிபரப்பப்பட்ட சமிக்ஞைகள், போதுமான அளவுக்கு அலைவரிசை வகையில் வேறுபடுவதால், வேண்டிய சமிக்ஞையை ஒவ்வொரு ஏற்பியும் எளிதாகப் பிரித்தெடுக்கின்றது.

6.9 வீச்சுப் பண்பேற்றம் (Amplitude Modulation)

ஊர்தி அலையின் வீச்சு, பண்பேற்றும் சமிக்ஞையால் மாற்றப்படுகின்றது. நடைமுறையில், ஊர்தி ஓர் உயர் அதிர்வெண்ணாக (HF) இருக்க, பண்பேற்றும் சமிக்ஞை, ஒரு கேட்பொலியாகும். AM என்பதன் முறையான விளக்கம்: 'ஊர்தி அலையின் வீச்சு, பண்பேற்றும் அழுத்தத்தின் அக்கண வீச்சுக்கு நேர்தகவாக அமைக்கப்படும் பண்பேற்ற முறைமை'. ஊர்தியின் அழுத்தம்: $V_C = V_C \sin(\omega_C t)$ என்றும், பண்பேற்றும் அழுத்தம்: $V_m = V_m \sin(\omega_m t)$ என்றும் குறிப்பிடுவோம். ஊர்தி அலையையும், பண்பேற்றும் அலையையும் எழுதும்போது, கட்டநிலை குறிப்பிடாததன் காரணம், AM முறையில் கட்டநிலை மாறாமல் இருப்பதனால்தான். AM வரையறையின்படி, ஊர்தியலையின் உச்சநிலை வீச்சு (V_C), பண்பேற்றும் அக்கண அழுத்தத்துக்கு ($V_m = V_m \sin(\omega_m t)$) நேர்தகவாக (proportional) மாற்றப்படுகின்றது.

கணக்கியல் அடிப்படையில், AM அலையின் அதிர்வெண் நிறமாலை (Frequency Spectrum of the AM Wave) – ஊர்தி அலைவரிசை மற்றும் மருங்கு அலைவரிசைகளின் முதலாம் இணை கொண்டு விளங்கும் என்று காட்டலாம். மருங்கலை வரிசை f_{SB}(sideband) என்பது,

$f_{SB} = f_c \pm nf_m$ என்று வரையறுக்கப்படுகின்றது. முதல் இணை n=1.

வீச்சுப் பண்பேற்றத்துக்கு உட்படுத்தப்படும்போது, சமிக்ஞை அலையின் அக்கண அழுத்த வேறுபாடுகள் அல்லது மாற்றங்கள், ஊர்தியின் வீச்சில் ஏற்றப்படுகின்றன. தற்காலிகமாக, பண்பேற்றம் இல்லை என்று கொள்வோம். ஊர்தியின் வீச்சு, பண்பேற்றம் அடையாத நிலையில் இருந்த மதிப்பே. சமிக்ஞை இருக்கும் பொழுது, ஊர்தியின் வீச்சு, சமிக்ஞையின் அக்கண மதிப்புக்குத் தக்கவாறு மாற்றப்படுகின்றது. இந்த நிலையைப் படம் 6.10 சித்திரிக்கின்றது; வீச்சுப் பண்பேற்ற (AM) அலையின் வீச்சு, தகவல் சமிக்ஞையின் அழுத்த வேறுபாடுகளுக்கேற்றவாறு மாறுபடுகின்றதைக் காட்டுகின்றது.

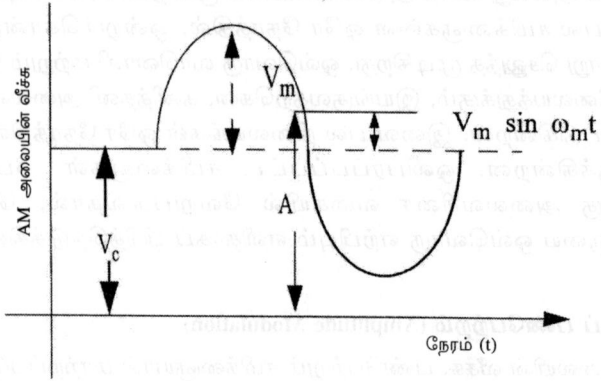

வரைபடம் 6.10. AM அலையின் வீச்சுநிலை.

படம் 6.11, மற்றொன்றையும் சொல்கின்றது. தகவல் சமிக்ஞையின் உச்சநிலை வீச்சின் மதிப்பு (V_m), சுமப்பி அலையின் வீச்சுக்கு (V_c) மேலானதாக இருந்தால், தகவல் சமிக்ஞை திரிபடைகின்றது. V_m/V_c என்ற விகிதம், பண்பேற்ற எண் m (modulation index) என்று வரையறுத்தால் பண்பேற்ற எண், 0 மற்றும் 1 இடையில்தான் இருக்கமுடியும். பெரும் பாலும் பண்பேற்ற எண், ஒரு சதவிகிதமாக எழுதப்படுகின்றது. படம் 6.11 மற்றும் பண்பேற்ற எண்ணின் வரையறையிலிருந்து, வீச்சுப் பண்பேற்ற அலையின் வீச்சை, பின்வரும் கோவையாக எழுதலாம்.

$$A = V_c + v_m = V_c + V_m \sin(\omega_m t) = V_c[1 + m\sin(\omega_m t)] \quad (6.2).$$

AM *அலையின் அக்கண அழுத்தம்,*

$$v_{AM} = A\sin(\omega_c t) = V_c[1 + m\sin(\omega_m t)]\sin(\omega_c t) \quad (6.3).$$

திரிகோணமிதிக் கோவை, sin(x)sin(y)=1/2[cos(x-y)-cos(x+y)]*யைப் பயன்படுத்தி, சமன்பாடு (6.3)ஐப் விரித்தெழுதலாம்.* AM *அலையின் சமன்பாட்டில், மூன்று தனிப்பட்ட அலைவரிசைகள் இருப்பதை, கீழ்க்காணும் சமன்பாடு (6.4)இல் தெரிந்துகொள்ளலாம்.*

$$v_{AM} = V_c\sin(\omega_c t) + \frac{mV_c}{2}\cos(\omega_c - \omega_m)t - \frac{mV_c}{2}\cos(\omega_c + \omega_m)t \quad (6.4).$$

ஊர்தி	கீழ்-மருங்கலை	மேல்-மருங்கலை
carrier	Lower side-band	Upper side-band

வீச்சுப் பண்பேற்ற முறைவழி, சுமப்பி அலையில் இரண்டு அலை வரிசைகளைச் சேர்ப்பதாகப் படம் 6.12 (அ) காட்டுகின்றது. இரு அலை வரிசைகளும், சுமப்பி அலையின் இரு மருங்கிலும் இருப்பதால்

சமிக்ஞைகளும் பண்பேற்றமும் | 79

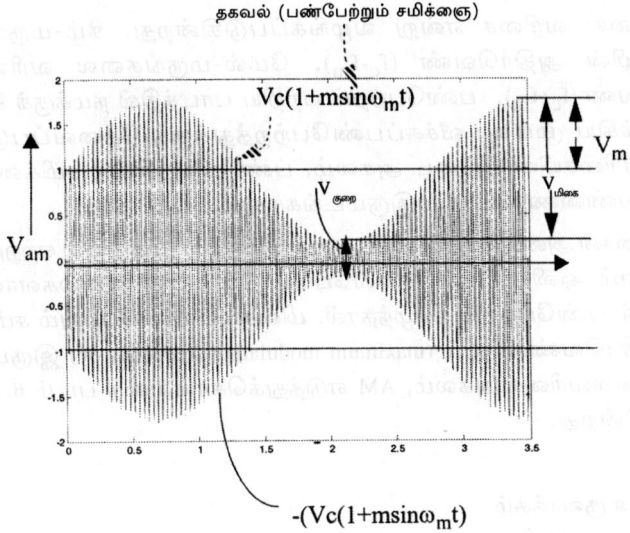

வரைபடம் 6.11. வீச்சுப் பண்பேற்ற அலையின் வடிவம். உயரதிர்வெண் சுமப்பியின் வீச்சு, தகவல் சமிக்ஞையால் மாற்றப்படுகின்றது. AM முறையில் பண்பேற்றும் தகவல் சமிக்ஞை, சுமப்பியின் மேலுறை போல் காணப்படுகின்றது.

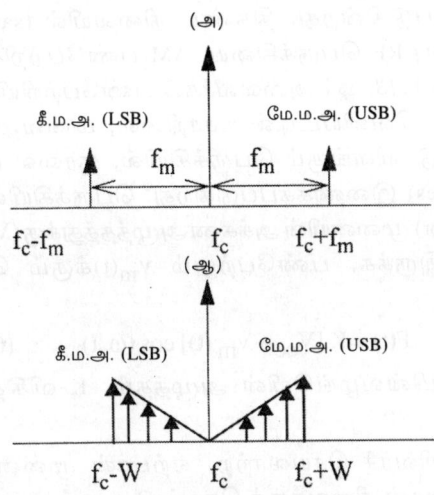

வரைபடம் 6.12. வீச்சுப் பண்பேற்ற அலையின் (AM) அதிர்வெண் நிறமாலை (அ) சைனலை பண்பேற்றம் (ஆ) கூட்டுச் சமிக்ஞை பண்பேற்றம்; பல சைனலைகள் உள்ளதாக நோக்கலாம்.

மருங்கலை வரிசை என்று வழங்கப்படுகின்றது. கீழ்-மருங்கலை வரிசையின் அதிர்வெண் (f_c-f_m), மேல்-மருங்கலை வரிசையின் அதிர்வெண் (f_c+f_m). பண்பேற்றம் பற்றிய பாடத்தில் நமக்குக் கிட்டும் மிக முக்கிய முடிவு: வீச்சுப்பண்பேற்றத்துக்குத் தேவைப்படுகின்ற அலைவரிசையின் பட்டை அகலம், பண்பேற்றுகின்ற சமிக்ஞையின் அதிர்வெண்ணைவிட (f_m) இருமடங்காகும்.

ஒரு சைன் அலையை, சுமப்பி அலை மேல் AM முறையில் ஏற்றுவதைக் கண்டோம். ஒலிபரப்புச் சேவைபோல, பல சைன் அலைகளால் ஒரே நேரத்தில் பண்பேற்றம் நிகழ்ந்தால், மிகைமப் பண்பேற்றும் சமிக்ஞை யின் அதிர்வெண்ணிலும் (maximum modulating frequency-W) இருமடங்கு (2W) அலைவரிசை அகலம், AM எடுத்துக்கொள்வதை படம் 6.12 (ஆ) காட்டுகின்றது.

6.9.1 AM உருவாக்கம்

ரேடியோ தந்தியியல் செலுத்திகளில், நிகழ்-அகல் விசைமுறை (on-off keying) வாயிலாக, ஊர்தி (சுமப்பி) அலையில் சமிக்ஞையை ஏற்றி வந்தனர். இதுவே, சுமப்பியின் வீச்சுநிலையில் தகவலை ஏற்றும் மிகப் பழைமையான பண்பேற்ற முறையாகும். இன்றைய காலகட்டத்தில், எளிய ஏற்பிகளைப் பயன்படுத்தும் அலைவீச்சுப் பண்பேற்றம் (AM), ஒப்புமை வடிவில் குரலை ஒலிபரப்பும் வானொலியில் பரவலாகப் பயன்படுத்தப்படுகின்றது. திகண்ட நிலையில் (saturated) இயக்கப் படும் C வகுப்பு RF பெருக்கியை, AM பண்பேற்றிகள் பயன்படுத்து கின்றன. படம் 6.13, ஓர் அலைவீச்சுப் பண்பேற்றியின் ஏற்பாட்டைக் காட்டுகின்றது. வெளியீட்டின் உச்சநிலை, மின்வழங்கியின் அழுத்த மாகக் கொண்டு விளங்கும் பெருக்கியில், குரலை மின்வழங்கிக்குத் தொடராக (series) இணைக்கப்படுகிறது. பெருக்கியின் வெளியீடு F(t), ஏற்பான்(collector) முனையின் அக்கண அழுத்தத்துக்கு ($V_{cc} + V_m \sin(\omega_m t)$) நேர்தகவாக இருக்க, பண்பேற்றும் $v_m(t)$க்கும் வெளியீட்டுக்கும் தொடர்பு,

$$F(t) = K[V_{cc} + v_m(t)] \cos(\omega_c t) \quad (6.5)$$

இங்கே, V_{cc}-மின்வழங்கியின் அழுத்தம், K-விகித அளவு சார்ந்த மாறிலி.

இச்சுற்று சரிவரச் செயலாற்ற, ஏற்பான் முனையின் அழுத்தம், பெருக்கியை அகல் நிலைக்குக் கொண்டு வரும் அளவுக்குக் குறையக் கூடாது; கீழிறங்கும் உச்சநிலைகள் (negative peaks) ஏற்பான் முனையின் அழுத்தத்தை '0 V' க்குத் தள்ளக்கூடாது.

சமிக்ஞைகளும் பண்பேற்றமும் | 81

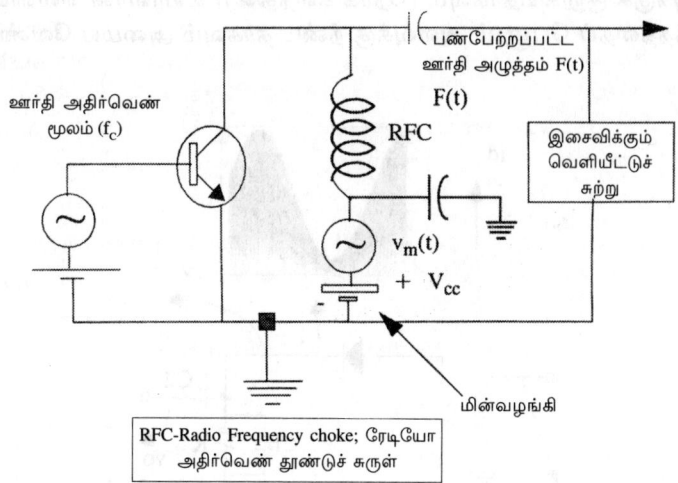

வரைபடம் 6.13. AM அலைகளை உருவாக்கும் எளிய வழிமுறை.

6.9.2 வீச்சுப் பண்பிறக்கும் கருவி (AM Demodulator)

AM ஏற்பியில், பண்பேற்றப்பட்ட சுமப்பி அலையிலிருந்து தகவலை அவிழ்க்கும் கருவி தேவைப்படுகின்றது. மிகவும் பரவலாக AM ஏற்பியில் பயன்படுத்தப்படும் சுற்று, 'இருமுனைய மேலுறைப் பகுப்பான்' (Diode Envelope Detector). இச்சுற்றின் வெளியீட்டு மின்னழுத்தம், உள்வாங்கும் சமிக்ஞையின் மேலுறைக்கு (envelope) நேர்தகவாக அமைகின்றது. அடிப்படைச் சுற்றை, படம் 6.14 காட்டுகின்றது. இருமுனையம் (diode) ஒரு திருத்தியின் (rectifier) பணியைச் செய்கின்றது. மின்னழுத்தம் நேர்த் துருவ முனைப்பாக (பாசிட்டிவாக) இருக்கும்பட்சத்தில் - சுற்றில் மின்னோட்டம் அனுமதிக்கப்படுகின்றது; அதனால், கொண்மி C_1, உள்ளிடப்படும் சமிக்ஞையின் உச்சநிலைக்கு ஏற்றப்படுகின்றது. உள்ளிடப்படும் சமிக்ஞை நெகட்டிவாக இருக்கும் காலவட்டத்தில் C_1 கொண்மி, முன் ஏற்றித்தேக்கிவைத்த மின்னூட்டத்தைத் (charge) தக்க வைக்கின்றது. இதனால், வெளியீட்டு அழுத்தம், ரேடியோ அதிர்வெண் சமிக்ஞையின் உச்ச பாசிட்டிவ் மதிப்பாக இருக்கின்றது.

தகவல் சமிக்ஞையின் அழுத்தம் (V_m) மேலெழும் போது, கொண்மியின் அழுத்தம், அச்சமிக்ஞையைப் பின்பற்றுகின்றது. ஆனால், தகவல் சமிக்ஞையின் அழுத்தம் கீழே இறங்கும் போது, கொண்மியால் வேகமாக மின்னூட்டத்தை வெளியேற்ற இயலாமல் போகின்றது; வெளியேற்றும் பாதையை, தடுப்பான் R தருகின்றது. RC என்ற நேர மாறிலி (time constant) - வெளியீட்டு அழுத்தம் தகவலைப் பின்தொடரும்

அளவுக்குக் குறுகியதாகவும் (நேரக் களத்தில்); உயர்வான வெளியீட்டு அழுத்தத்தைப் பேணும் அளவுக்கு நீண்டதாகவும் அமைய வேண்டும்.

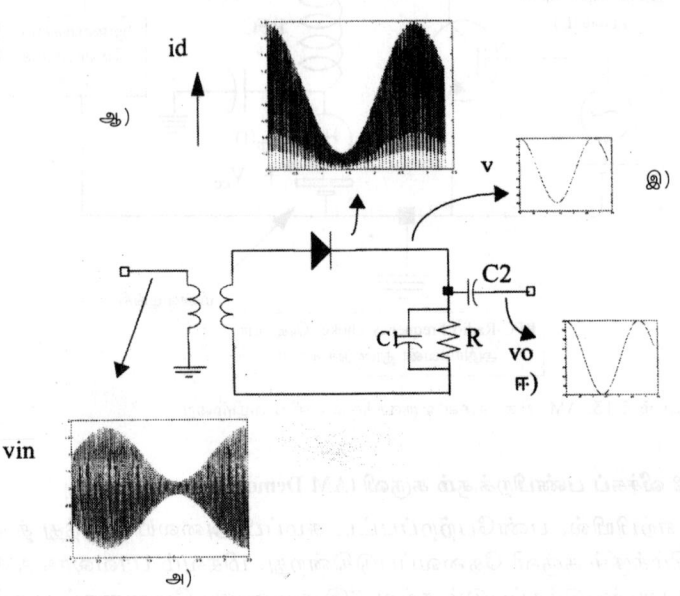

வரைபடம் 6.14. அடிப்படை மேலுறைப் பகுப்பான். அ) உள்ளிடும் அலைவடிவம், ஆ) சுற்றின் மின்னோட்டம் இ)-ஈ) வெளியீட்டு மின்னழுத்தம்.

6.9.3 தறிப்பான் பண்பேற்றி (Chopper Modulator)

தறிப்பான் பண்பேற்றி, காலம் தொட்டு மாறுகின்ற ஓர் அமைப்பு (time-varying system). *அமைப்பின் பெருக்கம், நேரம் தொட்டு மாற்றப் படுகின்றது. ஓர் எடுத்துக்காட்டாக,* ω_c *வீதத்துக்குத் திறந்து மூடப்படும் நிலைமாற்றியை* (switch) *எடுத்துகொள்வோம். படம் 6.15 (அ)இல் உள்ள நிலைமாற்றி, 'திற' மற்றும் 'மூடு' நிலைகளில் மாறிமாறி,* ω_c *ரேடியன்/வினாடி கோண அதிர்வெண் கொண்ட மூலத்தினால் இயக்கப் படுகின்றது. ஒரு நிலையிலிருந்து மற்றொரு நிலைக்கு மாறுவதற்கு எடுத்துக்கொள்ளும் நேரம், மிகவும் குறைவு என வைத்துக்கொள்வோம். நிலைமாற்றியை இயக்குகின்ற, விரைவாக மாறும் சமிக்ஞையின், காலவட்ட முதல் அரைப்பகுதியில்* (first half-period) – *மெதுவாக மாறிவரும்* f(t) *சமிக்ஞை, வடிப்பானுக்குள் அனுமதிக்கப்படுகின்றது. காலவட்டத்தின் கடைசி அரைப்பகுதியில், வடிப்பானின் உள்ளீடு,*

தரையில் இணைக்கப்படுகின்றது (Grounded: தரையில் இணைக்கப் படும்போது உள்ளிடும் அழுத்தம் 0 V). எனவே, வடிப்பானின் உள்ளே வரும் சைகையின் அலைவடிவம் ω_c வீதத்தில் தறிக்கப்படுகின்றது (chopped). தறிக்கப்படும் செய்பணி – '0' மற்றும் '1' நிலைகள் மாறி மாறி அலைவுறும் சதுர அலையோடு, சமிக்ஞை f(t)யைப் பெருக்குவதற்கு நிகராகும். இவ்வாறு தறிக்கப்படும் f(t)இன் நிறமாலை, அதிர்வெண் களத்தில் ω_c, $3\omega_c$, $5\omega_c$ அளவுக்கு இடம் பெயர்கின்றது. நமக்குத் தேவையான AM *(வீச்சுப் பண்பேற்றச் சமிக்ஞை)* சமிக்ஞையைப் பெற, ω_cயை மையமாகக் கொண்ட வடிப்பான் பயன்படுத்தப்படுகின்றது.

தறிப்பான் பண்பேற்றியின் பிரபல அமைவடிவம், இரட்டை - சமநிலை வளையப் பண்பேற்றி என வழங்கப்படுகின்றது (Double-Balanced Ring Modulator). இருமுனையங்கள் (diode) கொண்ட வளைய ஏற்பாட்டை படம் 6.15 (ஆ) காட்டுகின்றது. வளையத்தில் இருக்கும் 4 கருவிகளிலும் சுமப்பி அலையின் ($cos\omega_c t$) வேகத்தில் நிலைமாற்றம் *(திறந்து/மூடும் செயல்)* நடக்கின்றது.

இதன் செய்பணியைப் பின்வருமாறு விளக்கலாம்: முதலில் உள்ளீடு f(t) = 0 என்று கொள்க. சுமப்பி அலை ($cos(\omega_c t)$) மேலெழும் கால வட்டத்தின் போது, கருவிகள் D1 மற்றும் D2 கடத்துகின்றன. இக்கணத்தில் புள்ளி 'அ', வெளியீட்டு-மின்மாற்றியின் கிளர்மின் சுருள் ss'யின் (secondary) மேல்பாதி வாயிலாக, உள்ளீட்டுச் சுற்றோடு இணைக்கப்படுகின்றது. D1, D2இன் மின்னெதிர்ப்பு சமமாகவும், சுமப்பிச் சுற்றின் மின்மாற்றி துல்லியமாக நடுப்புரியிடப்பட்டிருப்பின் (centertapped), வெளியீட்டு மின்மாற்றியில் மின்னோட்டம் இருக்காது; வெளியீட்டு மின்னழுத்தமும் நிறுவப்பட்டிருக்காது. சுமப்பி அலை கீழிறங்கும்போது; D3 மற்றும் D4 கடத்த, புள்ளி 'ஆ', வெளியீட்டு மின்மாற்றியின் கிளர்மின் சுருள் (secondary) ss'இன் கீழ்பாதி வழியாக உள்ளீட்டுச் சுற்றோடு இணைக்கப்படுகின்றது. மறுபடியும் மின்னோட்டம் இருக்காது, வெளியீடும் இருக்காது. எனவே, சுமப்பி அலை வெளியில் வராமல் ஒடுக்கப்படுகின்றது; பண்பேற்றி சமநிலைப்படுத்தப் பட்டுள்ளது (balanced).

மேலெழும் நேர் துருவமுனைப்புள்ள சமிக்ஞையை உள்ளிடு வதாகக் கொள்வோம் (f(t)>0). இதன் உச்சநிலை வீச்சு, சுமப்பியை ஒப்புநோக்குகையில் மிகவும் குறைவாக இருப்பதாகக் கொள்வோம். $cos\omega_c t$இன் மேலெழுச்சியில், புள்ளி 'அ'வின் மின்னழுத்தநிலை 0 என்பதால், வெளியீட்டு மின்மாற்றியின் கிளர்மின்சுருளின் மேற்பாதி யின் ஊடாக மின்னோட்டம் மேல்நோக்கிப் பாயும் (மின்னோட்டப்

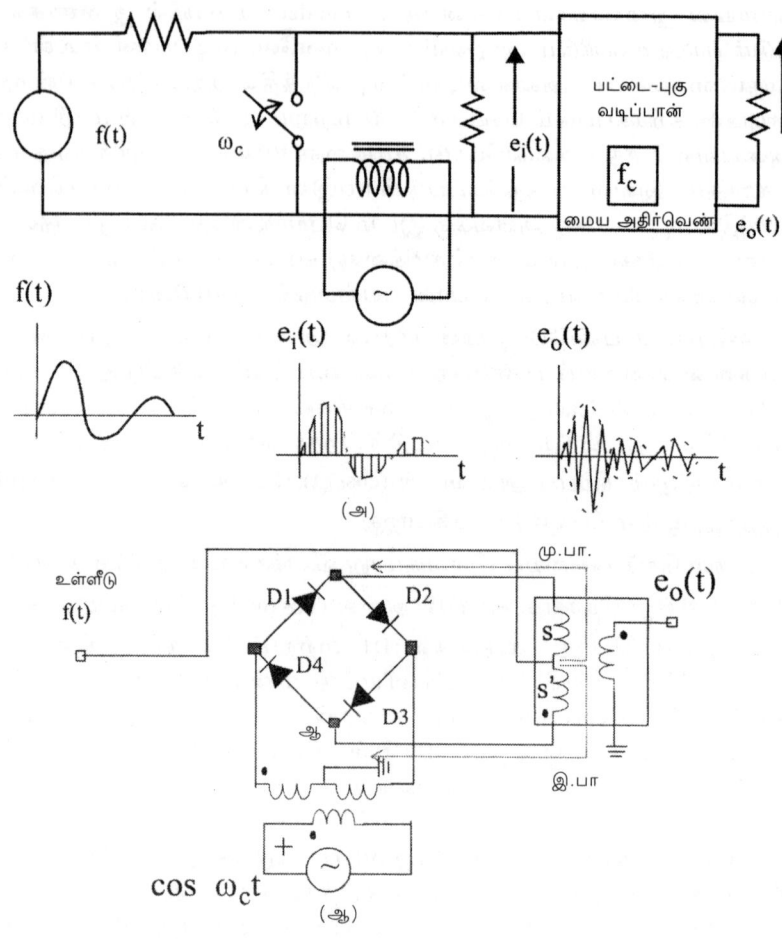

வரைபடம் 6.15. தறிப்பான் பண்பேற்றியின் படம் (அ) மின் - எந்திரவியல் நிலைமாற்றி, (ஆ) இருமுனையங்களை நிலைமாற்றியாகப் பயன்படுத்தும் ஏற்பாடு.

பாதை மு.பா). இதனால், நேர்மின்னழுத்தம் (positive) வெளி யீட்டுச் சுற்றில் தூண்டப்படுகின்றது.

$\cos(\omega_c t)$ அலை கீழிறங்கும் கால அரை-வட்டத்தில் (negative half-cycle), புள்ளி 'ஆ'வின் மின்னழுத்தநிலை 0. வெளியீட்டு மின்மாற்றியின் கீழ்ப்பாதி வழியாக மின்னோட்டம் செல்கின்றது (பாதை இ.பா); வெளியீட்டுச் சுற்றில் எதிர்மின்னழுத்தம் (negative) தூண்டப் படுகின்றது. ஒரு குறிப்பிட்ட உள்ளீட்டுச் சமிக்ஞையின் (f(t)) வீச்சுக்குப் பதிலீடாக விளங்கும் சமிக்ஞையின் ($e_o(t)$) நேர் மற்றும் எதிர் மின்னழுத்த

நிலைகள் ஒரே அளவில் இருக்கும். இதற்கு, வெளியீட்டு மின்மாற்றியின் நடுப்புரி (center-tap) துல்லியமாக இடம்பெற்றிருக்க வேண்டும். ஆகவே, சுமப்பி அலையின் வீத மாற்றத்துக்கு தக்கவாறும், உள்ளிடும் சமிக்ஞையின் வீச்சுக்கு நேர் தகவாகவும் வெளியீடு உண்டாகின்றது. எதிர்மின்னழுத்த உள்ளிடும் சமிக்ஞை, வெளியீட்டுக் கட்டநிலையில், 180^0 திருப்பம் ஏற்படுத்தும்.

தறிப்பான் பண்பேற்றியில் உள்ளிடப்படும் குறை அதிர்வெண் சமிக்ஞையுடன் சுமப்பி அலை (carrier) பெருக்கப்படுகின்றது. கணக்கியல் வகையில் நோக்கினால், வெளியீடு $e_o = f \times \cos(\omega_m t)$. உள்ளிடப்படும் சமிக்ஞை, $f = \cos(\omega_m t)$, ஒரு குறைந்த f_m அதிர்வெண் கொண்ட சைனலை என்று கொள்வோம்.

$$e_o = \cos(\omega_m t) \times \cos(\omega_c t) = \frac{1}{2}[\cos(\omega_c - \omega_m)t + \cos(\omega_c + \omega_m)t] \qquad (6.6)$$

வெளியீடு, இரு மருங்கலைகள் கொண்டது, வீச்சுப் பண்பேற்ற அலை [AM] போல. சுமப்பி அலை ஒடுக்கப்படுகின்றது. சுமப்பி அலை வெளியிடாமல், இரு மருங்கலைகளை வெளியிடும் பண்பேற்றம், Double Side Band-Suppressed Carrier என வழங்கப்படுகின்றது. சுமப்பி ஒடுக்கப்பட்ட இருமருங்கலை பண்பேற்றம்தான் DSB-SC. எடுத்துக்காட்டாக, *100* MHz சுமப்பி அதிர்வெண் எனக் கொள்வோம். f_m, 3kHz தகவல் கொண்ட தாழலை என்றால் – *100.003* MHz மற்றும் *99.997* MHz என இரு அலைகளை, தகவலை எடுத்துச் செல்வதற்காகப் பண்பேற்றி உருவாக்குகின்றது. இந்த இரண்டு மருங்கலைகளையும் கம்பியில்லா ஊடகத்தில் செலுத்த, 6 kHz அகலம் கொண்ட தடம் வேண்டும்.

ஒரு மருங்கலையை மட்டும் செலுத்தினாலே போதும், தகவலை மீட்டெடுக்கலாம்; ஆனால், பண்பேற்றியில் மற்ற மருங்கலை ஒடுக்கப் பட வேண்டும். இதைச் செய்வது Single-Sideband Modulator - ஒரு மருங்கலை வரிசைப் பண்பேற்றி. சுமப்பி அலையின் இரு வடிவங்கள் கொண்டு, ஒரு மருங்கலை மட்டும் உள்ள SSBயை உருவாக்கலாம்; சுமப்பியின் முதல் வடிவம் $\cos(\omega_c t)$ என்றால், 90^0 கட்டநிலையில் பிந்தியிருக்கும் $\sin(\omega_c t)$ அலையும், பண்பேற்றத்தில் தேவைப்படுகின்றது. இரண்டு சமநிலைப் பண்பேற்றிகள் தேவைப்படுகின்றன.

வரைபடம் *6.16* கீழ்-மருங்கலை அதிர்வெண்ணை (lower-side frequency) உருவாக்கும் பண்பேற்றி. அதன் வெளியீட்டுச் சமன்பாடு,

$$e_{LSF} = A_m \cos(\omega_c - \omega_m)t \qquad (6.7)$$ இல்,

cos(A-B) = cosAcosB+sinAsinB என்ற கோவையைப் பயன்படுத்தி விரித்தெழுதினால்,

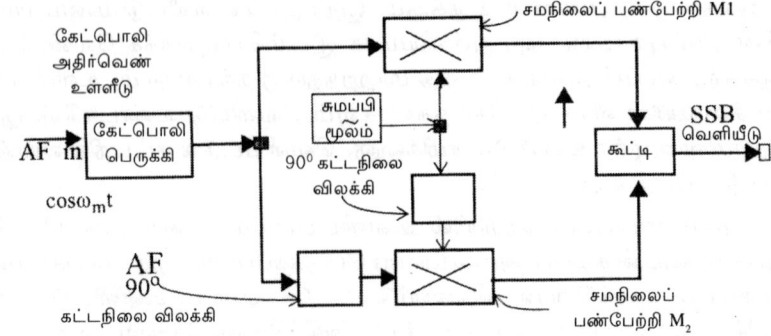

வரைபடம் 6.16. ஒரு மருங்கலைப் பண்பேற்றி.

$$e_{LSF} = A_m(\cos(\omega_c t)\cos(\omega_m t) + \sin(\omega_c t)\sin(\omega_m t)) \quad (6.8)$$

ஆனால்,

$$\sin(\omega_c t) = \cos\left(\omega_c t - \frac{\pi}{2}\right)$$

$$\sin(\omega_m t) = \cos\left(\omega_m t - \frac{\pi}{2}\right)$$

என்று எழுத, கீழ் மருங்கலையின் சமன்பாடு,

$$e_{LSF} = A_m\left[\cos(\omega_c t)\cos(\omega_m t) + \cos\left(\omega_c t - \frac{\pi}{2}\right)\cos\left(\omega_m t - \frac{\pi}{2}\right)\right]$$

M1இன் வெளியீடு   M2இன் வெளியீடு   (6.9)

இங்கு, சமன்பாட்டின் வலக்கைப் பக்கத்தின் முதற்கூறு, சமநிலைப் பண்பேற்றி M1இன் வெளியீடு. சமநிலைப் பண்பேற்றி M2, நேரம் பிந்திய அலைகளைப் பெருக்குகின்றது. அது வெளியீட்டுச் சமன்பாட்டின் இரண்டாம் கூறு. இரண்டு வெளியீடுகளையும் கூட்டும்போது, ஒரு மருங்கலை வரிசை கொண்ட பண்பேற்றம் உருவாகிறது. .

6.10 அதிர்வெண் பண்பேற்றம்

பின்புலம். வரலாற்று ரீதியாகப் பார்த்தால், அதிர்வெண் பண்பேற்றம் – வீச்சுநிலைப் பண்பேற்றத்தைக் காட்டிலும் திறமாகச் செயல்படும் முறைமையைத் தேடும்போது கண்டுபிடிக்கப்பட்டது. வீச்சுநிலைப் பண்பேற்றத்தில் இரு நடைமுறைச் சிக்கல்கள் உள்ளன. முதற்சிக்கல், இரைச்சல். வளிமண்டல இரைச்சல், மின்னியல் எந்திரங்கள் மற்றும் எஞ்சின்களின் சுடர் மூட்டு போன்ற இரைச்சல் ஆதாரங்கள் – மின்னியல்

வீச்சுநிலையில் குழப்பங்களை ஏற்படுத்துகின்றன. வேண்டிய கேட்பொலிச் சமிக்ஞையில் உள்ள வீச்சுநிலை மாற்றங்களையும் இரைச்சலால் உண்டாகும் வீச்சுநிலை மாற்றங்களையும், ஏற்பியால் வேறுபடுத்திப் பார்க்க முடியாமல் போகின்றது. செலுத்திக்கு அருகில் இருந்தால் ஒழிய, AM சமிக்ஞையில் இரைச்சல் மிகுதியாக இருக்கின்றது.

இரண்டாவது நடைமுறைச் சிக்கல், கேட்பொலித் தரம் அல்லது நிரைபாடு போதாமை. ஏற்கும் சமிக்ஞையில் உயர் நிரைபாடு அல்லது முற்றுருவாக்கம் அடைய – மனிதர் கேட்கும் ஒலி அதிர்வெண்ணில் 15,000 ஹெ வரை பரந்த, மீட்டுருவாக்கம் வேண்டும். இதற்குத் தேவை, 30,000 ஹெ அலைப்பட்டை அகலம் கொண்ட ரேடியோ தடம்; இரு மருங்கலை வரிசைகளும் அமைய. ஆனால், AM ஒலிபரப்பு நிலையங்களுக்கு, 20 கிஹெ அகலம் உள்ள தடங்கள்தான் ஒதுக்கப்படுகின்றன. அலைவரிசையில் அடுத்து உள்ள நிலையங்களின் இடையீட்டைத் தவிர்க்க, பெரும்பாலான நிலையங்கள், 15 கிஹெ தடம் தான் பயன்படுத்து கின்றன. 15 கிஹெ தடத்தில், செலுத்தக்கூடிய மிகைமப் பண்பேற்றும் கேட்பொலி அதிர்வெண் 7.5 கிஹெ தான்; இது, இசை நிகழ்ச்சிகளை முழுமையாக மீட்டுருவாக்குவதற்குப் போதாது. அக்கால AM நிலையங் களை அமைக்கும் போது, அன்றிருந்த கருவிகள் வேலை செய்வதற்கு 500 கிஹெ-1600 கிஹெ அதிர்வெண்கள் உகந்ததாக அமைந்தன. இந்த 1,100 கிஹெ அதிர்வெண் பட்டையில், கூடுமான எண்ணிக்கையில் நிலையங்களுக்கு இடமளிக்க வேண்டிய கட்டாயத்தால் தடத்தின் அகலம் குறுகலானது. அன்று, உயர் நிரைபாடு (High Fidelity) ஓர் எட்டாக் கனி. இசையை, முழு நிரைபாடுடன் மீட்டுருவாக்குவதற்கு, வீச்சு நிலைப் பண்பேற்றத்திற்கென ஓர் இயல்பான குறைபாடு இல்லை.

இரண்டாம் உலகப் போருக்குப் பின்னதாக நடைமுறைக்கு வந்த அதிர்வெண் பண்பேற்றம், மேல்சொன்ன குறைபாடுகளை நீக்குகின்றது. சுமப்பி அலையின் வீச்சுநிலையை மாற்றாமல், அதிர்வெண்ணில் மாற்றங்களைச் செய்யுமாறு கேட்பொலிச் சமிக்ஞைகள் அமைவதால், வீச்சுநிலை- சார்ந்த இரைச்சல் களையப்படுகின்றது. அதிர்வெண் பண்பேற்றம் (FM) உயர்-நிரைபாடுடையது; கேட்பொலி அதிர்வெண் களின் பட்டை (20-15,000 ஹெ) முழுவதும் FMஇல் செலுத்தப்படுகிறது. இதற்கு, AMயை காட்டிலும் அகண்ட பட்டை அகலம் தேவைப் படுகின்றது. FM நடைமுறைக்கு வந்த காலகட்டத்தில் அடைந்திருந்த நுட்பியல் முன்னேற்றத்தால், 30 மெஹெ-இலிருந்து 300 மெஹெ வரை செலுத்துவது சாத்தியமானது. FM ஒலிபரப்புக்கு என 88 மெஹெ- 108 மெஹெ (20 மெஹெ அகலம்) அலைவரிசைகள் வழங்கப்பட்டு, ஒரு நிலையத்துக்கு 200 கிஹெ ஒதுக்கப்பட்டது; இதனால், 100 நிலையங்கள் ஒரே வட்டாரத்தில் இயங்கலாம்.

வரையறையும் அலைவடிவமும். சுமப்பி அலையின் அதிர்வெண் உடனுக்குடன் (அக்கண நேரத்தில்) சமிக்ஞை அலையின் வீச்சுக்கு ஏற்றவாறு மாற்றி அமைக்கப்படும். இந்தப் பண்பேற்ற முறை அதிர்வெண் பண்பேற்றம் (Frequency Modulation). சுமப்பி அலையின் வீச்சில், மாற்றம் இருக்காது. FM பண்பேற்றி, f_c அதிர்வெண் கொண்ட சுமப்பி அலையையும், m(t) சமிக்ஞை அலையையும் உள்வாங்குகிறது. வெளிவிடும் அலை y(t)யின் அக்கண அதிர்வெண், $f_{out} = f_c + k_v m$. இங்கு, k_v என்ற மாறிலி, பண்பேற்றியின் அதிர்வெண் விலக்கும் இயல்பைக் குறிக்கும்.

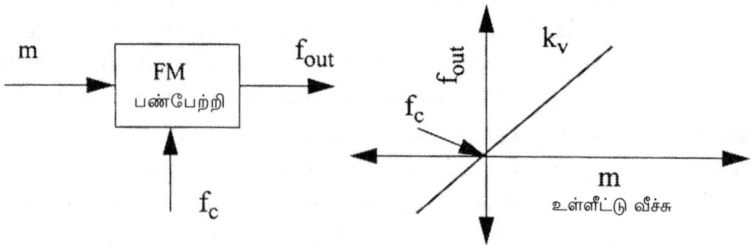

வரைபடம் 6.17. FM பண்பேற்றம். உள்ளிடும் கேட்பொலியின் வீச்சுக்குத் தக்கவாறு சுமப்பியின் அதிர்வெண் விலகுகின்றது.

FM அலையின் சிறப்பு இயல்புகளை சைன் பண்பேற்ற FM அலையைப் பகுப்பாய்வதன் மூலம் அறியலாம்.

சைனலை FMஇல் உள்ளிடும் சமிக்ஞை $m = V_m \cos(2\pi f_m t)$. முன் சொன்ன வரையறையும் படம் 6.17யையும் பயன்படுத்தினால், பண்பேற்றியின் வெளியீட்டுச் சமிக்ஞையின் அக்கண அதிர்வெண்

$$f_i = f_c + kV_m \cos(2\pi f_m t) \qquad (6.10)$$

சைனலையின் உச்ச மதிப்பு 1 ஆதலால், உச்ச அதிர்வெண் விலக்கம்

$$f_i = f_c + \Delta f \cos(2\pi f_m t) \qquad (6.11),$$

$$\Delta f = kV_m \qquad (6.12)$$

உச்ச அதிர்வெண் விலக்கம், உச்ச பண்பேற்றும் சமிக்ஞைக்கு நேர் தகவாகும்; சைன் அலையால் பண்பேற்றப்பட்ட சுமப்பியின் கோவை,

$$v_{FM} = V_c \cos(\theta(t))$$

இதில் அக்கண கோணம் θ. அக்கண கோண அதிர்வெண்ணின் தொகையீடு $\theta = 2\pi \left(\int_0^t f_i dt \right)$ என்ற கோவையைப் பயன்படுத்தினால்,

சமிக்ஞைகளும் பண்பேற்றமும் | 89

$$v_{FM} = V_c \cos\left((2\pi f_c t) + 2\pi\Delta f \int_0^t \cos(2\pi f_m t)dt\right) \quad (6.13);$$

$$= V_c\left[\cos\left\{(2\pi f_c t) + \frac{\Delta f}{f_m}\sin(2\pi f_m t)\right\}\right]$$

அதிர்வெண் பண்பேற்றத்தின் பண்பேற்ற எண் (Modulation Index) பின்வருமாறு வரையறுக்கப்படுகின்றது.

$$\beta = \frac{\Delta f}{f_m} \quad (6.14).$$

எனவே, சைன் அலையால் FM பண்பேற்றப்பட்ட சுமப்பி அலையின் சமன்பாடு,

$$V_c[\cos\{2\pi f_c t + \beta \sin 2\pi f_c t\}] = v_{FM} \quad (6.15).$$

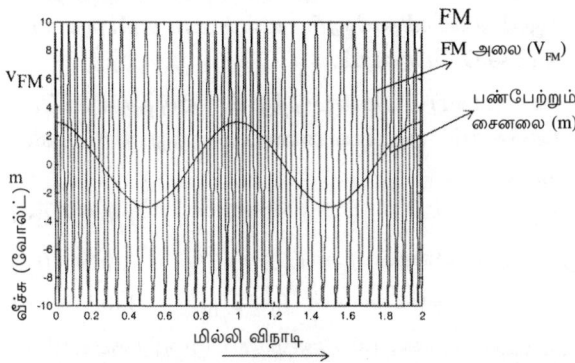

வரைபடம் 6.18. FM அலையும், பண்பேற்றும் சைனலையும். கணக்கு 6.1இன் தீர்வு.

கணக்கு 6.1 சைனலை FM அலையின், பண்பேற்ற எண்ணைக் கண்டு FM அலையின் படம் வரைக. $V_c = 10V$, m=3V, k=2,000 Hz/V, f_m=1 கிஹெ மற்றும் f_c=20 கிஹெ. அதே படத்தில் பண்பேற்றும் சமிக்ஞையையும் காட்டுக. பண்பேற்றும் சார்பின் இரு சுழற்சிகளைக் காட்ட வேண்டும்.

உச்ச அதிர்வெண் விலக்கம் = Peak Frequency Deviation = 2,000 x 3 = 6,000 Hz, 6kHz. பண்பேற்ற எண் $\beta = \frac{6kHz}{1kHz} = 6$

வரைபடத்தில் காண வேண்டிய சார்புகள், $m = 3\cos(2\pi 10^3 t)$ மற்றும் $v_{FM} = 10\cos(4\pi 10^4 t + 6\sin 2\pi 10^3 t)$

6.10.1 சைனலை FMஇன் நிறமாலை (Spectrum of Sinusoidal FM)

சமன்பாடு (6.15)ஐப் பகுத்தாய்ந்து, நிறமாலையைக் கண்டறியலாம். பகுப்பாய்வின் விவரங்களை விடுத்து, முடிவை மட்டும் இங்கு பார்ப்போம். V_{FM}, *ஒரு திரிகோணமிதித் தொடர் வடிவில் விரித் தெழுதலாம்;*

[சுமப்பி] [மருங்கலைகள்....

$$v_{FM} = J_0 \cos(2\pi f_c t) + J_1 \cos[2\pi(f_c \pm f_m)t] + J_2 \cos[2\pi(f_c \pm 2f_m)t] + J_3 \cos[2\pi(f_c \pm 3f_m)t] \quad (6.16);$$

FM *நிறமாலை – சுமப்பி-*$J_0(\beta)V_c\cos(2\pi f_c t)$, *முதல் மருங்கலைவரிசை இணை-*$J_1(\beta)V_c\cos(2\pi(f_c+/-f_m)t)$, *இரண்டாம் மருங்கலைவரிசை இணை-* $J_2(\beta)\cos(2\pi(f_c+/-2f_m)t)$, *மூன்றாம் மருங்கலைவரிசை இணை -* $J_3(\beta)\cos(2\pi(f_c+/-3f_m)t)$ *என்று தொடர்ந்து பல மருங்கலைகள் கொண்டதாக விளங்குகின்றது. வீச்சுக் குணகங்கள்* (Amplitude coefficients), $J_n(\beta)$, *முதல் வகை* n *படி கொண்ட பெசல் சார்புகள்* (Bessel Functions). *இச்சார்பின் மதிப்புகளை, அட்டவணை மற்றும் வரைபட வடிவிலும் பெறலாம்; கணிப்பிகளிலும் கணினிகளிலும், உள்ளமை சார்புகளாகவும்* (built-in functions) *கிடைக்கப் பெறலாம்.*

அட்டவணை 6.1ஐப் பயன்படுத்தும் எடுத்துக்காட்டாக, $\beta=0.5$ *என்று கொள்வோம். அட்டவணையிலிருந்து நிறமாலைக் கூறுகள் பின்வருமாறு:*

சுமப்பி (f_c)	$J_o(0.5) = 0.94$
முதற்படி மருங்கலைகள் ($f_c+/-f_m$)	$J_1(0.5) = 0.24$
இரண்டாம்படி மருங்கலைகள் ($f_c+/-2f_m$)	$J_2(0.5) = 0.03$

பண்பேற்றத்துக்கு முன், 1.0 V *அழுத்தம் இருந்த சுமப்பி, பண்பேற்றம் அடைந்த பிறகு வீச்சு நிலையில் குறைவதால், வீச்சுப் பண்பேற்றம் அடைந்துவிட்டதாக எண்ணக்கூடாது. பண்பேற்றத்தின் பிறகு, எல்லா நிறமாலைக் கூறுகளின் திறன் கூட்டுத்தொகையே, சுமப்பி அலையின் திறன். பண்பேற்றப்பட்ட சுமப்பி, சைன் அலை அல்ல; ஆனால், அதன் நிறமாலையில் சுமப்பி அதிர்வெண்ணில் உள்ள கூறு* (component) *ஒரு சைன் அலை. அட்டவணை 6.1ஐக் கவனித்தால், வீச்சு நிலைகள் நெகட்டிவாகவும் இருக்கலாம். பண்பேற்ற எண்* β, *சில மதிப்புகளை (2.4, 5.5..) எடுக்கும்போது, சுமப்பி அதிர்வெண்ணில் உள்ள கூறு சுழியாகிறது.*

பலவேறுபட்ட β *(ஃபீட்டா) மதிப்புகளுக்கு,* FM *நிறமாலையை வரைபடம் 6.19 சித்திரிக்கின்றது. நிறமாலை வரிகளை,* f_m *இடைவெளி*

அட்டவணை 6.1: *சைனலை அதிர்வெண்-பண்பேற்றப்பட்ட சுமப்பியின் பெசல் சார்பு. பண்பேற்றத்திற்கு முன் சுமப்பியின் வீச்சு 1.0V. |0.01|க்கும் குறைவான வீச்சு நிலைகள் இடம்பெறவில்லை.*

பண்பேற்ற எண்	சுமப்பி	மருங்கலை வரிசைகள்								
β	J_0	J_1	J_2	J_3	J_4	J_5	J_6	J_7	J_8	J_9
0.25	0.98	0.12	0.01							
0.50	0.94	0.24	0.03							
1.0	0.77	0.44	0.11	0.02						
1.5	0.51	0.56	0.23	0.06	0.01					
2.0	0.22	0.58	0.35	0.13	0.03	0.01				
2.4	0	0.52	0.43	0.20	0.06					
3.0	-0.26	0.34	0.49	0.31	0.13	0.04	0.01			
4.0	-0.40	-.07	0.36	0.43	0.28	0.13	0.05	0.02		
5.0	-0.18	-.33	0.05	0.36	0.39	0.26	0.13	0.05	0.02	0.01
5.5	0	-.34	-.12	0.26	0.40	0.32	0.19	0.09	0.03	0.01

யில் வரைபடங்கள் காட்டுகின்றன. நிறமாலை எடுத்துக்கொள்ளும் அதிர்வெண் பட்டை அகலம் (bandwidth)

$$B_{FM} = 2nf_m \qquad (6.17)$$

இங்கு, n என்பது, அதிஉயர் மதிப்புறு மருங்கலையின் படிநிலையைக் குறிக்கின்றது. மருங்கலையின் படிநிலை, (β+1)யைக் காட்டிலும் அதிகம் இருக்கும்போது, அதன் வீச்சுநிலை, பண்பேற்றப்படாத சுமப்பியின் வீச்சுக்கு 5 விழுக்காட்டினும் (%) குறைவானதாகவே இருப்பதை அட்டவணையில் காணலாம். இதைப் பட்டை-அகலத் தேவைப்பாட்டுக்கு ஒரு வழிகாட்டியாகக் கொள்ளலாம். சமன்பாடு *(6.17)*ஐப் பின்வருமாறு எழுதலாம்.

$$B_{FM} \approx 2(\beta + 1)f_m \qquad (6.18).$$

βவின் சமன்பாடு *(6.14)*ஐச் சமன்பாடு *(6.18)*இல் பயன்படுத்தினால்,

$$B_{FM} \approx 2(\Delta f + f_m) \qquad (6.19).$$

இந்தச் சமன்பாட்டின் முக்கியத்துவத்தை விளக்க, மூன்று எடுத்துக் காட்டுகளைப் பார்ப்போம்.

1. $\Delta f = 75$ kHz, $f_m = 0.1$ kHz.
   $B_{FM} = 2(75+0.1) = 150$ kHz

2. $\Delta f = 75$ kHz, $f_m = 1.0$ kHz.
   $B_{FM} = 2(75+1) = 152$ kHz

3. $\Delta f = 75$ kHz, $f_m = 10$ kHz.
   $B_{FM} = 2(75+10) = 170$ kHz

பண்பேற்றும் அதிர்வெண் 0.1 கிஹெ-லிருந்து 10 கிஹெ மாறும் போது; அதாவது, 100:1 என்ற விகித அளவில் மாறும்போது, நிறமாலை எடுத்துக் கொள்ளும் அலைவரிசைகளின் பட்டை அகலம் மிகக் குறைந்த அளவே மாறுபடுகின்றது; 150 கிஹெ-லிருந்து 170 கிஹெ வரைதான். இதனால், அதிர்வெண் பண்பேற்றம், அலைப்பட்டை அகலம் மாறாத முறைமை என்றும் வழங்கப்படுகின்றது. விளக்க வரைபடம் 6.19இல் மூன்று நிறமாலைகளையும் காட்டியுள்ளோம்.

கணக்கு 6.2. அதிர்வெண் பண்பேற்ற (FM) ஒலிபரப்பை முறைப் படுத்தும் கனேடிய விதிமுறைகள் அனுமதிக்கும் மிகைம விலக்கம் (maximum deviation) 75 கிஹெ, மிகைமப் பண்பேற்றும் அதிர்வெண் 15 கிஹெ. மிகைமப் பட்டை அகலத் (maximum bandwidth) தேவைப்பாட்டை கணிக்கவும்?

சமன்பாடு (6.19)யைப் பயன்படுத்தி,

$$B_{max} = 2(\Delta F + f_m)$$

மிகைமப் பட்டை அகலம் $= 2(75+15) = 180$ KHz.

6.10.2 FM உருவாக்கும் வழிமுறை

அலையியற்றிகளின் அதிர்வுறு அலைகளின் அதிர்வெண்ணை நிர்ண யிப்பது, பொதுவாக, ஒரு தொட்டிச் சுற்றுதான். ஒரு LC தொட்டிச் சுற்றின் மின் தேக்கும் கொண்மம் (C) மாற்றப்பட்டால், ஒத்திசைக்கும் அதிர்வெண், $f_o = \dfrac{1}{2\pi\sqrt{LC}}$ இல் மாற்றம் ஏற்படும்.

அடிப்படை மின்மறிமப் பண்பேற்றி (Basic Reactance Modulator): சில நிபந்தனைகளுக்கு உட்படுத்தப்பட்டால், படம் 6.20இல் உள்ள இரு முனைகள் A-A காட்டும் மின் எதிர்மம் (impedance), தூய மின் மறிப்பாக (pure reactance) விளங்கும். இந்தச் சுற்று, ஓர் அடிப்படைப் புல-விளைவு டிரான்சிஸ்டர் (FET) மறிமப் பண்பேற்றி. இந்தச் சுற்று, ஒரு பண்பேற்றப்

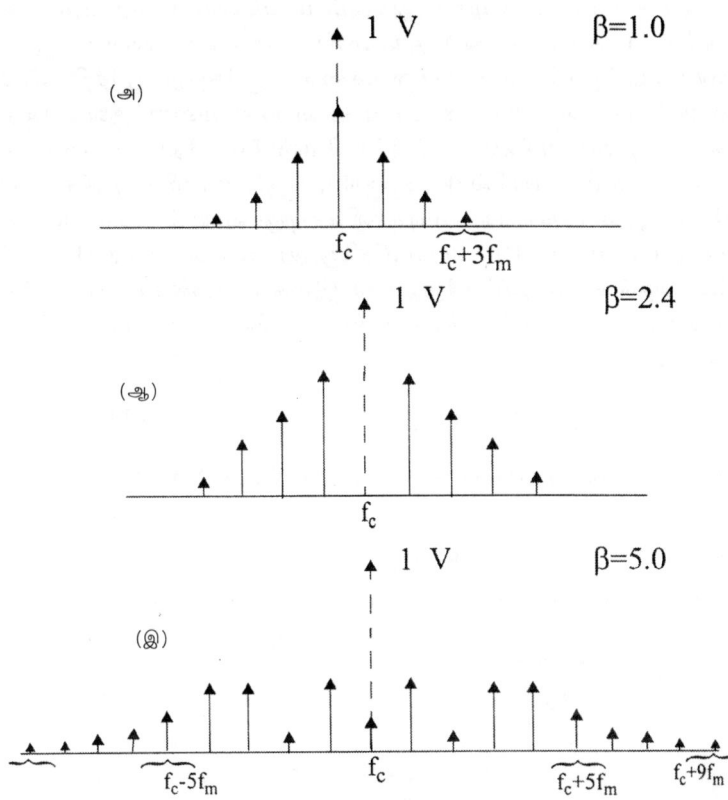

வரைபடம் 6.19. சைனலை FM நிறமாலை: (அ) $\beta=1.0$ (ஆ) $\beta=2.4$ (சுமப்பி அதிர்வெண் கூறு இல்லை) (இ) $\beta=5.0$.

படும் அலையியற்றியின் தொட்டிச்சுற்றுக்கு எதிராக இணைக்கப்படும். சுற்று, ஒரு மும்முனை மின்மறிமக் கருவி; மின்மறிமத்தின் மதிப்பு, பரிமாற்றுக்கடத்தத்துக்கு (Transconductance-g_m) சரிவிகித அளவாகும் (proportional); பரிமாற்றுக்கடத்தம், உள்ளிடும் வாயில் (gate) முனையின் அழுத்தம் சார்ந்தது. உள்ளிடப்படும் சமிக்ஞைக்குத் தக்கவாறு கொண்மம் மாறுபடுவதால், அதிர்வெண் பண்பேற்றத்தில் இச்சுற்றுப் பயன் படுத்தப்படுகின்றது.

மறிம பண்பேற்றியின் பகுப்பாய்வு (Analysis of Reactance Modulator): முனைகள் A-A' இடையிலான எதிர்மம் கண்டறிய, அழுத்தம் 'v' அவ்விரு முனைகளுக்குமிடையில் உண்டாக்கி, பதிலீடாக நிறுவப் படும் மின்னோட்டத்தைக் ('i') கணக்கிட வேண்டும். முனைகளுக்குள்

நோக்கும் எதிர்மம், அழுத்தத்துக்கும் மின்னோட்டத்துக்கும் உள்ள விகிதம் (v/i). எதிர்மம், ஒரு தூய மறிமமாக (pure reactance) இருக்க வேண்டுமென்றால் இரு தேவைகளை, இச்சுற்று பூர்த்தி செய்ய வேண்டும்: 1) $i_b >> i_g$. மின்னோட்டம் i_b, வாயில் முனைக்குள் செல்லும் i_g-ஐக் காட்டிலும் அதிகமாக இருக்க வேண்டும். நேர்மின் சுற்றுகளின் தடைம மிகுதியின் பேரில் (R_1, $R_2 >> \omega L$), பகுப்பாய்வில் புறக்கணிக்கப் படும். 2) இரண்டாவதாக – வடிகாலிலிருந்து வாயில் (drain-gate) வரை உள்ள எதிர்மம் ($1/\omega C$), வாயிலிலிருந்து மூலம் வரை (R) உள்ள எதிர்மத்தைக் காட்டிலும் மிகுதியாக இருக்க வேண்டும்; குறைந்தது, 5:1 விகித அளவாவது இருக்க வேண்டும். பின்வரும் சமன்பாடுகளை எழுதலாம்:

$$v_g = i_b R = \frac{Rv}{R - jX_c} \quad (6.20),$$

மின்புல விளைவு டிராசிஸ்டரின் வடிகால் (drain) மின்னோட்டம்,

$$i = g_m v_g = \frac{g_m v_g}{R - jX_c} \quad (6.21).$$

எனவே, A-A' முனையங்களிடையே இருக்கும் எதிர்மம் z

$$z = \frac{v}{i} = \frac{v}{\left(\frac{g_m Rv}{R - jX_c}\right)} = \frac{R - jX_c}{Rg_m} = \frac{1}{g_m}\left(1 - \frac{jX_c}{R}\right) \quad (6.22).$$

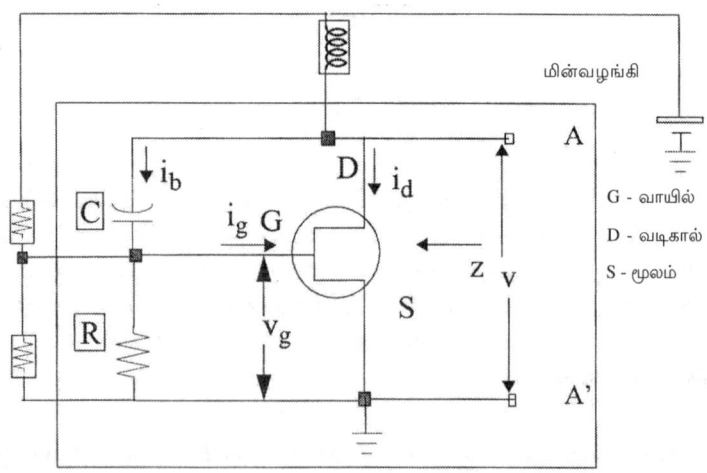

வரைபடம் 6.20. மின்மறிமப் பண்பேற்றியின் கொள்கை. மாறுதிசை மின்னெதிர்மம் கணிக்க, கட்டத்துக்கு வெளியே காட்டப்படும் நேர்திசை (DC) சார்பு நிலை (bias) சுற்றுகள், உயர் எதிர்மம் என்ற ஊடகத்தின் பேரில் பகுப்பாய்வில் புறக்கணிக்கப்படும்.

கொண்ம மறிமம் (X_c>>R) என்றால், Zஇன் சமன்பாட்டை எளிதாக்கி, $z = \dfrac{jX_c}{Rg_m}$ என்று நாம் எழுத, எதிர்மம், ஒரு தூய மறிமம் என்பது புலப்படுகின்றது.

எனவே, சரிநிகர் மறிமம் $X_{eq} = \dfrac{X_c}{g_m R} = \dfrac{1}{2\pi f g_m RC} = \dfrac{1}{2\pi f C_{eq}}$

இங்கே, $C_{eq} = g_m RC$.

பின்வரும் குறிப்புகளைக் காண்க:

1. டிரான்சிஸ்டரின் கடத்தம் (g_m) சார்ந்த கொண்மம் C_{eq}. இதைச் சார்பு அழுத்தம் (bias voltage) கொண்டு மாற்றலாம்.

2. கொண்மம் C_{eq}இன் மதிப்பு, கூறுகள் R மற்றும் C கொண்டு சீரமைக்கலாம்.

3. கோவை $g_m RC$ சரியான கொண்ம அலகு கொண்டு விளங்குகின்றது; R ஓம்ஸ் (Ω) அலகிலும், g_m சீமென்ஸ் அலகிலும் (s), ஒன்றன் பரிமாண அலகை மற்றொன்று நீக்குவதால், தேவையான Cயின் அலகே, மிஞ்சி நிற்கின்றது.

4. வாயிலிலிருந்து வடிகால் எதிர்மம், வாயிலிலிருந்து மூல முனை எதிர்மத்தை ஒப்புநோக்குகையில் மிகவும் அதிக அளவு இருக்க வேண்டும் என்று சொல்லி இருந்தோம். இதை, சமன்பாடு (6.22) விளக்குகின்றது. Xc/R ஒன்றைக் காட்டிலும் அதிகமாக இல்லாவிட்டால், zஇன் தடைமக் கூறு (resistive component) முக்கியமானதாக இருக்கக்கூடும்.

டிரான்சிஸ்டர் பண்பேற்றிகள் (Transistor Modulators): மின்மறிமப் பண்பேற்றியின் கொள்கையை அறிந்த நாம், அதை எவ்வாறு FM உருவாக்குவதில் பயன்படுத்த முடியும் என்று பார்ப்போம். 1. மின் மறிமத்தைக் கேட்பொலிச் சமிக்ஞைக்கு ஏற்றவாறு மாற்றி அமைக்க வேண்டும். 2. பிறகு இந்தச் சுற்று, ஒரு சுமப்பி அலை இயற்றும் சுற்றில், அதிர்வெண் நிர்ணயிக்கும் தொட்டிச் சுற்றோடு இணைந்து, அதிர்வெண்ணை மாற்ற வேண்டும்.

கேட்பொலி (Audio), நுண்பேசியால் மின்னியல் வடிவுக்கு மாற்றப்பட்டு, மின்மறிம மாற்றியுள் ஊட்டப்படுகின்றது (படம் 6.21). வெளியீடு, அலையியற்றியின் தொட்டிச் சுற்றோடு இணைக்கப்படுகின்றது.

எலெக்ட்ரெட் நுண்பேசி (Electret Microphone): எலெக்ட்ரெட் நிலையாக மின்னூட்டம் ஏற்றப்பட்ட மின் தாங்கு பொருள். ஒரு செராமிக்

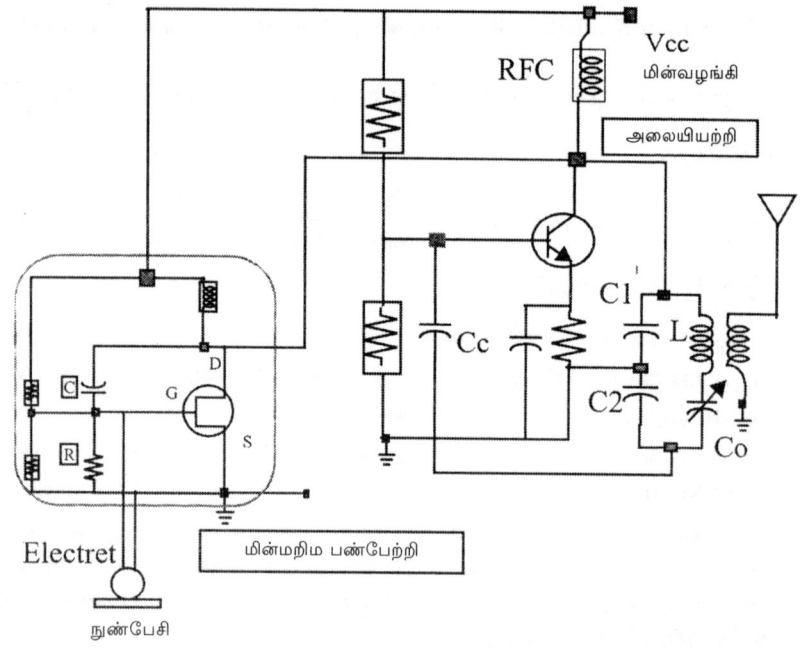

வரைபடம். 6.21. இரு-டிரான்சிஸ்டர் கம்பியில்லா FM செலுத்தி.

பொருளை சூடாக்கி, காந்தப்புலத்துள் வைத்து, புலத்துள் இருக்கும் போதே குளிர விடுவதால் உருவாவது எலெக்ரெட். இது மின்தேக்குக் களத்தில், நிலையான காந்தத்துக்கு சரிநிகரானது. கேட்பொலியால் உண்டாகும் காற்றழுத்த மாற்றங்களை மின்னழுத்த மாற்றங்களாக்கும் கருவி; ஓர் இயல்மாற்றி.

***அலைவி/அலையியற்றி* (Oscillator)**: ஒவ்வொரு செலுத்தியிலும், ரேடியோ அதிர்வெண் சுமப்பி அலைகளை உருவாக்க, ஓர் அலையியற்றி தேவைப்படுகிறது. தொட்டிச் சுற்று [LC_o], டிரான்சிஸ்டர் மற்றும் பின்னூட்டுக் (feIedback) கொண்மிகள் C_1, C_2 சேர்ந்து அலையியற்றியாக வேலை செய்கின்றது. LC சுற்றின் ஆற்றல் தேக்கும் வல்லமையால், 'தொட்டி' என்ற பெயர் வந்தது. தடைமம் இல்லாத தூய LC சுற்றில், மின்னாற்றலுக்கு இழப்பு இருக்காது. நேர்மின்னழுத்தம் தொட்டிச் சுற்றுக்கிடையே இருந்தால் மட்டும் அது அலைவுறாது; நேர்சார்பான பின்னூட்டு (Positive feedback) இருக்க வேண்டும்.

சுற்றில், ரேடியோ அதிர்வெண் தூண்டுச்சுருள் இடம்பெறுவதைக் கவனிக்கவும். நேர்மின்னோட்டச் சுற்றுகளை, ரேடியோ அலை

வரிசைச் சமிக்ஞைகளிலிருந்து தடுத்தாண்டு (தனிமைப்படுத்தி), அதே நேரத்தில் நேர் மின்னோட்டப் பாதை வழங்கவே RFC (Frequency Choke) தூண்டுச் சுருள் பயன்படுத்தப்படுகின்றது.

6.10.3 FM சமிக்ஞை உணர்வான் (FM Signal Detector):

FM சமிக்ஞையை நாம் உணர, வெளியிடும் அழுத்தம் உள்ளிடும் சமிக்ஞையின் அதிர்வெண்ணுக்குத் தகுந்தவாறு மாறுபடுகின்ற சுற்று தேவைப்படுகின்றது. வாட்ட உணர்வான் (slope detector) அப்படிப்பட்ட சுற்றின் ஓர் அடிப்படை வடிவமாகக் கருதப்படுகின்றது. படம் 6.22, அடிப்படை ஏற்பாட்டைக் காட்டுகின்றது. பதிலீட்டுச் சிறப்பு வரையின் (characteristic curve) வாட்டத்தின் மீது, ஏற்கப்படும் சமிக்ஞை இருக்கும்படி தொட்டிச் சுற்றை இசைவித்தால், சுமப்பியின் வீச்சு, அதிர்வெண்ணுக்குத் தக்கவாறு மாறுகின்றது. குறிப்பாக, ஒத்திசைக்கும் அதிர்வெண் f_0, சுமப்பி அதிர்வெண் f_cஐக் காட்டிலும் குறைவாக இருக்கும் (படம் 6.22ஆ). பண்பேற்றப்பட்ட சமிக்ஞையின் அதிர்வெண், f_c மதிப்பைக் காட்டிலும் அதிகமாக இருந்தால், சுமப்பியின் வீச்சு குறைகின்றது (பிழையில்லை! அதிர்வெண் பண்பேற்றத்தின் வரையறைப்படி, சமிக்ஞையின் வீச்சுக்குத் தக்கவாறு சுமப்பியின் அதிர்வெண் சரிவிகிதமாக மாற்றப்படுகின்றது. சமிக்ஞையின் வீச்சு அதிகரிக்கும் போது அதிர்வெண் குறைக்கப்படலாம்; வீச்சு குறையும் போது அதிர்வெண் கூட்டப்படலாம். சரிவிகிதம் நேராகவோ, எதிராகவோ இருக்கலாம்). தொட்டிச் சுற்றின் மின்னெதிர்ப்பு, அதிர்வெண்ணுக்குத் தக்கவாறு மாறுகின்றது (அதிர்வெண் சார்ந்துள்ளது). இதனால், அதிர்வெண் பண்பேற்றம் ஒரு வீச்சுப் பண்பேற்றமாக மாறுபடுகின்றது. வீச்சுப் பண்பேற்றத்திலிருந்து சமிக்ஞை, வழக்கமான உறை பகுப்பான் (envelope detector) சுற்றால் பிரிக்கப்படுகின்றது. இருப்பினும் மின்னழுத்தம்/அதிர்வெண்-மாற்ற சிறப்பு வரையின் நேர்க்கோட்டு அளவெல்லை (linear range) மிகவும் குறுகியதாக விளங்குகின்றது. வாட்ட உணர்வானின் நேர்க்கோட்டு அளவெல்லையை, படம் 6.22 (இ)யில் உள்ள ஏற்பாட்டில் அதிகப்படுத்தலாம். சுற்று 'சமநிலை வாட்ட உணர்வான்' என்று அழைக்கப்படுகின்றது. முதலில் சொன்ன வாட்ட உணர்வான் வகையான சுற்றுகள் இரண்டைக் கொண்டு அமைக்கப்பட்டுள்ளது 6.22 (இ-ஈ). ஒரு வாட்ட உணர்வான், உள்வாங்கும் சுமப்பி அதிர்வெண்ணிலும் அதிகமான அதிர்வெண்ணில் (f_{01}) இசைவிக்கப்படும்; மற்றொன்று, சுமப்பி அதிர்வெண்ணைக் காட்டிலும் குறைந்த f_{02} அதிர்வெண்ணில் இசைவிக்கப்படும். உறைப்பகுப்பான்களின் வெளியிடும் சமிக்ஞை அழுத்தங்கள் சேர்ந்து, வகையீட்டு முறையில் வெளிவருகின்றன. அதாவது, V_1 என்ற பதிலீடு பாசிடிவ்

என்று கொண்டால், அதே அச்சில் V_2 நெகட்டிவ்; மற்றும் வெளியீடு $V_o = V_1+V_2$. அதிர்வெண் அச்சுக்கு எதிராகக் கீறினால், V_o, 'S' வடிவம் எடுக்கின்றது.

உள்ளிடும் சமிக்ஞை, பண்பேற்றம் இல்லாத சமிக்ஞையாயின், வெளியீடு சுழியமாக சமநிலைப்படுத்தப்படுகின்றது (balanced). சுமப்பி அதிர்வெண், f_{01} வாக்கில் விலகிச் சென்றால், $|V_1|$ அதிகரிக்கும்; $|V_2|$ குறையும், வெளியீடு +. சுமப்பி f_{02} வாக்கில் விலகிச் சென்றால் $|V_1|$ குறைய $|V_2|$ அதிகரிக்க, வெளியீடு –.

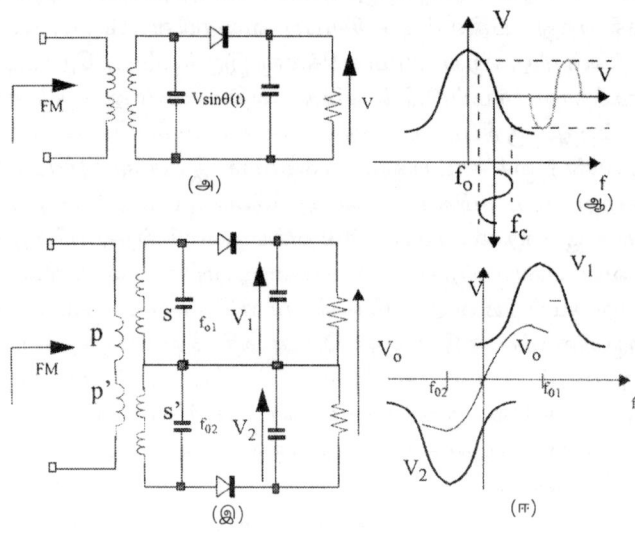

வரைபடம் 6.22. (அ) FM வாட்ட உணர்வான். (ஆ) வெளியீட்டு மின்னழுத்தம், அதிர்வெண்ணுக்கு எதிராகக் காட்டப்படுகின்றது. (இ) சமநிலை இரட்டை-இசைவிக்கப்பட்ட உணர்வான் (ஈ) வெளியீட்டு அழுத்தம், அதிர்வெண்ணுக்கு எதிராக வரையப்பட்டு, s வடிவ வளைகோட்டைப் பரிமாற்று சார்பு காட்டுகின்றது.

குறிப்பு: மின்மாற்றியின் அடிப்படைச் சுருள்-primary-pp'. கிளர்மின் சுருள்-secondary ss'. கிளர்மின்சுருளின் மேல்முனையும் கீழ்முனையும், 180^0 கட்டநிலையில் விலகி நிற்பதால், இணைக்கப்படும் உறை - பகுப்பான்களின் வெளியீட்டின் துருவமுனைப்புகள் நேர்-எதிராக இருக்கும்.

6.11 இலக்கமுறை பண்பேற்றம் (Digital Modulation)

ஒப்புமை வடிவில் உள்ள குரல் சமிக்ஞை மற்றும் காணொளிச் சமிக்ஞை (video) எல்லாம் இலக்கமுறை வடிவுக்குக் கொண்டு வரலாம் என்று

கண்டோம் (இந்த இயல் பகுதி 3). கணினியிலிருந்து தோன்றும் தரவு (data) இலக்கமுறை வடிவிலே இருக்கின்றது. குரல், காணொளிச் சமிக்ஞை, தரவு என்ற மூன்று வகையான தகவல்களையும் கம்பியில்லா ஊடகத்தில் செலுத்துவதற்கு முன், ஓர் உயரதிர்வெண் சுமப்பி அலையில் ஏற்ற வேண்டும். இலக்க வடிவுக்குக் கொண்டுவந்த பின் இம்மூன்று தகவல் வடிவங்களையும் ஒரே தடத்தில் செலுத்தி, ஏற்கும் இடத்தில் பிரித்தெடுக்க இயலும். மாதிரியெடுக்கும் தேற்றம் பகுதியில் கண்ட கொள்கையின்படி, சமிக்ஞையின் குறிப்பிட்ட எண்ணிக்கை மாதிரிகளை ஒரு வினாடிக்கு அனுப்பினால், ஏற்கும் இடத்தில் சமிக்ஞையை முழுதாக மீட்டுருவாக்கலாம். குரல் சமிக்ஞையின் அலைப்பட்டை 3.3 கிஹெ என்றால், வினாடிக்கு 6,600 மாதிரிகள் எடுக்கவேண்டும். காணொளிச் சமிக்ஞை, 4,000 கிஹெ அகலம் உள்ளதால், 8 மில்லியன் மாதிரிகள் எடுக்க வேண்டும். ஒரு மாதிரிக்கும், அடுத்த மாதிரிக்கும் உள்ள நேர இடை வெளியில் – மற்ற சமிக்ஞைகளின் மாதிரிகளை எடுத்து அனுப்பலாம்; தடத்தை நேரத்தால் பிரிக்கலாம். நேரம் பங்கிட்டுப் பல பயனர்களை அணுகும் இலக்கமுறை செல்பேசிகளின் அடிப்படை இதுதான். நேரம் பங்கிடுவதால், ஒலி-ஒளி மற்றும் தரவுத் தடங்களைத் தனித்தனியாக வகுக்க முடிகின்றது. ஒப்புமை பண்பேற்ற முறையில், இப்படி வேறு பட்ட தகவல் வடிவங்களை, ஒரே அலைவரிசைத் தடத்தில் செலுத்திப் பிரிக்கமுடியாது.

மேலும், தடத்தில் உள்ள இரைச்சலால் சமிக்ஞைக்கு வரும் பாதிப்பு மிகவும் குறைவாக இருக்குமாறு இலக்கமுறை வழுக் கட்டுப்பாட்டு குறியீட்டெழுத்துகளைச் (error-control codes) சேர்க்கலாம். இயல்பாகவே, இரைச்சல் பொறாமை (Noise immunity), இலக்கமுறைச் சமிக்ஞைக்கு அதிகம். மேலும், அதிநுட்பம் வாய்ந்த சமிக்ஞை முறைவழியாக்க உத்தி களில் ஒன்றான இரகசியத்தைக் காப்பாற்றும் மறைப்பு முறையைக் (encryption) கையாளலாம். இனிவரும் பகுதிகளில் இலக்கமுறைத் தகவலை ரேடியோ அதிர்வெண் சுமப்பியில் ஏற்றும் உத்திகளைப் பார்க்கலாம்.

6.11.1 இலக்கமுறை சுமப்பி அமைப்புகள் (Digital Carrier Systems)

இலக்கமுறை பண்பேற்றம் ஒப்புமை பண்பேற்றம் போலத்தான்; சுமப்பியின் வீச்சோ, அதிர்வெண்ணோ அல்லது கட்டநிலையோ சமிக்ஞைக்கேற்றபடி மாற்றப்படுகின்றது. பண்பேற்றத்தில் சுமப்பி அலையின் இம்மூன்று பண்புகளும், இலக்கச் சமிக்ஞையின் பிரிநிலை மதிப்புக்குத் தக்கவாறு பிரிநிலை மதிப்புகளை (discrete values) கொண்டு விளங்குகின்றன. 1. வீச்சு விலகும் விசைமுறை, 2. அதிர்வெண் விலகும் விசைமுறை, 3. கட்டநிலை விலகும் விசைமுறை என்று

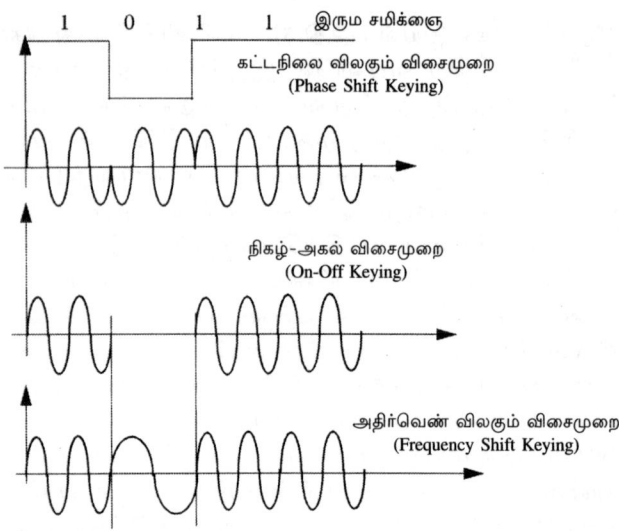

வரைபடம் 6.23. இலக்கமுறை பண்பேற்ற அலைவடிவங்கள்.

மூன்று இலக்கமுறை பண்பேற்ற முறைகளின் அலைவடிவங்களைப் பார்க்கலாம் [வரைபடம் 6.23].

6.11.2 வீச்சு விலகும் விசைமுறை (Amplitude Shift Keying)

சுமப்பி அலையை நிகழ்த்தியும் முடக்கியும் அதன் வீச்சை இரண்டு நிலைகளில் செலுத்தலாம். இரும '1' செலுத்தும் போது சுமப்பியை நிகழ்த்தியும், இரும '0' செலுத்தும் போது சுமப்பியை முடக்கியும் பண்பேற்றம் நடைபெறுகின்றது. எளிய பெருக்கி (multiplier) கொண்டு இந்தப் பண்பேற்றம் நடக்கும். முதலில் கண்ட இரட்டை - சமநிலைப் பண்பேற்றி இங்கு நமக்கு உதவும்.

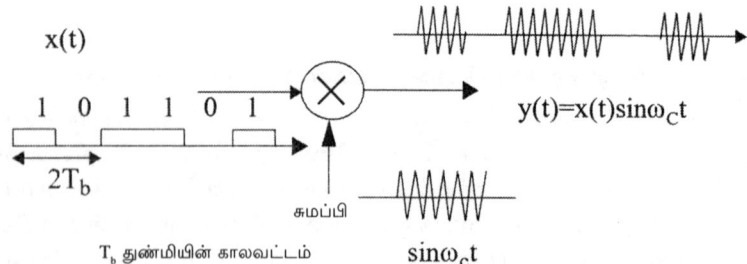

வரைபடம் 6.24. டிஜிட்டல் சமிக்ஞையைச் சுமப்பியில் ஏற்றும் நிகழ்-அகல் விசைமுறை (ON-OFF keying).

சமிக்ஞைகளும் பண்பேற்றமும் | 101

படம் 6.24 காட்டும் நிகழ்-அகல் விசைமுறைப் பண்பேற்றியின் வெளியீட்டைக் குறிக்கும் சமன்பாடு, ஒரு DSB-SC சுமப்பி ஒடுக்கப்பட்ட இரட்டை மருங்கலைப் பண்பேற்றம் போல இருக்கும். உள்ளிடும் தரவில் நேர்மின் (DC) கூறு உள்ளதால், வெளியீட்டில் சுமப்பியின் கூறு இருக்கும். எடுத்துக்காட்டாக, x(t) ஒரு நேர்த்துருவ அலைவடிவில் ...1 0 1 0 1 0... என்று இருப்பது சதுர அலை என்றால், பண்பேற்றப்பட்ட சுமப்பியின் நிறமாலையின் இருமருங்கிலும் அதிவெண் கூறுகள் இருக்கும் (படம் 6.25 அ).

ஓர் இயல்புத் தகவல் சமிக்ஞையோ, தற்போக்குத் தன்மை வாய்ந்தது (random). எப்போது 1 வரும், 0 நிகழும் என்று முன்கூற இயலாது. அப்படி இருக்கும்போது, பண்பேற்றப்பட்ட அலையின் நிறமாலை, (இங்கு, நிறமாலைசார் திறன் அடர்த்தி-Power Spectrum Density) ஒரு தொடர்நிலை (continuous) நிறமாலை ஆகும்.

பண்பேற்றும் சதுர அலையில் நேர்மின் (DC) கூறு இருப்பதால், வெளியிடும் சமிக்ஞையில் சுமப்பி இருக்கின்றது. இரு மருங்கலை ஒப்புமைப் பண்பேற்றத்தோடு (DSB) ஒப்பு நோக்குக.

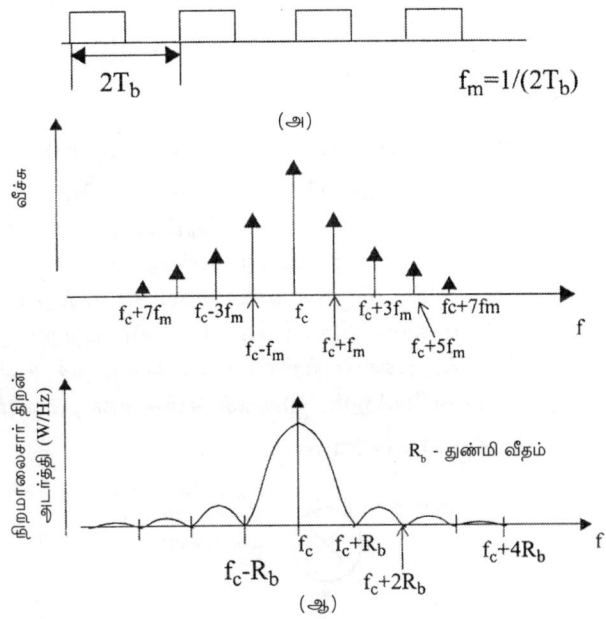

வரைபடம் 6.25. (அ) அகல்-நிகழ் சதுர அலை பண்பேற்றத்தின் நிறமாலை. சுமப்பி அதிர்வெண் f_c.
(ஆ) பொதுவான நிகழ்-அகல் விசைமுறையின் நிறமாலை.

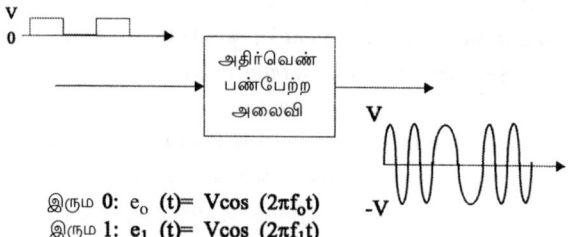

இரும 0: $e_0(t) = V\cos(2\pi f_0 t)$
இரும 1: $e_1(t) = V\cos(2\pi f_1 t)$

வரைபடம் 6.26. அதிர்வெண் விலகும் விசைமுறை.

6.11.3 அதிர்வெண் விலகும் விசைமுறை (Frequency Shift Keying)

இருமச் சமிக்ஞையை உள்ளிடும் போது, இரண்டு நிலையில் இருக்கும் உள்ளீட்டுக்கு, இரண்டு வேறு அதிர்வெண்கள் கொண்ட சுமப்பி அலைகளை, பண்பேற்றி வெளியிடுகின்றது. இதற்கு மின்னழுத்தம் கொண்டு அதிர்வெண்ணைக் கட்டுப்படுத்துமாறு அமைக்கப்பட்ட மின்மறிமப் பண்பேற்றியைப் பயன்படுத்தலாம்.

சராசரி சுமப்பி அதிர்வெண் f_c *என்று குறிப்பிட்டால், இரும 1க்குப் பதிலீடாக, பண்பேற்றி,* $f_1 = f_c + \Delta f$ *அதிர்வெண் சமிக்ஞையை வெளியிடுகின்றது. இரும 0க்குப் பதிலீடாக, பண்பேற்றி,* $f_2 = f_c - \Delta f$ *அதிர்வெண் சமிக்ஞையை வெளியிடுகின்றது.*

6.11.4 கட்டநிலை விலகும் விசைமுறை (Phase Shift Keying - PSK)

இருமச் சமிக்ஞை கொண்டு, சுமப்பி அலையின் கட்டநிலை 0^0 *மற்றும்* 180^0*ஆக மாற்றுவது PSK. நடைமுறைப்படுத்தும் சுற்று, ஒரு சமநிலை பண்பேற்றியாகப் படம் 6.27 காட்டுகின்றது. சுழியத்தின் மதிப்புக்கு (0 V) திரும்பாத அலைவடிவில், இருமச் சமிக்ஞை, +1 மற்றும் -1 என இருநிலைகளை எடுப்பதாகக் கொள்வோம். பண்பேற்றும் இருமச் சமிக்ஞை +1 என்றால், பண்பேற்றியின் வெளியீட்டுச் சமிக்ஞை,* $1 \times \cos(2\pi f_c t + \phi_c)$ *. பண்பேற்றும் இருமச் சமிக்ஞை -1 என்றால், வெளியீட்டுச் சமிக்ஞை* $-1 \times \cos(2\pi f_c t + \phi_c)$ *.*

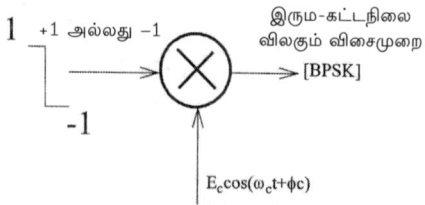

வரைபடம் 6.27 இரும-கட்டநிலை விலகும் BPSK அலையை உருவாக்கும் சமநிலைப் பண்பேற்றி.

குவாட்ரேட்சர் கட்டநிலை விலகும் விசைமுறை (Quadrature Phase Shift Keying - QPSK). *சில இடங்களில் இருமத் துண்மி ஓட்டங்களை இரு துண்மிகள் கொண்ட இணைகளாகப் பகுத்த பிறகு பண்பேற்றம் செய்வதால் நன்மைகள் உண்டு. இரு துண்மிகளைச் சேர்த்து, ஒரு கணத்தில் நோக்கும்போது, இருக்கக்கூடிய துண்மி இணைகள் நான்கு. அவை முறையே: (1,1), (1,-1), (-1,1), (-1,-1). இந்நான்கில் ஒவ்வொன்றுக்கும் ஒரு தனிப்பட்ட கட்டநிலை ஒதுக்கப்படுகின்றது. மூலத் தகவல் சமிக்ஞை (1,1)--> 45^0, (1,-1)--> -45^0, (-1,1)--> 135^0 மற்றும் (-1,-1)--> -135^0 என்ற கட்ட நிலைகளால் படம்பிடித்து, 6.28 காட்டுகின்றது.*

இதை நடைமுறைப்படுத்த, பண்பேற்றிக்கு உள்ளிடப்படும் துண்மிகள் இரு கிளைகளாகப் பிரிக்கப்படுகின்றன (படம் 6.29). முதல் கிளைத் துண்மிகளின் அச்சு I (Inphase) என்று வழங்கப்படுகின்றது. இக்கிளையில் உள்ள பண்பேற்றிக்கு வரும் சுமப்பி, மூலச் சுமப்பியின் கட்டநிலைக்கு ஒத்திருப்பதால் Inphase என்று பெயர். இரண்டாம் கிளைத் துண்மிகளின் அச்சு Q (Quadrature). பண்பேற்றிக்கு வரும் சுமப்பி, மூலச் சுமப்பியின் கட்டநிலையி லிருந்து 90^0 விலகி நிற்பதால் Quadrature என்று பெயர். QPSK பண்பேற்றி யின் வெளியீடு, ஒவ்வொரு கிளையிலும் ஏற்படும் இரும கட்டநிலை விலகும் பண்பேற்றங்களின் (BPSK) கூட்டாகும். பின்வரும் கோவை, பண்பேற்றத்தைக் குறிக்கப் பயன்படும். 4 புள்ளி களைக் குறிக்கும் இரு பரிமாண வரைபடம் 6.28 QPSKயின் சமிக்ஞைக் குழுமமாகும்.

$$y_{qpsk} = i\cos(\omega_c t) + q\sin(\omega_c t) = \sqrt{i^2 + q^2}\cos(\omega_c t - \phi) \qquad (6.23);$$

$$\phi = \operatorname{atan}\left(\frac{q}{i}\right) \qquad (6.24).$$

இங்கு $i = \sqrt{2}\cos\phi$, $q = \sqrt{2}\sin\phi$,

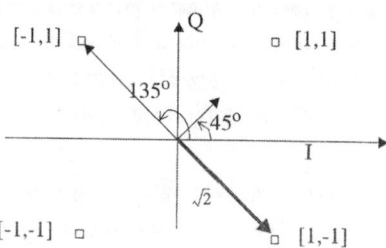

வரைபடம் 6.28. QPSK சமிக்ஞைக் குழுமம். எக்கணத்திலும் நான்கு கட்டநிலைகளுள் ஒன்று ஒலிபரப்பப்படும்.

ஒரு மருங்கலைவரிசைப் பண்பேற்றியையும் (Single Sideband Modulator) QPSK பண்பேற்றியையும் ஒப்பு நோக்குக. SSB பண்பேற்றியில், சுமப்பி அலையின் இரு செங்குத்தான கட்டநிலைக் கூறுகளைக் கொண்டு பண்பேற்றம் நிகழ்த்தும் போது, தகவல் சமிக்ஞை எடுத்துகொள்ளும் அலைவரிசைப் பட்டை அகலம் சிக்கனமாகப் பயன்படுத்தப் படுகின்றது. SSB பண்பேற்றியில் ஒரு மருங்கலை மட்டும் வெளியிடப்படுகின்றது. அதனால், தடத்தில் சமிக்ஞை எடுத்துக்கொள்ளும் அலைவரிசை அகலம், வீச்சுப் பண்பேற்றத்தை ஒப்பு நோக்குகையில் இரண்டில் ஒரு பங்கே! QPSK பண்பேற்றியில் இரு BPSK சமிக்ஞைகள், ஒன்றுக்கொன்று செங்குத்தாக அமைவதால், ஒன்றோடு ஒன்று இடையிடாது. அதே அலைவரிசை அகலத்தில் இரு சமிக்ஞைகளை ஏற்றுவதால், BPSK பண்பேற்றத்தைக் காட்டிலும் QPSK பண்பேற்றத்தின் பட்டை அகலத்தை பயன்படுத்தும் திறன், இருமடங்கு அதிகம்.

6.11.5 துண்மி வீதமும், பாட் வீதமும் (Bit Rate and Baud Rate)

இலக்கச் சமிக்ஞை என்றால் துண்மிகள் நினைவுக்கு வருவதுதான் வழக்கம். துண்மிகள் செலுத்தப்படும் வேகம் அல்லது ஓடும் வேகம் தான் துண்மி வீதம் (bits/sec). தொலைபேசிக் கம்பியூடாகக் கணினித் துண்மிகளைச் செலுத்தும் மோடம் செலுத்தும் வேகத்தை, துண்மிகள்/ வினாடி என்று குறிப்பிடுவர். மோடம் வேலை செய்யும் வேகம் துண்மிகள்/வினாடி. குறைந்த வேகத்தில் செயலாற்றும் மோடம்கள் (modems) பயன்படுத்தும் பண்பேற்ற உத்திகள், ஒரு நேரத்தில் ஒரு துண்மியைத்தான் செலுத்தவல்லன. FSK மோடம், 1 மற்றும் 0க்குத் தகுந்தவாறு இருநிலைகளுக்கு அலைவியின் அதிர்வெண்ணை விலக்குகின்றது.

BPSKயில் சுமப்பியின் கட்டநிலையை 180^0 மாற்றி, சமிக்ஞையின் இரண்டு நிலைகளைக் குறிப்பிடுகின்றோம். ஒரு துண்மியை ஒரு கணத்தில் செலுத்துவது அதிர்வெண் நிறமாலையைத் திறமாகப் பயன் படுத்துவதாகாது. அதாவது, அலைவரிசையின் பயன்பாட்டுத் திறன் குறைவு. பயன்படுத்தப்படும் ஒரு Hz அலைவரிசையில் வினாடிக்கு எத்தனை துண்மிகள் என்று குறிப்பது, அலைப்பட்டையின் பயன் பாட்டுத் திறன்.

ஒரு துண்மிக்கு மேல் ஒரு கணத்தில் செலுத்தினால், துண்மிகளைப் பற்றி மட்டும் பேசிவிட்டு நின்றுவிட முடியாது; ஒரு கணத்தில் செலுத்தப் படும் துண்மிகளின் 'கொத்து' என்று பேச வேண்டி உள்ளது. இந்தத் துண்மிக் கொத்தின் மறுபெயர்தான் குறியீடு (symbol). நாம் செலுத்தும் பண்பேற்ற வடிவம் QPSK என்றால் இரு துண்மிகள் ஒரு கணத்தில்

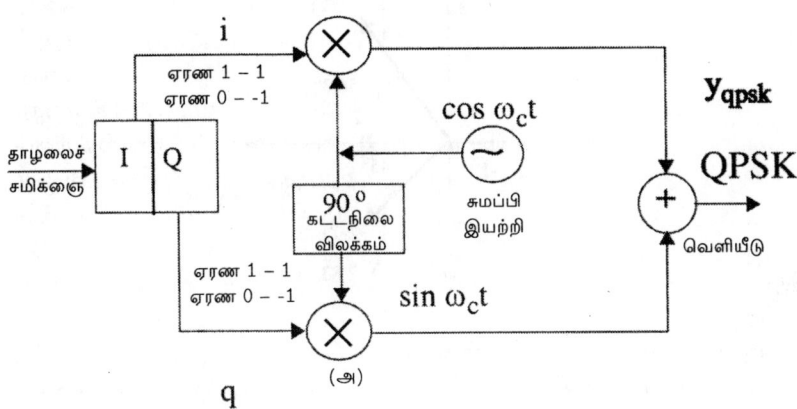

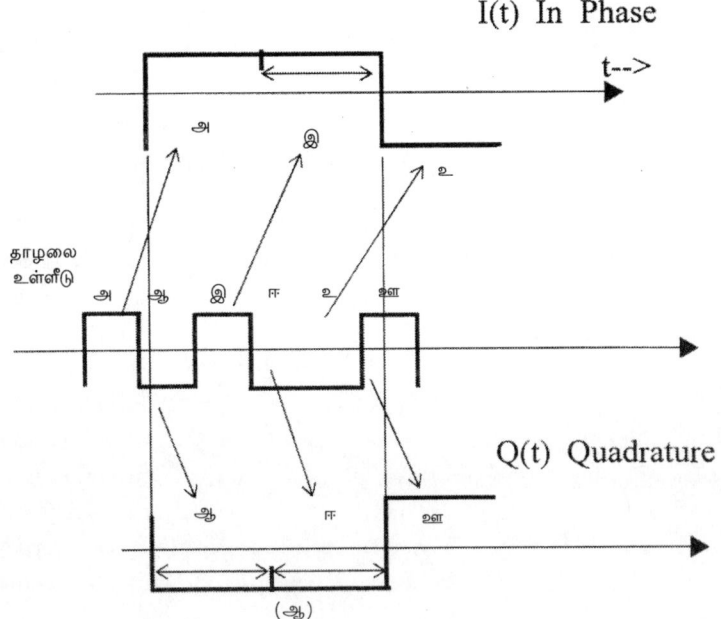

வரைபடம் 6.29. (அ) QPSK பண்பேற்றி (ஆ) அலைவடிவங்கள்.

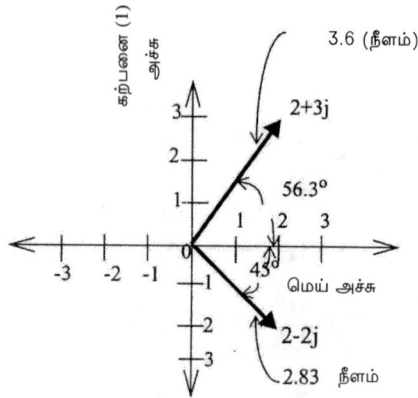

செலுத்தப்படுகின்றன. ஒரு வினாடியில் செலுத்தப்படும் துண்மிகளின் எண்ணிக்கையின் பாதிதான், ஒரு வினாடியில் செலுத்தப்படும் குறியீடுகளின் எண்ணிக்கை. குறியீட்டு வீதம் – பாட் (Baud) வீதம்.

பிற்சேர்க்கை

6.அ. கலவை எண்கள் அல்லது சிக்கல் எண்கள்

தொடர்பாடல் சமிக்ஞைகளில் காணப்படும் சிக்கலான அலைவடிவங்களைக் கணிக்க, கலவை எண்கள் வசதியாக அமைகின்றன. ஒரு குறிப்பிட்ட அதிர்வெண்ணில் வீச்சு மற்றும் கட்டநிலைகளைத் தனி ஒரு கலவை எண் கொண்டு குறிப்பிடலாம்.

சிக்கல் சமதளத்தில் ஒரு புள்ளியாக சிக்கல் எண்களைக் குறிக்கலாம். சிக்கல் எண்ணின் கற்பனைப் பகுதி, தொடக்கப் புள்ளியிலிருந்து (0+j0) மேல் அல்லது கீழ் நோக்கிய தொலைவு; அதன் மெய்ப் பகுதி, தொடக்கத்திலிருந்து வலம் அல்லது இடம் நோக்கிய தொலைவு. தொடக்கப் புள்ளியிலிருந்து சிக்கல் எண்ணைக் குறிக்கும் புள்ளி (x+jy) நோக்கி, முனையில் அம்பு உள்ள கோட்டால் ஒரு வெக்டரை குறிக்கலாம்; அந்த வெக்டர் சிக்கல் எண்ணையும் குறிக்கின்றது. வெக்டரின் நீளம் $\sqrt{x^2+y^2}$; சிக்கல் எண்ணின் பருமன். மெய் அச்சுக்கும் வெக்டருக்குமிடையே உள்ள கோணம், சிக்கல் எண்ணின் கட்டநிலை. படத்தில் இரு சிக்கல் எண்களை மேல்சொன்ன முறையில் குறித்துள்ளோம். முதல் எண் 2+j3. சிக்கல் எண்ணின் பருமன் 3.6. கட்டநிலை 56.3^0, மெய்யச்சில் இருந்து இடஞ்சுழியாக (counterclockwise). இது முந்தும் கட்டநிலை (leading phase) கொண்ட சிக்கல் எண். இரண்டாம் எடுத்துக்காட்டு 2-j2. சிக்கல் எண்ணின் பருமன் 2.83. 45^0 மெய் அச்சிலிருந்து வலஞ்சுழியாகக் கட்டநிலை குறிக்கப்படுகின்றது. சிக்கல் எண்கள், தொடர்பாடல் சைகையின் சிக்கலான அலை வடிவங்கள் சார்ந்த கணிப்புகளை எளிதாக்குகின்றன. ஒரு குறிப்பிட்ட அதிர்வெண் கொண்ட சைனலைக் கூறின், திறனும் (பருமளவு) கட்ட நிலையும், ஒரே சிக்கல் எண்ணால் குறிப்பிடலாம். சமிக்ஞைகள் மற்றும் சுற்றுகள் தொடர்புடைய கணிப்புகளில் சிக்கல் எண்கள் இன்றியமையாத பங்கு வகிக்கின்றன; ஏனென்றால், ஒரு சுற்றின் எதிர்மமும் அதிர்வெண் தொட்டு மாறும் சிக்கல் எண்தான்.

6.ஆ. ஃபூரியர் தொடரும், களமாற்றமும் (Fourier Series and Transforms)

சமிக்ஞைகளை சைனலைகள் கொண்டு சித்திரிக்க இரண்டு வழிகள் இருக்கின்றன. நேரம் தொட்டு மீளும் முடிவில்லா சமிக்ஞைகளைச் சித்திரிக்க ஃபூரியர் தொடர் பயன்படுத்தப்படுகின்றது. ஃபூரியர் களமாற்றம் அல்லது ஃபூரியர் தொகையீடு, நேரம் தொட்டு மீளாத சமிக்ஞைகளைச் சித்திரிக்கப் பயன்படுகின்றது.

நேரம் சார்ந்த சமிக்ஞை f(t), t=-T/2 இருந்து t=T/2 வரை நீண்டு, கால வட்டத்தில் மீளும் என்றால், ஃபூரியர் தொடர்,

$$f(t) = \sum_{n=-\infty}^{n=\infty} C_n e^{j2\pi\left(\frac{n}{T}\right)t} \quad (6.25).$$

இங்கு, n ஒரு முழு எண் (integer); *-2,-1,0,1,2...* மற்றும் $j = \sqrt{-1}$. பின்வரும் கோவையைக் கொண்டு குணகம் C_nஐக் காணலாம்.

$$C_n = \frac{1}{T}\int_{-\frac{T}{2}}^{\frac{T}{2}} f(t)\, e^{-j2\pi\left(\frac{n}{T}\right)t} dt \quad (6.26).$$

ஒரு ஃபூரியர் தொடர், எப்பொழுதும் காலவட்டத்தில் மீளும் (periodic) இயல்புடையது; T வினாடிகள் கழித்து, அலைவடிவம் மீண்டும் தோன்றும். சமிக்ஞை f(t) காலவட்டத்தில் மீளாத சமிக்ஞையானால் (non-periodic), மேற்சொன்ன ஃபூரியர் தொடர் சித்திரிப்பு, எல்லா நேரத்திற்கும் சரியாகாது; நேரம் t, -T/2இலும் குறைவாகவும் T/2யைவிட அதிகமாகவும் இருக்கும்போது பிழையான முடிவுகளை ஈட்டும். மாறாக, f(t), T காலவட்டம் தொட்டு மீளும் சமிக்ஞையாக இருந்தால், ஃபூரியர் சித்திரிப்பு எல்லா காலத்துக்கும் செல்லுபடியாகும்.

ஒரு செய்தியை வெளிப்படுத்த, மின்னியல் சமிக்ஞை நேரம் தொட்டு எதிர்பாராத விதமாக மாற வேண்டும். இப்படிப்பட்ட சமிக்ஞையை ஃபூரியர் மாற்றம் அல்லது தொகையீடு கொண்டு சித்திரிக்கலாம். v(t) நேரம் சார்ந்த ஒரு சமிக்ஞை, f அதிர்வெண் மற்றும் $j = (\sqrt{-1})$ கற்பனை எண் என்றால் – சமிக்ஞை v(t)யின் ஃபூரியர் மாற்றம் V(f),

$$V(f) = \int_{-\infty}^{\infty} v(t)\, e^{-j2\pi ft} dt \quad (6.27).$$

சைன் அலைகளின் வீச்சு மற்றும் கட்டநிலைகளை V(f) விவரமாகக் குறிப்பிடுகின்றது. நிறமாலை V(f)இல் இருந்து காலச் சார்பு v(t)ஐ மீட்டெடுக்கலாம். இதற்குத் தலைகீழ் ஃபூரியர் களமாற்றம் (Inverse Fourier Transform) தேவைப்படுகிறது.

$$v(t) = \int_{-\infty}^{\infty} V(f)\, e^{j2\pi ft} dt \quad (6.28).$$

v(t)இன் ஃபூரியர் மாற்றம் V(f) ஒரு சிக்கல் எண்ணாக இருந்தாலும், *(6.27)* கோவையைப் பயன்படுத்தித் தருவிக்கப்படும் v(t), V(f) மெய் எண்ணாக இருக்கும்வரை மெய்யாகவே (real) இருக்கும்; தொகையீட்டுக்குள்ளே சிக்கல் எண் இருந்தாலும் கூட.

7

செல்பேசிகளைத் தெரிந்து கொள்வோம்

படிப்பறிவும், வெகுவிளைச்சல் வேளாண்மையும் ஏழை நாட்டு மக்களின் வாழ்க்கையில் பல முன்னேற்றங்களை ஏற்படுத்தவல்லன. அதுபோல, நவீன தொலைத் தொடர்பாடலும் அவர்களை முன்னேற்றப் பாதையில் எடுத்துச் செல்லும்.

சாம் பித்ரோதா

7.1 அறிமுகம்

செல்பேசிகள், வழக்கமான தொலைபேசிகளிலிருந்து வேறுபட்ட கருவி; செல்பேசி ஒரு குட்டி இருவழி தொடர்பாடும் ரேடியோ. செல்பேசிகள், நாம் பேசும் குரல் சமிக்ஞைகளை ரேடியோ அலைகளாக மாற்றி அமைக்கின்றன. ரேடியோ அலைகள், காற்றில் பரவி தள நிலைய (Base Station) ஏற்பியைச் சென்றடைகின்றன. தள நிலையம் அழைப்பை ஏற்று, தொலைபேசிப் பிணையத்தின் (Telephone Network) ஊடாக நாம் அழைக்க விரும்பியவருக்குச் சமிக்ஞையை அனுப்பி வைக்கிறது.

ஒரு காலத்தில், கையில் எடுத்துச் செல்லக்கூடிய ரேடியோ தொலை பேசிகள் பரவலாகப் புழக்கத்தில் இருக்கவில்லை. வலுவான சமிக்ஞை களை அனுப்புவதற்கு, பருமனான செலுத்திகளைக் கையில் சுமந்து செல்லவேண்டிய நிலையிருந்ததே அதற்குக் காரணம். இன்றைய செல்பேசிகளோ, கையில் அடங்கி நிற்கும் தொலைபேசி மட்டு மல்ல; மின்னஞ்சல் (Email), குறுஞ்செய்திச் சேவை (SMS), பல்லூடகச் செய்திச் சேவை (MMS), கணிப்பி (Calculator), இணைய அணுகல் (Internet Access) வசதிகளோடு வரும் கருவி. இந்தக் கருவி எப்படி வேலை செய்கிறது என்று அறிந்து கொள்வதே, இந்த இயலின் நோக்கமாகும்.

7.2 செல்லுலர் உத்தி

செல்பேசிகளுக்கு முற்பட்ட காலத்தில் நடமாடும் தொடர்பாடல் வசதியை நாடியவர்கள், ரேடியோ தொலைபேசிகளை வண்டிகளில் பொருத்தினர். இந்த ரேடியோ தொலைபேசி அமைப்பில் நகருக்கு ஒரு மைய ஆன்டெனா கோபுரம் இருந்தது. சுமார் 25 தொடர்பாடும் வழித்தடங்களே அணுகக் கிடைத்தன. இந்த மைய ஆன்டெனாவுக்கு

40 அல்லது 50 மைல் தொலைவு சமிக்ஞை சென்றடைய, வண்டியில் இருந்த செலுத்தியின் திறனை மிகையாகவும் வலிமை கூடியதாகவும் அமைக்க வேண்டியிருந்தது. படம் 7.1, இந்த ரேடியோ தொலைபேசி அமைப்பை எடுத்துக்காட்டுகிறது. ஒரு பெரிய வட்டத்துக்குள் அழைப்பைத் தொடங்கியவர் (பயனர்), அந்த அலைவரிசை வட்டத் துக்கு வெளியே வந்ததும் இணைப்பு துண்டிக்கப்படும். இந்த ஏற்பாடு, திருப்தி அளிக்காத ஓர் அமைப்பு மட்டுமல்ல; அலைவரிசைகளின் பயன்பாட்டுத் திறனும் இதில் மிகக் குறைவு.

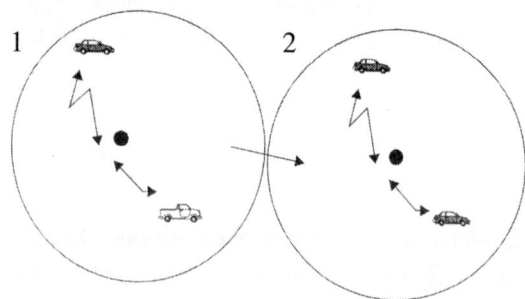

வரைபடம் 7.1. செல்லுலர் அமைப்புகளுக்கு முற்பட்ட மொபைல் ரேடியோ தொலைபேசி அமைப்பு.

ரேடியோ அலைவரிசைகளின் பற்றாக்குறையே, ரேடியோ தொடர் பாடலில் உள்ள ஒரு பெரிய சிக்கல் எனலாம். வானொலி, தொலைக் காட்சி, இராணுவ ரேடார், கப்பல்கள் தொடர்பாடல் சேவை எனப் பல அமைப்புகளுக்கும் தனிப்பட்ட அலைவரிசைகள் ஒதுக்கப்படுகின்றன. இதனால், அலைவரிசை நெருக்கடி உண்டாகிறது. குறைந்த அளவு அலைவரிசைகளைப் பாவித்து, கூடுதல் எண்ணிக்கை வாடிக்கையாளர் களுக்குச் சேவை வழங்கும் ரேடியோ தொலைபேசி அமைப்பையே – அலைவரிசைகளின் பயன்பாட்டை நிர்ணயித்து, மேலும் முறைப் படுத்திக் கண்காணிக்கும் தொடர்பாடல் ஆணையங்கள் நாடுகின்றன.

7.3 அலைவரிசை மறுபயன்பாடு (Frequency Reuse)

செல்லுலர் அமைப்பின் அறிவு நுட்பம், நகரைச் சிறு செல்களாகப் பகுப்பதில்தான் இருக்கிறது. இதனால், பெரும் அளவில் ‘அதிர்வெண் மறுபயன்பாடு (Frequency Reuse) செய்ய இயலும் நிலை உருவாகிறது. மேலும், பல்லாயிரக்கணக்கான மக்கள் செல்பேசிகளை ஒரே நேரத்தில் பயன்படுத்தலாம். ஒரு செல், சுமார் 10 சதுர மைல் பரப்புள்ள அறுகோண வடிவளவில் அமைக்கப்படுகிறது. ஒவ்வொரு செல்லிலும் – கோபுரம் போன்ற அமைப்பும், ரேடியோ சாதனங்கள் அடங்கிய கட்டடமும் கொண்ட – தளநிலையம் (Base Station) உள்ளது.

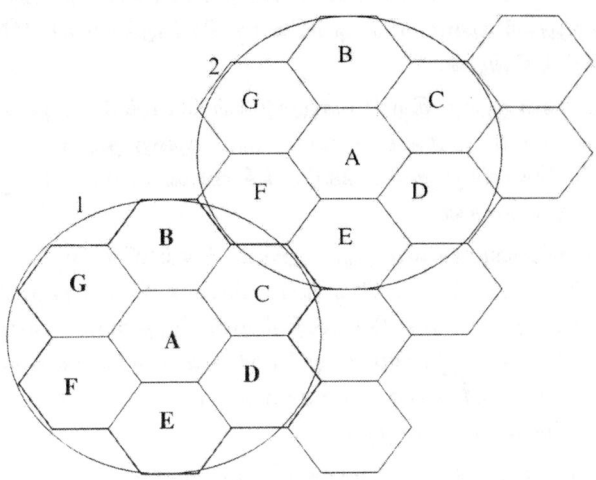

வரைபடம் 7.2. ஒரு பெருநகரம் சிறிய சிறிய அறுகோண செல்களாகப் பிரிக்கப்பட்டு, ஏழு செல்கள் சேர்ந்து ஒரு கொத்தாக சித்திரிக்கப்படுகிறது. முதல் (1) கொத்தில் 'A' செல்லும் இரண்டாம் (2) கொத்தில் 'A' செல்லும் ஒன்றுக்கொன்று இடைஞ்சல் இல்லாதவாறு அதே அலைவரிசைகளை குரல் தடங்களாகப் பயன்படுத்தலாம்.

வரைபடம் 7.2 காட்டும் எடுத்துக்காட்டில், கிடைக்கக்கூடிய இருவழிக் குரல் தடங்களில் (Duplex Voice Channels) ஏழில் ஒரு பங்கை (1/7), ஒவ்வொரு செல்லும் பயன்படுத்தலாம். ஒரு செல்லுக்கு ஒதுக்கப்பட்ட அதிர்வெண் தொகுதியும், அந்த செல்லுக்கே உரிய தனிப்பட்ட தொகுதி யாகும்; பக்கத்து செல்லுக்குத் தரப்படாது. இதனால், மோதல்களும் இடைஞ்சல்களும் ஏற்படுவதில்லை.

பெருநகர் செல்பேசிச் சேவை வழங்குநர் பயன்பாட்டுக்கு 800 அலை வரிசைகள் என்று வைத்துக்கொள்வோம். ஒவ்வொரு செல்பேசியும், இரண்டு அதிர்வெண்கள் (அலைவரிசைகள்) ஓர் அழைப்புக்குப் பயன் படுத்துகின்றன. சேவை வழங்குநரின் பயன்பாட்டிற்கு, 380 குரல் தடங்கள் உள்ளன. 40 அலைவரிசைகள் கட்டளைத் தடங்களாகப் (Control Channels) பயன்படுத்தப்படுகின்றன. ஆகவே, ஒவ்வொரு ‘செல்’லுக்கும் 54 குரல் தடங்கள் கிட்டுகின்றன [1]. 54 பேர் எந்த நேரத்திலும் ஒரு செல்லில் பேசலாம். இது ஒப்புமை (Analog) முறையில் உள்ள செல்லுலர் அமைப்பு.

[1] *மொத்தத் தடங்கள் = 380×2 (குரல்)+40 (கட்டளை) = 800. ஒரு செல்லுக்கு 380/7=54 இருவழி குரல் தடங்கள்.*

TDMA (Time Division Multiple Access) என்று சொல்லப்படுகின்ற இலக்க முறைச் செல்லுலர் அமைப்பில் ஒவ்வொரு செல்லுக்கும் 54×3=162 குரல் தடங்கள் கிட்டுகின்றன.

செல்பேசிகள் குறை-திறன் செலுத்திகள் கொண்டு வடிவமைக்கப் படுகின்றன (1வாட்). தளநிலையங்களும் குறை-திறன் (low-power) செலுத்திகள் கொண்டு அமைக்கப்படுகின்றன (30வாட்). இதனால் உண்டாகும் நன்மைகள்:

1. ஒரு தளநிலையத்திலிருந்தும், அதன் 'செல்'லில் இருக்கும் பேசி களிலிருந்தும் செலுத்தப்படும் ரேடியோ சமிக்ஞை 'செல்'லுக்கு வெளியே வெகுதொலைவு போய்ச் சேருவதில்லை. இதனால், வரைபடம் 7.2இல் 'A' 'செல்'கள் இரண்டும் அதே 54 அலைவரிசைகளைப் பயன் படுத்தலாம். இதே 54 அலைவரிசைகளைப் பரவலாக நகரம் முழுதும் உள்ள 'A' செல்கள் பயன்படுத்தலாம்.

2. செல்பேசிகள் நுகரும் மின்சக்தி மிகவும் குறைவு. சிக்கன மின்நுகர் கருவி என்பதால், சிறிய கலன்களிலிருந்து (3V Battery) இயங்கவல்லன. செல்பேசியின் இந்த அம்சமே, பரவலாக அவை பயன்பாட்டில் இருப்பதன் மூலகாரணம்.

7.4 செல்பேசி: இருவழி ரேடியோ

செல்பேசி ஓர் இருவழி (Duplex) ரேடியோ என்று இந்த இயலின் முதல் பத்தியிலே சொன்னோம். வானொலி நிலையமும், ஏற்பியும் கொண்ட அமைப்பு – ஒருவழி (Simplex) ரேடியோ. நம்மிடம் உள்ள வானொலி ஏற்பியால், சமிக்ஞைகளை வாங்க மட்டுமே முடியும்; அனுப்ப முடியாது. செல்பேசியோ – சமிக்ஞையை ஏற்று, அதே நேரத்தில் அனுப்பும் வேலையையும் ஆற்றுகிறது.

'டியூப்லெக்ஸ்' என்ற சொல் இருவழியைக் குறிக்கிறது. பொதுவாக, 'இரு முதன்மைக் கூறுகள் கொண்டு திகழ்வது' என்று பொருள்; தொடர்பாடல் துறையில் தடங்களைக் குறிக்கும்போது 'இருவழி' எனப் பொருள்படுகிறது.

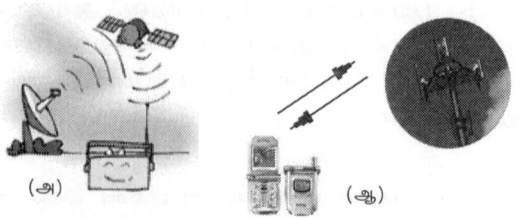

வரைபடம் 7.3. (அ) ஒருவழி ரேடியோ:வானொலி.   (ஆ) இருவழி ரேடியோ:செல்பேசி.

தகவலை இரு திசைகளிலும் ஒரே நேரத்தில் கொண்டு செல்லும் தடம் 'Full-Duplex' தடம். ஒரே ஊடகத்தில் 'Forward-முன்செல்', 'Reverse-பின்செல்' என இருவேறு தடங்களை அமைத்து, அவற்றைப் பிரிக்கும் முறை 'Duplexing' (இரட்டை வழியாக்கம்) என வழங்கப்படும்.

அதிர்வெண் பங்கிட்ட இரட்டை வழியாக்கம் (Frequency Division Duplexing – FDD): செல்பேசி அமைப்புகளில் இரட்டை வழியாக்க ஏற்பாடு – தனித்தனி அலைவரிசைகளைச் செலுத்துவதற்கும் ஏற்பதற்கும் பயன்படுத்தி – செலுத்தியும் ஏற்பியும் ஒன்றுக்கொன்று இடைஞ்சல் இல்லாதவாறு அமைக்கிறது. FDD ஏற்பாட்டில், ஒரே நேரத்தில் செலுத்தும் வழித் தடங்கள் சந்தாதாரருக்கும் தள நிலையத்துக்கும் வழங்கப்படுகிறது. அதே சமயத்தில் சமிக்ஞைகளை ஏற்கும் வசதியும் இருக்கிறது. தள நிலையத்தில், செலுத்தும் ஆன்டெனாவும் ஏற்கும் ஆன்டெனாவும் தனித்தனியே இயங்கி, இருவேறு தடங்களுடன் தொடர்பாடுகின்றன. சந்தாதாரர் அலகில் (செல்பேசியில்), ஒரே ஆன்டெனா தள நிலையத்துக்கு அனுப்பவும் தள நிலையத்திலிருந்து ஏற்கவும் பயன்படுத்தப்படுகிறது. டியூப்லெக்சர் (இரட்டைவழியாக்கி) என்ற கருவி, ஒரே ஆன்டெனா ஒரே நேரத்தில் செலுத்தவும் ஏற்கவும் வழிவகுக்கிறது. FDD முறையை வசதியாக்க, செலுத்தும் அலை வரிசைக்கும் ஏற்கும் அலைவரிசைக்கும் குறைந்தபட்ச இடைவெளி, மைய அதிர்வெண்ணில் 5 சதவிகிதமாவது இருக்கவேண்டும். இவ்வாறு அலைவரிசைகள் அமையும்போது, இரட்டை வழியாக்கியால் ஏற்பியை செலுத்தியிடமிருந்து போதுமான அளவுக்குத் தனிமைப்படுத்த (Isolate) முடிகிறது; இரட்டை வழியாக்கியைக் குறைந்த செலவில் தயாரிக்கவும் முடிகிறது.

அதிர்வெண் பங்கிட்ட இரட்டை வழியாக்க முறையில், இருவேறு அலைவரிசை கொண்ட ஒருவழித் தடங்கள் ஓர் இணையாகவும், குறிப்பிட்ட அதிர்வெண் இடைவெளியுடனும் விளங்கி ரேடியோவின் இருவழித் தடத்தை நிர்ணயிக்கின்றன. தகவலை, தள நிலையத்திலிருந்து நகரும் பயனரிடம் எடுத்துச் செல்லும் தடம், முன்செல் தடம் (Forward Channel). தகவலை, நகரும் பயனரிடமிருந்து தள நிலையத் துக்கு எடுத்துச் செல்லும் தடம், பின்செல் தடம் (Reverse Channel). வடஅமெரிக்காவில் வழங்கி வரும் AMPS என்ற உயர்நிலை நடமாடும் பேசி அமைப்பில், பின்செல் தடத்தின் அதிர்வெண் சரியாக 45 MHz முன்செல் தடத்தைக் காட்டிலும் குறைவாக இருக்க வேண்டும் என்று வரையறுக்கப்பட்டுள்ளது. படம் 7.4, இந்த இரட்டைவழியாக்கக் கருத்தை விளக்குகின்றது.

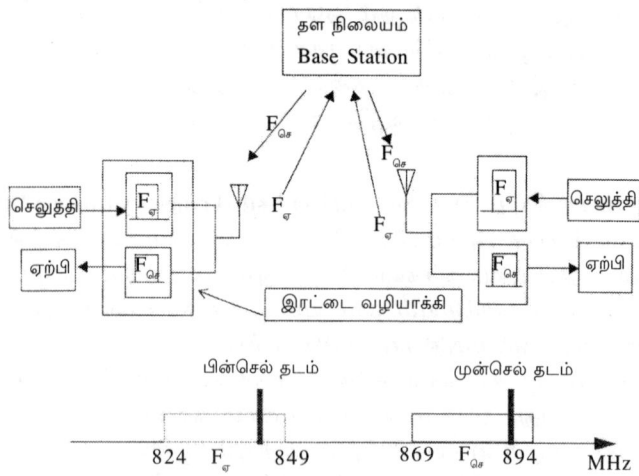

வரைபடம் 7.4. தள நிலையம், செல்பேசிகளோடு தொடர்பாட, இருவழித் தடங்களை அணுகுகிறது. முன்செல் தடம் (Forward Channel) – கறுப்பு நிறத்தில். பின்செல் தடம் (Reverse Channel) – சாம்பல் நிறத்தில்.

ஒரே செல்பேசி ஆன்டெனாவைக் கொண்டு இரண்டு அலைவரிசைகளில், முறையாகச் செலுத்தவும் ஏற்கவும் பயன்படுத்தி வருவதால், இரட்டை வழியாக்கி, செலுத்தும் மற்றும் ஏற்கும் அலைவரிசைகளைப் பிரிக்கிறது. ஓர் அழைப்புக்கு என்று ஒதுக்கப்படும் இரு குரல் தடங்கள், 30 கிஹெ அகலம் கொண்ட அலைவரிசைக் குறும்பட்டைகள் தாம். 25 மெஹெ அகலம் கொண்ட அதிர்வெண் பட்டைக்குள் ஒரு செலுத்து தடமும், 45 மெஹெ இடைவெளி விட்டு, இணையான ஏற்பு தடமும் சேர்ந்து ‘இருவழி’ ரேடியோத் தடமாக விளங்குகிறது.

செலுத்தவும்/ஏற்கவும் தனித்தனி அலைப்பட்டைகள் 45 மெஹெ இடைவெளியில் அமைந்திருப்பதால், இரட்டை-வழியாக்கியை இரு பட்டை-புகு வடிப்பான்கள் (band-pass filters) கொண்டு வடிவமைக்க ஏதுவாகிறது. இதனால், செல்பேசியின் ஏற்பி, 869-894 மெஹெ அலைப் பட்டைக்குள் ஓர் அலைவரிசையில் ஏற்கிறது; செல்பேசியின் செலுத்தி, 824-849 மெஹெ அலைப்பட்டைக்குள் ஓர் அலைவரிசையில் செலுத்துகிறது.

பின்குறிப்பு: 1 கிஹெ - 1 கிலோ ஹெர்ட்ஸ்=1000 ஹெர்ட்ஸ். 1 மெஹெ - 1 மெகா ஹெர்ட்ஸ்=1,000,000 ஹெர்ட்ஸ்.

7.5 பன்முக அணுகல் நுட்பங்கள் (Multiple Access Techniques)

பல பயனர்களை அணுக, செல்பேசி அமைப்பு, ரேடியோ ஊடகத்தில் தடங்களை ஒதுக்குகிறது என்று கண்டோம். இந்தத் தடங்கள், அலைவரிசையால் நிர்ணயிக்கப்படுகின்றன. அலைவரிசைப் பட்டையில்

செல்பேசிகளைத் தெரிந்து கொள்வோம் | 115

25 மெஹெ முன்செல் தடத்துக்கும் (forward channel), *25* மெஹெ பின்செல் தடத்துக்கும் (reverse channel) AMPS அமைப்பில் கொடுக்கப்பட்டுள்ளன என்று பகுதி *7.4*இல் அறிந்தோம். ஒவ்வொரு குரல் தடமும் *30* கிஹெ அகலம் எடுத்துக்கொள்வதால், AMPS ஒதுக்கும் 25 மெஹெ பட்டையில், 25 மெஹெ/30 கிஹெ = *833* தடங்கள் மொத்தம் அணுகக் கிடைக்கின்றன. இப்படி அதிர்வெண் (அலைவரிசை) பகிர்ந்துகொள்ளும் அணுகல் முறை, அதிர்வெண் பங்கிட்ட பன்முக அணுகல் (Frequency Division Multiple Accesss) என வழங்கப்படும். FDMA நுட்பம், முதல் தலைமுறை செல்பேசிகளில் கையாளப்பட்டது. தற்போதும், புதிய செல்பேசிகள், FDMA அணுகல் முறையைக் கையாளும் AMPS அமைப்பில் செயல்பட ஏற்புடையதாகவே (compatible) உருவாக்கப்படுகின்றன.

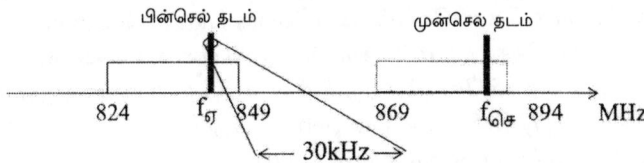

வரைபடம் 7.5. FDMA நுட்பத்தில் 25 மெஹெ அலைவரிசை அகலத்தில் 25 மெஹெ/30கிஹெ தடங்களே பயன்பாட்டுக்குக் கிடைக்கின்றன.

7.5.1 நேரம் பங்கிட்ட பன்முக அணுகல் (TDMA)

FDMA பழைய நுட்பம். அலைவரிசையை மேலும் சாதுரியமாகப் பயன் படுத்தலாம். ஒரே அலைவரிசையில் மூன்று பயனர்கள் நேரத்தைப் பங்கிட்டபடியே தடத்தை அணுகலாம். இது TDMA (Time Division Multiple Access) - நேரம் பங்கிட்ட பன்முக அணுகல் நுட்பம். ஒரே அலைவரிசையைப் பயன்படுத்தும் பயனர்கள் மூவர், தமக்கென்று ஒதுக்கப்பட்ட நேர இடைவெளியில் (Time Slot) சமிக்ஞையைச் செலுத்தும் முறையை வரைபடம் 7.6 காட்டுகின்றது. ஒவ்வொரு பயனரும் T_F நேரத்திற்கொருமுறை, T_{sl} நேரம் தடத்தை அணுக முடிகிறது. TDMA நுட்பத்தில் ஒரு பயனர் குரலைச் செலுத்தும்போது, மற்ற பயனர்களின் குரல்-தரவுகளுக்கு என்ன நடக்கிறது என்ற கேள்வி எழலாம். தரவு இழப்பு ஏற்படாமல், $T_F - T_{sl}$ நேரம் தேக்கிவைக்கப்படுகிறது. குரல் சமிக்ஞையை T_{sl} நேரம் செலுத்தி, $T_F - T_{sl}$ நேரம் தேக்க, அது ஒப்புமை (Analog) வடிவிலிருந்து இலக்கமுறை (Digital) வடிவுக்கு மாற்ற வேண்டி யிருக்கிறது. TDMA செலுத்திகள், ஒப்புமைச் சமிக்ஞையை இலக்க முறைச் சமிக்ஞையாக மாற்றுகின்றன. தேக்கி வைக்கப்படும் சமிக்ஞை, நேரப்பொந்தில் விரைவுவெடிப்புப் பாங்கில் (Burst Mode) அனுப்பி வைக்கப்படுகிறது.

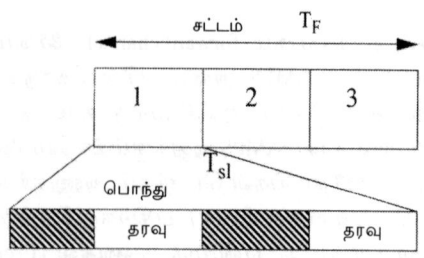

வரைபடம் 7.6 TDMA சட்டமும் பொந்தும். T_F நேரத்துக்கொருமுறை T_{sl} நேரம் ஒரு பயனர் ரேடியோ தடத்தை அணுகும் நுட்பம். நேரப்பொந்தில் குரல் (voice), கட்டளை (control) மற்றும் ஒத்தியக்க (sync) துண்மிகள் அனுப்பப்படுகின்றன.

அன்பு, ஆசை, இசை என்ற மூன்று பயனர்கள் உரையாடுவதை எடுத்துக்காட்டாகக் கொள்வோம். ஒவ்வொரு பயனரின் உரையாடலை யும் கூறுகளாகப் பிரித்து, படம் 7.7 காட்டுவது போல வரிசையாக அனுப்ப முடியும் என்று கொள்வோம். ஏற்பியில் சமிக்ஞையின் கூறுகளைச் சரியான நேரப்பொந்திலிருந்து (time slot) எடுத்துக் கோர்க்க வேண்டும். இதற்கு TDMA ஏற்பியின் கடிகாரம், செலுத்தியின் கடிகாரத் துடன் ஒத்தியங்க வேண்டும் (synchronous). இந்த ஒத்தியக்கத்தை நடைமுறைப் படுத்த, ஏற்பியின் கடிகாரத்தைச் செலுத்தியின் கடிகாரத்தோடு பூட்ட வேண்டும். இதற்கெனக் குரல் தரவோடு ஒத்தியக்க துண்மிகள் (sync bits) அனுப்பப்படுகின்றன.

TDMA நுட்பத்தில் விளைந்த செல்லுலர் அமைப்புகளை – IS-54 மற்றும் IS-136 தகுதரங்கள் வடஅமெரிக்காவிலும், GSM தகுதரம் ஐரோப்பாவிலும், PDC தகுதரம் ஜப்பானிலும் வரையறுக்கப்படு கின்றன. TDMA அமைப்பு, பயனர்களின் எண்ணிக்கையைக் கூட்டுவது மட்டுமல்லாமல் செல்பேசிகளில் உள்ள மின்கலனின் ஆயுளையும் கூட்டுகிறது. மொபைல் (செல்பேசி) உரையாடும் நேரத்தில், மூன்றில் ஒரு பங்கு நேரம்தான் செலுத்துகிறது. இதனால், TDMA செல்பேசிகளின் மின்நுகர்வு, AMPSஐவிடக் குறைவு.

7.5.2 குறியீடு பங்கிட்ட பன்முக அணுகல் (CDMA)

TDMA போலவே, ஒரே அலைவரிசையில் பல பயனர்களை அணுக வழிவகுக்கும் மற்றொரு நுட்பம் CDMA (Code Division Multiple Access) என்ற 'குறியீடு பங்கிட்ட பன்முக அணுகல்'. IS-95 தகுதரம், வட அமெரிக்காவில் இந்த நுட்பத்தைக் கையாளும் செல்பேசி அமைப்பு களை வரையறுக்கிறது. ஒவ்வொரு தகவல் அடங்கிய இலக்கமுறைப் பொட்டலத்தையும், ஒரு தனிப்பட்ட சாவியுடன் CDMA குறியீடு

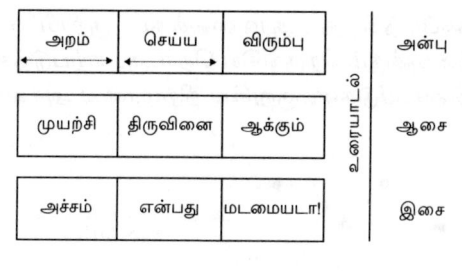

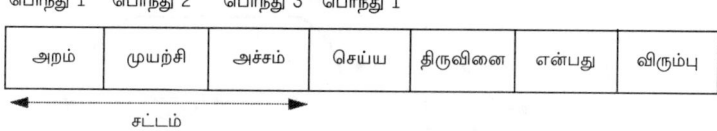

வரைபடம் 7.7. நேரம் பங்கிடும் மூன்று பயனர்களின் உரையாடல், கூறுகளாகப் பிரிக்கப்படும். ஒவ்வொருவருக்கும் தனித்தனி நேரப் பொந்துகள் ஒதுக்கப்பட்டு, கூறுகள் 'T_{sl}' நேரத்தில் செலுத்தப்படும். அன்பின் உரையை வாங்கும் பயனரின் ஏற்பி, நேரப்பொந்து 1இல் உள்ள சமிக்ஞைகளைக் கோர்க்கும்.

செய்கிறது. CDMA ஏற்பி, அந்தப் பயனருக்கு உரிய, தனிப்பட்ட சாவிக்கே பதிலீடு கொடுத்துச் சமிக்ஞையை இறக்குகிறது. CDMA செல்பேசியில் ஒட்டுக்கேட்கும் வாய்ப்பு அரிது. திறவுகோலாக விளங்கும் குறியீட்டு முறை, சமிக்ஞையின் இரகசியத்தைக் காப்பாற்ற உதவுகிறது. ஏற்க வேண்டிய பயனரிடம் சாவி இருப்பதால், அவரால் மட்டுமே சமிக்ஞைப் பொட்டலத்தை அவிழ்க்க முடியும். ஒரே அலைவரிசையில் 30-40 பயனர்களை அணுக CDMA வழிவகுக்கிறது. ஆனால் CDMA உத்தியில் – விரைவாக ஓடும் குறியீட்டுச் சொற்களோடு குரல் அலை பெருக்கப்படுகின்றது; குரலலையின் நிறமாலை விரிகிறது (spread spectrum). இதனால், CDMA சமிக்ஞை, AMPS மற்றும் TDMA சமிக்ஞையைக் காட்டிலும் அதிகமான பட்டை அகலம் எடுத்துக் கொள்கிறது. IS-95 CDMAவில் ஒலிபரப்பப்படும் சமிக்ஞை, 1.25 மெஹெ அகலம் கொள்கிறது; 30 கிஹெ அகலம் கொள்ளும் AMPS மற்றும் TDMAவுடன் ஒப்புநோக்குக. படம் 7.8 அ)இல் இரண்டு பயனர்களின் (பயனர் 1, பயனர் 2) குரலலை, குறியீட்டு எழுத்துகளுடன் (w_1 மற்றும் w_2) இயைபு படுத்தப்படுவதைக் காண்க. எடுத்துக்காட்டாக, w_1 ஆல் பயனர்1க்கு உரிய குரலலையை இயைபாக்கிய பிறகு, வெளிவரும் சமிக்ஞை, w_1 க்கே உரிய பொட்டுகள் (-----) கொண்டு விளங்குகின்றது.

குரலலை விரிக்கப்படுவதாலும், அதிகமான பட்டை அகலம் எடுத்துக் கொள்வதாலும் ஏதேனும் நன்மை உண்டா? செலுத்துவதற்கு முன், சுமார் 10 கிஹெ கொள்ளும் குரல் சமிக்ஞை, குறியீட்டுச் சமிக்ஞையால்

1.25 மெஹெ விரிக்கப்படுகிறது[2]. குரலலைக்கும், குறியீட்டுக்குப் பயன் படுத்தப்படும் சமிக்ஞைக்கும் நெருங்கிய தொடர்பு ஏற்படுத்தப்படுகிறது. தடத்தில் நேரும் இடையீடுகள், குறுகிய நிறமாலை அகலம் கொண்ட

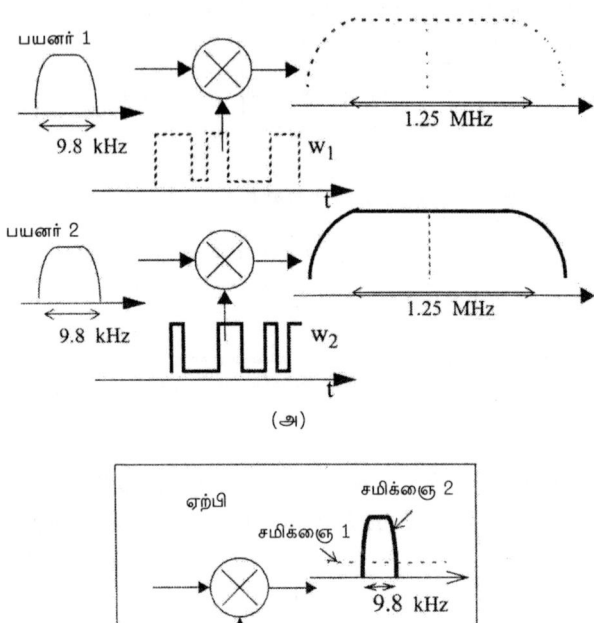

(அ)

(ஆ)

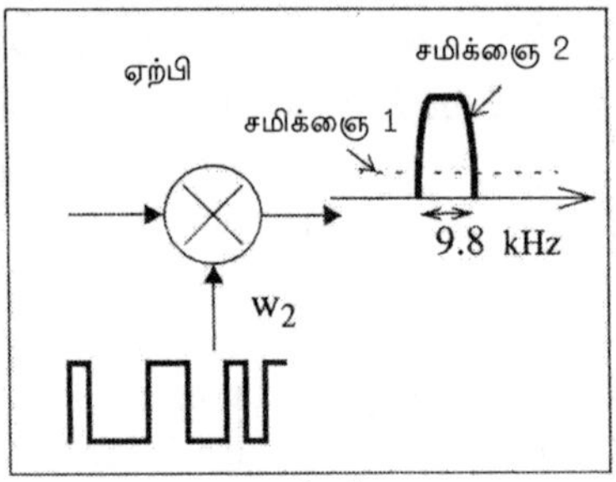

வரைபடம் 7.8. அ. குரலலையின் குறுகிய நிறமாலையை விரிக்கும் CDMA. குறியீட்டெழுத்துடன் தொடர்பு படுத்தும்போது, ஒரே அலைவரிசைப் பட்டையில் நிறமாலைகள் விரிகின்றன. பயனர்1 குறியீட்டெழுத்து w_1 உடனும், பயனர் 2 குறியீட்டெழுத்து w_2 உடனும் இயைபுபடுத்தப்படுகின்றனர் **ஆ.** பயனர் 2ஐ ஏற்கும் செல்பேசியில் சரியான குறியீட்டெழுத்தை (தடித்த கோடு –) வைத்து சமிக்ஞை 2ஐ கீழிறக்க முடிகிறது. அதே அலைப்பட்டையில் இருக்கும் சமிக்ஞை 1, w_2 உடன் இயைபில்லாததால் வெறும் இரைச்சலாக இருக்கும் (புள்ளி ...).

நெருக்கு அலைகளாக (narrow-band) அமைகின்றன. நிறமாலை பரப்பப் படாத குரலலையோடு ஒப்புநோக்கினால், பரவிய குரலலைக்கு ஏற்படும் விகிதாசார இடையீடு குறைகிறது. ஏற்பியில், குரலலையோடு இயைபுபடுத்தப்பட்ட (correlated) குறியீட்டுச் சமிக்ஞையை வைத்து,

[2] வேகமாக ஓடும் குறியீட்டுச் சமிக்ஞையை மெதுவாக ஓடும் குரல் சமிக்ஞையோடு பெருக்கினால் கிடைப்பது, வேகமான சமிக்ஞை; அதனால், அதிக பட்டை அகலம் எடுத்துக் கொள்கிறது; குரலலை விரிகிறது.

நிறமாலை சுருக்கப்படுகிறது. வரைபடம் 7.8 (ஆ)இல் ஏற்பியின் வெளியீட்டுச் சமிக்ஞை சுருங்கிக் குவிவதையும், இரைச்சல் பரவி நீக்கப்படுவதையும் காண்க. இதை, தொடர்பாடலில் 'முறைவழியாக்கப் பெருக்கம்' (Processing Gain) அல்லது 'விரியும் பெருக்கம்' (Spreading Gain) என்று அழைக்கின்றனர். மேற்சொன்ன IS-95 CDMA உத்தியில் 1.25 மெஹெ/10 கிஹெ என்ற விகிதம்தான் விரியும் பெருக்கம் (Spreading Gain). மடக்கையில் ($10\log_{10}$ (125,000/10,000)) 21 dB எனக் குறிப்பிடப்படும்.

வரைபடம் 7.9, குரல் சமிக்ஞையின் நிறமாலையை அகலமாக விரிக்கும் CDMA, AMPS அமைப்பைக் காட்டிலும் எவ்வாறு-எவ்வழியில் சிறந்தது என்று உருவகப்படுத்திக் காட்டுகிறது. அடுக்கி வைக்கப்பட்டுள்ள நூல்களை (சமிக்ஞை) அறையின் ஒரு பக்கத்திலிருந்து மறுபக்கம் கொண்டு சேர்க்கும் பணியை எடுத்துக்கொள்வோம். வழியிலே இடைஞ்சல் ஏதும் இல்லாமல் இருந்தால், வலுவான பெரியவர் ஒருவரே இந்த வேலையைச் செம்மையாகச் செய்யலாம்.

பாதையில் கற்கள், பொந்துகள், மேடுபள்ளங்கள் இருப்பதாகக் கொள்வோம். மேலும் குண்டன் ஒருவன் மறித்து, நூல்களைப் பறிக்கப் பார்க்கிறான் என்றால், என்ன செய்யலாம்? இடைமறிக்கும் குண்டன், ரேடியோ ஊடகத்தில் சமிக்ஞைகளுக்கு நேரும் இடையீட்டைக் குறிக்கும் உரிபொருள். நிறமாலையை விரிக்கும் (Spread Spectrum) CDMA உத்தி – பல சிறுவர்களைப் பணியில் அமர்த்தி, ஒவ்வொருவருக்கும் ஒரு நூலைக் கொடுத்து, அறையின் மறுபக்கம் சேர்க்கச் செய்வதற்கு

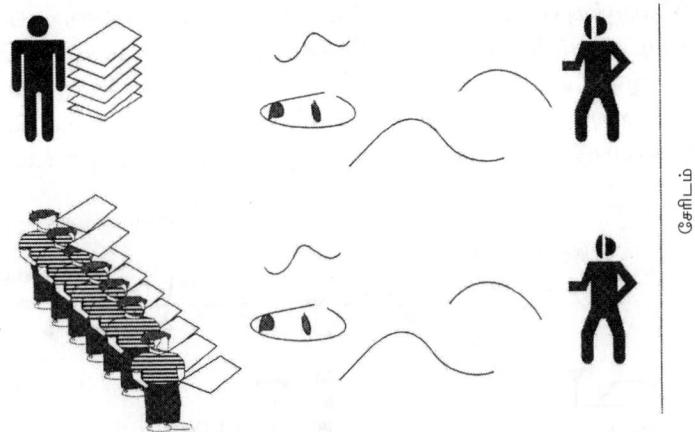

வரைபடம் 7.9 AMPS/TDMA நுட்பங்களில் சமிக்ஞை, குறுகிய அலைவரிசைப் பட்டை அகலத்தில் அடக்கப்படுகிறது. இதற்கு உருவகமாக ஒரு பெரிய ஆள் ஒன்றன் மேலொன்று அடுக்கிய புத்தகச் சுமையுடன் இலக்கு நோக்கி நகர்கிறார். CDMA நுட்பத்தில் சமிக்ஞையின் நிறமாலை பரப்பப்படுகிறது. பட்டை அகலம் கூடுதலாகக் கொள்கிறது. சிறுவர்களிடம் ஆளுக்கொரு நூலைக் கையில் கொடுத்து, கொண்டு சேர்க்கும் வேலையில் ஈடுபடுத்துவதற்கு ஒப்பாகும்.

ஒப்பாகும். ஓரிரு சிறுவர்கள் விழலாம்; ஆனால், அதிக எண்ணிக்கையில் நூல்கள் சேரிடம் வரும். நிறமாலை விரிக்கும் CDMA உத்தி, இராணுவத் தொடர்பாடலில், எதிரியின் மறிக்கும்/குறுக்கிடும் (jammer) சமிக்ஞை யின் இடையீட்டுக்கிடையில், ஏற்கவேண்டிய சமிக்ஞையைப் பிரித்து எடுக்கக் கையாளப்படுகிறது.

எத்தனை தடங்களை (பயனர்களை) ஒரு செல்லுலர் அமைப்பு கவனித்துச் சேவை வழங்க இயலும்? இந்தக் கேள்விக்கு, செல்லுலர் அமைப்பின் கொண்மை (Capacity) விடை சொல்லும். CDMAஇன் முக்கியமாகக் கவனிக்க வேண்டிய அம்சம், அதன் கொண்மைக்கு ஒரு கெட்டியான வரம்பு இல்லாததே. FDMA மற்றும் TDMA அணுகல் முறை களில், எத்தனை பேருக்கு சேவை வழங்க இயலும் என்று சொல்லும் கொண்மை – தடங்கள் எடுத்துக்கொள்ளும் அலைவரிசையின் பட்டை அகலம் மற்றும் நேரப்பொந்துகள் வரையறுக்கப்பட்டவுடன் – குறிப் பிட்ட, ஒரு மாறாத எண் ஆகும். CDMAஇல் பயனர்கள் எண்ணிக்கை அதிகரிக்க அதிகரிக்க, இரைச்சல் தளம் (Noise Floor) படிப்படியாக உயர்கிறது. வரைபடம் 7.10 இதை விளக்கும்.

CDMAஇன் பயனர்களுக்கிடையே ஏற்படும் நெருக்கடியைச் சற்று விளக்கமாகச் சொல்ல முயல்வோம். ஓர் இடத்தில் ஏற்க வேண்டிய சமிக்ஞையின் திறன், தேவையில்லாத செலுத்தியினும் மிகக் குறைந் துள்ளதாகக் கொள்வோம். எடுத்துக்காட்டாக, வேண்டாத செலுத்தி மிக அருகில் இருக்கிறது (இடையிடும் பயனர்) என்போம். CDMA ஏற்பி யில், வேண்டிய சமிக்ஞையின் நிறமாலை மடிக்கப்படுகிறது (Despread); வேண்டாச் சமிக்ஞை மேலும் விரிக்கப்பட்டாலும், வலுவான செலுத்தி யின் இடையீட்டுச் சமிக்ஞை, ஏற்பியின் இரைச்சல் தளத்தைப் பெருமளவு உயர்த்துகிறது. இதனால், வேண்டிய சமிக்ஞையின் ஏற்பு பாதிக்கப்படுகிறது. பல பயனர்கள் இருக்கும்போது, ஓர் உயர்-திறன்

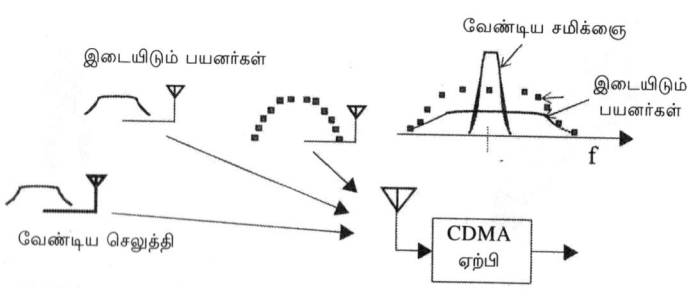

வரைபடம் 7.10 செலுத்தும் திறன், CDMA அமைப்பில் கட்டுப்படுத்தப்பட வேண்டும். தளநிலைய ஏற்பிக்கு அருகில் உள்ள இடையிடும் பயனரிடமிருந்து ஏற்கப்படும் சமிக்ஞைத் திறன், அதிகமாக இருப்பதால், இரைச்சல் கூடும். வேண்டிய சமிக்ஞையின் ஏற்பு பாதிக்கப்படும்.

செலுத்தியால் தொடர்பாடல் நின்று விடக்கூடும். இப்படிப்பட்ட சிக்கலால் FDMA இலும் TDMAஇலும் பாதிப்பு குறைவு.

FDMAஇல் ஒருவர் பயன்படுத்தும் அலைவரிசையை அதே செல்லில் மற்றொருவர் பயன்படுத்துவதில்லை. TDMAஇல் ஒரே அலைவரிசையில் மூவர் தொடர்பாடினாலும், ஒரே நேரத்தில் அல்ல என்பதால், இடையீடு இல்லை. CDMA அமைப்பில் – ஒரே செல்லில் உள்ள பல பயனர்களின் செலுத்திகளும் தளநிலைய ஏற்பியுடன் தொடர்பாடும்போது – வெளி யிடும் சமிக்ஞையின் திறன், கட்டுப்படுத்தப்பட வேண்டும். இல்லா விட்டால், தளநிலையத்துக்கு அருகில் இருந்து செலுத்தும் பேசியால், தளநிலைய ஏற்பியில் இடையீட்டு இரைச்சல் கூடிவிடும். ஏற்பியிடம் வந்து சேரும் எல்லா பேசிகளின் சமிக்ஞையும் சமமான வலுவுடையதாக இருக்க வேண்டும். இதை நடைமுறையாக்க, தளநிலைய ஏற்பி – ஒவ்வொரு செல்பேசிச் செலுத்தியின் சமிக்ஞையையும் கண்காணித்து – திறனைக் கூட்டு அல்லது குறை, என்ற வேண்டுகோளை ஒவ்வொரு செலுத்திக்கும் அனுப்பி வைக்கிறது.

திறன்-கட்டுப்பாட்டினால் அமைப்பின் சிக்கற்பாடு அதிகமானாலும், செல்பேசி பயன்படுத்தும் சராசரி மின்ஆற்றல் குறைகிறது. திறன்-கட்டுப்பாடு இல்லாத செல்பேசியின் செலுத்தி, தளநிலையத்துடன் தொடர்பாடும் போதெல்லாம், போதுமான அளவுக்குச் சமிக்ஞையின் திறனைக் கூட்டி வெளியிடும். சமிக்ஞைகளுக்குப் பாதையிழப்பு (path loss) மற்றும் மங்குதல் (fading) தடத்தில் இல்லாதபோது, அதிகத் திறனுடன் செலுத்துவது மற்ற ஏற்பிகளுக்கு வீண் இடையீடாக இருக்கும். செல்பேசி அலகு, தடத்தில் இழப்பு குறைவாக இருந்தாலும் மிகையான அளவு திறன் கொண்ட சமிக்ஞையைச் செலுத்துகிறது. செலுத்து-திறனின் கட்டுப்பாடு இருக்கும்பட்சத்தில், தட நிலவரம் சாதகமாக இருக்கும் வேளையில், குறைவான திறனில் சமிக்ஞை செலுத்தப்படுகிறது. இதனால், மற்ற பயனர்களுக்கு ஏற்படும் சராசரி இடையீடும் குறைகிறது.

7.6 அடிப்படை செல்லுலர் அமைப்பு

நுண்ணலை அடுப்பு (Microwave Oven) எப்படி வேலை செய்கிறதென்று தனியே அந்த சாதனத்தை மட்டும் விளக்குவது எளிதான செயல். செல்பேசி எப்படி வேலை செய்கிறது? இதைச் சொல்ல, செல்பேசியை மட்டும் தனியொரு சாதனமாகப் பார்க்க முடியாது; செல்லுலர் அமைப்பின் ஓர் அங்கமே செல்பேசி. அந்தச் செல்லுலர் அமைப்பைப் பற்றிய அடிப்படை அறிமுகமும் புரிதலும் அவசியமாகிறது. செல்பேசி யில் பல செயற் பணிகள், செல்லுலர் அமைப்புடன் இணைந்துதான்

ஆற்றப்படுகின்றன. செல்பேசியைத் தெரிந்துகொள்ள, செல்லுலர் அமைப்பைப் பற்றிய பரந்த கண்ணோட்டம் இன்றியமையாததாகி விடுகிறது.

ஓர் அடிப்படை செல்லுலர் அமைப்பு, மூன்று துணையமைப்புகள் கொண்டது: 1. மொபைல்-செல் பேசி, 2. தள நிலையம் (Base Station), 3. நடமாடும் தொலைபேசியின் நிலைமாற்றும் அலுவலகம் அல்லது நிலைமாற்றகம் (Mobile Telephone Switching Office - MTSO). இம்மூன்று அமைப்புகளை, அவற்றை இணைக்கும் தொடுப்புகளுடன் (connections) படம் 7.11 காட்டுகிறது.

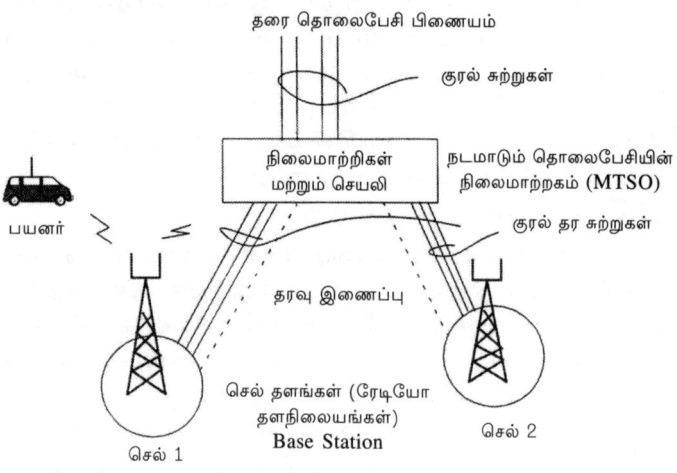

வரைபடம் 7.11. செல்லுலர் அமைப்பு.

1. செல்பேசி: கட்டளை அலகு, செலுத்தி-ஏற்பி மற்றும் ஆன்டெனா அமைப்பும் கொண்டது.

2. செல் தளம் (Cell site) அல்லது தளநிலையம் (Base Station): செல்பேசிகளுக்கும் செல்பேசி - நிலைமாற்றும் அலுவலகத்திற்கும் இடைமுகப்பாக விளங்குவதுதான் தளநிலையம். கட்டளை அலகு, ரேடியோ பெட்டிகள், ஆன்டெனா மற்றும் மின்விசை உற்பத்தியகம் கொண்டது.

3. MTSO நடமாடும் செல்பேசியின் நிலைமாற்றும் அலுவலகம். ஒரு மைய ஒருங்கிணைக்கும் உறுப்பாக எல்லா தளநிலையங்களுக்கும் திகழ்கிறது. செல்லுலர் செயலியும் செல்லுலர் நிலைமாற்றியும் தன்னகத்தே கொண்டது. அழைப்புகளை முறைவழிப்படுத்துதல் மற்றும் தொலைபேசி நிறுவனத்தின் வட்டார அலுவலகங்களுடன் தொடர்பு கொண்டு சந்தாத் தொகை கணித்தல் போன்ற பணிகளை ஆற்றுகிறது.

4. தொடுப்புகள்: மூன்று துணை அமைப்புகளும், ரேடியோ (கம்பியில்லா) மற்றும் அதிவேகத் தரவு இணைப்புகளால் ஒன்று சேர்க்கப்பட்டு, ஓர் அமைப்பாகக் கட்டப்படுகின்றது. ஒவ்வொரு நகரும் பேசியும், தொடர்பாடல் இணைப்புக்காக ஒரு வழித்தடத்தைப் பயன்படுத்தலாம். இந்த வழித்தடம் நிலைபெற்ற ஒன்றல்ல; மாறாமல் இருக்காது. சேவை வட்டாரத்தில், பயன்பாட்டுக்காக ஒதுக்கப்பட்ட வழித்தடங்களில் ஏதேனும் ஒன்றாக இருக்கலாம். செல் தளங்கள் ஒவ்வொன்றும் பல வழித்தடங்களைப் பயன்படுத்தி, ஒரே நேரத்தில் பல நகரும் பயனர்களை இணைக்கவல்லன.

MTSO நடமாடும் செல்பேசி அமைப்பின் உயிர்த் துடிப்பாக விளங்குகிறது. அதன் செயலி, மைய ஒருங்கிணைப்பு மற்றும் நிர்வாகப் பணியை ஆற்றுகிறது. செல்லுலர் நிலைமாற்றி, நடமாடும் சந்தாதாரர் அழைப்புகளை மற்ற நடமாடும் சந்தாதாரர் அல்லது நாடுதழுவிய தொலைபேசிக் கட்டமைப்புக்குத் திருப்பும் செயலாற்றுகிறது. நிலைமாற்றகம் (MTSO), தொலைபேசி அலுவலகங்களிடை பயன்படுத்தும் குரல் தளைகளுக்கு (trunks) ஒத்த குரல் தளைகளைப் பயன்படுத்துகின்றது. இதுபோக, கண்காணிப்பு இணைப்புகளெனத் தரவு இணைப்புகள், செயலிக்கும் நிலைமாற்றிக்கும் இடையிலும், செல்தளங்களுக்கும் செயலிக்கும் இடையிலும் வழங்கி வருவதைப் படம் 7.11இல் காணலாம். கம்பியில்லா ரேடியோ இணைப்பு, குரல் சமிக்ஞைகளை நடமாடும் செல்பேசிக்கும் தளநிலையத்துக்கும் இடையே சுமந்து செல்கின்றது. அதிவேக தரவு இணைப்புகளை சாதாரண குரல்-தர தளைகளால் (voice grade trunks) வழங்க இயலாது. நுண்ணலை இணைப்பு (Microwave Link) அல்லது T-சுமப்பி (உயர் ரக கம்பி இணைப்பு), செல்தளத்துக்கும் நிலைமாற்றும் அலுவலகத்திற்கும் இடையில் வேண்டியுள்ளது.

7.7 செல்பேசி வேலை செய்யும் விதம்

செல்பேசிகள் ஒவ்வொன்றுக்கும் தனிப்பட்ட குறியீட்டு எண்கள் உள்ளன. செல்பேசி, பேசியின் உரிமையாளர், மற்றும் செல் சேவை வழங்கும் நிறுவனத்தினர் பயன்பாட்டுக்காக இந்தக் குறியீட்டு எண்கள் இருக்கின்றன.

1. மின்னியல் தொடர் எண் (ESN - Electronic Serial Number). செல்பேசிக்கே உரிய 32 துண்மிகள் (bits) கொண்ட எண். செல்பேசி தயாரிக்கும் நிறுவனம், செல்பேசிக்குள் செய்நிரலாக்கி வைக்கும் எண். இது ஒரு நிலையான எண்.

2. மொபைல் அடையாள எண் (MIN - Mobile Identification Number). செல்பேசியின் எண்ணிலிருந்து 10 இலக்க எண். செல்பேசியை அணுகப் பயன்படும் எண்.

3. SID - System IDentification Code – தொடர்பாடல் ஆணையத்தால் தரப்பட்ட சேவை வழங்குநர் அடையாளக் குறியீடு.

MIN, SID இரண்டும் செல்பேசியில் நீங்கள் ஒரு சேவை வழங்கும் நிறுவனத்தின் சந்தாதாரர் ஆனதும் அவர்களால் நிரலாக்கப்படும் (programmed).

அ. செல்பேசியின் மின்தொடுப்பு விசையை இயக்கியவுடன் (Power on) அது கட்டளைத் தடம் வழியாக சேவை வழங்குநரின் அடையாளக் குறியீட்டு எண்ணை (SID) கேட்க முயல்கிறது. செல்பேசியும் தள நிலையமும், அழைப்புகளை இணைப்பதற்கான ஏற்பாடுகள் செய்யவும் தடங்களை மாற்றவும் பயன்படுத்தும் ஒரு தனிப்பட்ட அலைவரிசை தான் கட்டளைத் தடம். செல்பேசி, தான் கேட்பதற்காகக் கட்டளைத் தடமேதும் கிடைக்காவிட்டால், பயன்படுத்தக்கூடிய எல்லைக்குள் தான் இல்லை என உணர்ந்து சேவை இல்லை (No Service) என்ற தகவலை திரையில் காட்டுகிறது.

ஆ. சேவை வழங்குநர் அடையாளக் குறியீட்டெண்ணை (SID) ஏற்றவுடன், பேசி, தனது நினைவகத்துக்குள் செய்நிரலாக்கப்பட்ட SID உடன் ஒப்புநோக்குகிறது. இரண்டு SIDகளும் பொருந்தினால், தான் தொடர்பாடும் 'செல்', தன்னுடைய சேவை வழங்கும் நிறுவனத்தின் சேவை வட்டாரத்துக்குள் இருக்கிறது என செல்பேசி உணரும்.

தன்னுடைய SIDஉடன் செல்பேசி 'பதிவுசெய்ய வேண்டுகோள்' (Registration Request) என்ற சமிக்ஞையைச் செலுத்துகிறது. தளநிலையம் (BTS) இதை நிலைமாற்றகத்துக்கு அனுப்பி வைக்கிறது. நிலைமாற்றகம், தன் தரவுத் தளத்தில் (Database), 'பேசியின் இருப்பிடம் இது' என்ற தகவலை வைக்கிறது. இவ்வாறு பதிவு செய்துகொள்வதால், MTSOவுக்கு – எந்தப் பேசி, எந்த செல்லில் இருக்கிறது என்ற விவரம் தெரிகிறது. இதை வைத்துக்கொண்டு, நிலைமாற்றும் அலுவலகத்தால், ஒரு பேசிக்கு வரும் அழைப்பை வழிநடத்தி, அந்தப் பேசியில் அழைப்பு மணியை இயக்க முடிகிறது.

இ. உங்கள் அழைப்பை 'நிலைமாற்றும் அலுவலகம்' பெற்றவுடன், 'எங்கு இருக்கிறீர்கள்' என்று அறிய முயல்கிறது. தன் தரவுத் தளத்தில் தேடிப் பார்த்து, நீங்கள் இருக்கும் 'செல்' என்ன என்று அறிகிறது.

மேலும் நிலைமாற்றகம் 'அலைவரிசை (தடங்கள்) இணை (Frequency pair)' ஒன்றை எடுக்கிறது. இந்த அலைவரிசை இணை உங்கள் செல்பேசி

செலுத்த ஒன்றும் (Transmit Frequency), ஏற்க ஒன்றும் (Receive Frequency) என இரு அலைவரிசைகள் கொண்டது.

நிலைமாற்றகம் (MTSO), கட்டளைத் தடம் ஊடாக உங்கள் பேசிக்கு தான் தெரிவு செய்த அலைவரிசை இணையை அறியச் செய்கிறது. உங்கள் பேசியும், அது இருக்கும் செல்-தளநிலையமும் நிலைமாற்றகம் அறிவுறுத்தும் அலைவரிசைகளுக்குத் தங்கள் நிலைகளை மாற்றி அமைத்துக்கொள்ள, நீங்கள் உங்கள் நண்பரின் அழைப்பை ஏற்கிறீர்கள்; இருவழித் தொடர்பாடும் ரேடியோ ஊடாக நண்பருடன் பேசுகிறீர்கள்.

நீங்கள் இருக்கும் செல்லில் நகர்ந்து கொண்டிருக்கும்போது செல்லின் விளிம்புக்கு வரக் கூடும். அப்போது உங்கள் செல்லின் தளநிலையம் உங்கள் பேசியிலிருந்து செலுத்தப்படும் சமிக்ஞையின் திறன் (வலிமை) குன்றுவதைக் கவனிக்கிறது. நீங்கள் நுழையவிருக்கும் செல்லின் தள நிலையமும் இதைக் கவனிக்கிறது. தளநிலையங்கள், தாங்கள் ஏற்கும்/ அனுப்பும் ஏழில் ஓர் அலைவரிசையில் மட்டும் வழக்கமாக இயங்கி வந்தாலும், எல்லா அலைவரிசைகளிலும் சமிக்ஞைகளின் வலுவை அளந்து கொண்டே இருக்கின்றன; உங்கள் பேசியிலிருந்து வெளிவரும் (செலுத்தப்படும்) சமிக்ஞையின் திறன் கூடுவதை (பக்கத்துச் செல்லின் அருகில் செல்லச் செல்ல) பக்கத்து 'செல்தளம்' கவனிக்கிறது. இரண்டு தளநிலையங்களும், நிலைமாற்றகம் ஊடாக ஒருங்கிணைந்து செயல் படுவதால், உங்கள் பேசிக்கு, அலைவரிசையை மாற்றும் கட்டளை கிடைக்கிறது. உங்கள் இணைப்பின் பொறுப்பைப் புதிய செல்லின் தளநிலையம் ஏற்க, நீங்கள் தொடர்ந்து பேச முடிகிறது. இதை செல்பேசியின் பயனராகிய நீங்கள் உணராமலே நடக்கின்றது. புதிய செல்லின் கட்டுப்பாட்டில் உங்கள் செல்பேசி வரும் நிகழ்வை கையளிப்பு (Hand-off) என்று வழங்குவர்.

திரிதல் (Roaming): கட்டளைத் தடத்தில் செலுத்தப்படும் சந்தாதாரர் அடையாள எண் (SID), செல்பேசியில் செய்நிரலாக்கப்பட்டுள்ள SID எண் உடன் பொருந்தாத நிலையில், செல்பேசி தான் 'திரிகின்றது' என்று உணர்கிறது. செல்பேசி திரியும் 'செல்'லின் வட்டார MTSO, செல்பேசியின் சேவை வட்டத்து MTSO உடன் தொடர்புகொள்கிறது. சந்தாதாரரின் அடையாளத்தை அவருக்கு சேவை வழங்கும் அக அமைப்பு (home-system) சரிபார்க்கிறது. செல்பேசி திரியும் வட்டத்தில் உள்ள MTSO, திரியும் பேசி எந்த செல்லில் இருக்கிறது என்பதைக் கவனிப்பதால் தன் தரவுத்தளத்தில் செல்பேசி இருக்கும் செல் பற்றிய விவரத்தைப் பதிவு செய்கிறது.

நாம் விரிவாகக் குறிப்பிட்ட எல்லா செயற்பணிகளும் ஓரிரு நொடிப் பொழுதில் நடந்து முடிகிறது

7.8 செல்பேசிக்கு உள்ளே

புதியன புகுந்தாலும், பழையன முற்றிலும் கழிவதில்லை என்பதை மின்னணுவியலில் நாம் பார்க்கலாம். Compact Disk Drive எனப்படும் குறுவட்டு இயக்ககங்கள் அறிமுகம் ஆனாலும் நெகிழ்வட்டுகள் (Floppy disks) கணினியில் தேக்ககங்களாக இன்றும் இருந்து வருகின்றன. நாம் தொடர்பாடப் பயன்படுத்தும் செல்பேசிகளிலும் ஒவ்வோர் ஆண்டும், புதிய புதிய அம்சங்கள் சேர்க்கப்படுகின்றன. செல்பேசிகளிலோ புதிய அம்சங்கள் புகும்போது பழையன முற்றிலும் கழிவதில்லை. எடுத்துக் காட்டாக, 1998/99களில் வந்த இலக்கமுறை CDMA செல்பேசிகள் சந்தைக்கு வந்தபோது, அவை பழைய ஒப்புமை (Analog) செல்லுலர் அமைப்பில் வேலை செய்ய ஏற்புடையதாக (Compatible) வடிவமைக்கப் பட்டன. இப்படி ஏற்புடையதாக வடிவமைக்கப்படும் செல்பேசிகள் Dual-Mode என்ற அடைமொழியால் வழங்கப்படுகின்றன. Dual-Mode என்றதும் 'இரு-பாங்கிலும் வேலை செய்யவல்ல' செல்பேசி என்று கொள்ளலாம். செல்பேசி விளம்பரங்களில் விளக்கமில்லாமலே Dual-Mode என்று சொல்லப்படுகிறது. டிஜிட்டல் (இலக்கமுறை) அமைப்புகள் இல்லாத சேவை வட்டாரங்களிலும் உங்கள் செல்பேசி வேலை செய்ய வல்லதாக வடிவமைக்கப்பட்டுள்ளது என்று கொள்க. Triple-Mode செல்பேசிகளும் உள்ளன. அய்ரோப்பாவில் பரவலாகப் புழக்கத்தில் உள்ள GSM எனப்படும் நேரம் பங்கிட்டு அணுகும் செல்பேசி அமைப்பிலும் வேலை செய்யவல்லதாக இருக்கும் செல்பேசி, 'Triple-Mode' என்று சொல்லப்படுகிறது.

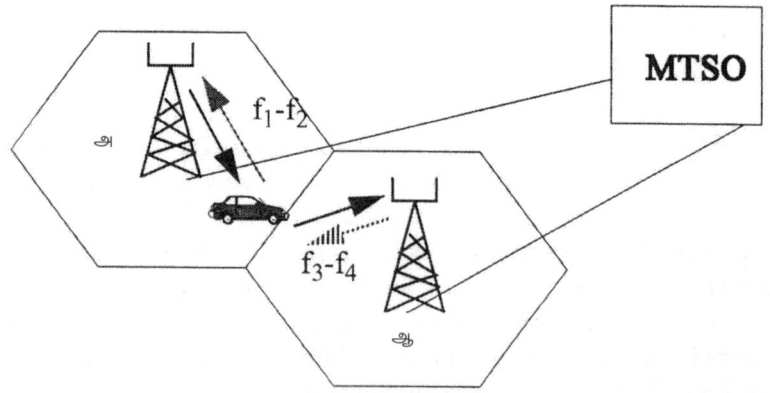

வரைபடம் 7.12. செல் 'அ' விலிருந்து 'ஆ' நோக்கி நகரும்போது நிகழும் கையளிப்பு ('hand-off'). 'அ' செல்லில், பயனில் இருக்கும் மொபைலின் f_1-f_2 குரல் தடங்கள், 'ஆ' செல்லுக்குள் நுழையும் போது f_3-f_4 குரல் தடங்களுக்கு மாற்றப்படுகிறது.

செல்பேசிகளைத் தெரிந்து கொள்வோம் | **127**

புதிய செல்பேசிகள் இலக்கமுறை ஒளிப்படக் கருவியோடு (Digital Camera) வெளிவருகின்றன. இதற்குப் பெரிய அளவில் இளைய தலை முறையினரிடம் வரவேற்பு இருக்கின்றது. 95% செல்பேசிகள் 2005 ஆம் ஆண்டுக்குள், மேம்பாடுடை-911 (Enhanced-911) வசதியோடுதான் வரவேண்டும் என்ற விதிமுறையை, தொடர்பாடல் ஆணையம் விதித்துள்ளது. அவசரநிலையில் (Emergency) அமெரிக்காவில் உதவியை நாட, செல்பேசிகளிலிருந்து 911 அவசரநிலை இயக்குபவரைக் (Operator)

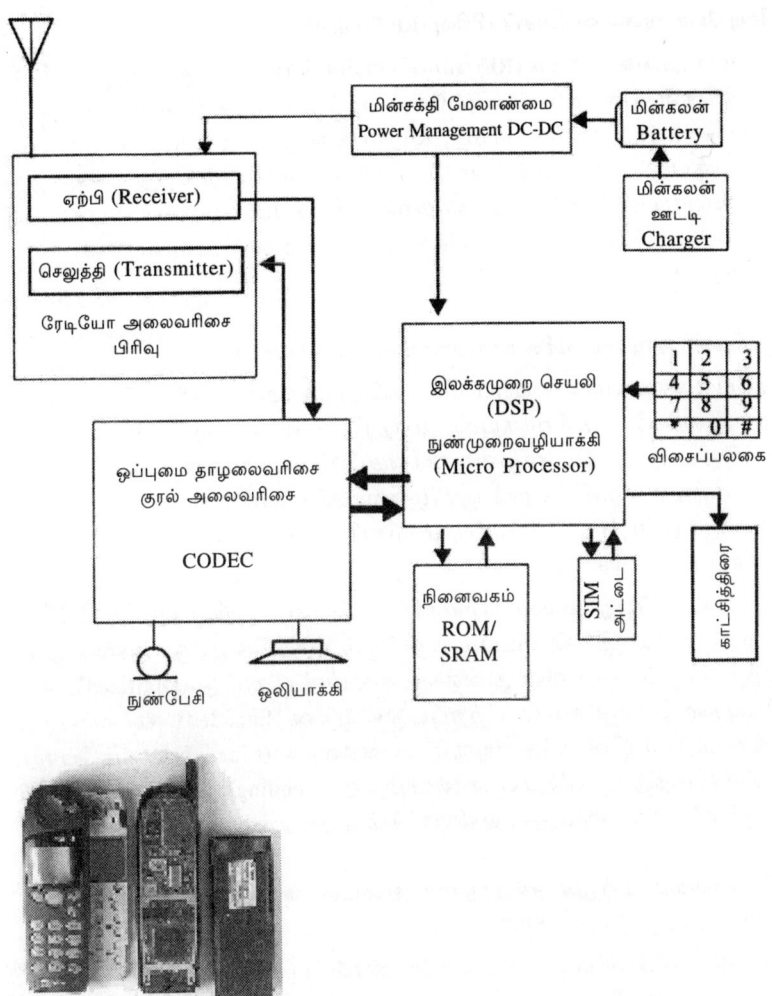

வரைபடம் 7.13. செல்பேசியின் கட்ட வரைபடம்.

கூப்பிடும்போது, பேசியின் இருப்பிடத்தை, செல்லுலர் அமைப்பு அவருக்கு அறியப்படுத்த வேண்டும் என்பதே விதிமுறை.

செல்பேசிகள் பல வடிவங்களில், பலவேறுபட்ட அம்சங்களோடு வந்தாலும் சில பொதுநிலை செயற்பணி கட்டங்கள் எல்லா செல்பேசி களிலும் உள்ளன. 1997இல் சந்தையில் வெளிவந்த Qualcomm/SONY செல்பேசியின் படத்தோடு, உள்ளிருக்கும் கட்டங்களையும் படம் 7.13 சித்திரிக்கின்றது.

1. ரேடியோ அலைவரிசைப் பிரிவு (RF Section)

ரேடியோ அலைவரிசை (RF) வடிப்பான்கள் (filters), குறை இரைச்சல் பெருக்கிகள் (low-noise amplifiers) மற்றும் அதிர்வெண் தாழ்த்தி (Downconverter) கொண்ட ஏற்பி, RF சமிக்ஞையைத் தாழலை வரிசைச் சமிக்ஞையாக (Baseband Signal) மாற்றி வெளியிடுகிறது. செலுத்தி துணையமைப்பில் ஒப்புமை தாழலைவரிசை சமிக்ஞைகள் வடிகட்டப் பட்டு, பிறகு அதிர்வெண் உயர்த்தப்பட்டு (Upconversion) வலுக்கூட்டப் படுகிறது (Power Amplification).

2. ஒப்புமை தாழலைவரிசை (Analog Baseband/CODEC)

ரேடியோ அலைவரிசை ஏற்பி வெளியிடும் தாழலைவரிசைச் சமிக்ஞை யை, இலக்கச் சமிக்ஞையாக மாற்றி, DSP பிரிவுக்குள் அனுப்பி வைக்கிறது ஒப்புமை தாழலைவரிசைப் பிரிவு (Analog Baseband). DSP பிரிவிலிருந்து வெளியேறும் குறிமுறையாக்கப்பட்ட (encoded) இலக்கச் சமிக்ஞை, ஒப்புமை வடிவுக்கு மாற்றப்படுவதும் ஒப்புமை தாழலை வரிசைப் பிரிவில்தான்.

CODEC என்பது குறிமுறையாக்கி (Encoder), குறிமுறை அவிழ்ப்பி (Decoder) ஆகிய இரண்டையும் குறிக்கும் சுருக்கெழுத்து. நுண்பேசியி லிருந்து வரும் குரலலை இலக்கமுறையாக்கப்பட்டு (Digitized), சில குறிப்புகள் மேலதிகமாக ஏற்றப்படுகின்றன (Encoded). ஏற்கப்படும் சமிக்ஞை DSPயிலிருந்து இரும எண்களாக (binary) வரும்போது, அவற்றிலிருந்து குறிப்புகளை அவிழ்த்து (decoding), ஒப்புமைக் குரல் வடிவுக்குக் கொண்டுவந்து, ஒலியாக்கிக்கு அனுப்பி வைக்கிறது CODEC.

3. நினைவகம் மற்றும் சந்தாதாரர் அடையாள அட்டை (ROM, SRAM, Subsciber Identity Module - SIM)

ROM, SRAM பேசியின் செயலாக்க நிரல் (operating system), பயனர் அழைக்க விரும்பிய தொலைபேசி எண்களின் அடைவு (phone directory), மின்னியல் அடையாள எண் (ESN) போன்ற தகவலின் தேக்ககம்

(storage). சில பேசிகள், SID மற்றும் MIN போன்ற குறிப்புகளைத் தேக்ககத்தில் வைக்கின்றன. வேறு சில பேசிகளில் SIM அட்டையில் சந்தாதாரர் குறிப்புகள் பதிக்கப்பெற்று, அட்டையை பயனர் செருகும் போது பேசியின் நுண்செயலியால் படிக்கப்படுகின்றது.

4. DSP/Microprocessor

இலக்கமுறை (Digital) வடிவில் இருக்கும் சமிக்ஞைகளைக் கையாண்டு பல கணிப்புகளை அதிவேகத்தில் நடத்தும் பணியை இலக்கமுறை செயலி (Digital Signal Processor) ஆற்றுகிறது.

விசைப்பலகை மற்றும் காட்சித் திரை தொடர்பான வேலைகளைச் செய்யும் நுண்முறைவழியாக்கிக்கு, தளநிலையம் இடும் கட்டளை களையும் ஏற்று, அதற்குத் தக்கவாறு இதர செயல்களையும் ஒருங் கிணைக்கும் பொறுப்பும் உண்டு.

5. மின்சக்தி மேலாண்மைப் பிரிவு (Power Management)

மின்கலனின் மின்னழுத்தம் சமன்செய்யப்பட்டு, சீராக அந்தந்தப் பிரிவுகளுக்கு வேண்டிய அழுத்தத்தை வழங்கும் பணியை இப்பிரிவு ஆற்றுகிறது.

7.9 தளப்பரப்பில் ஒலிகடத்தும் கருவிகளும் (த.ஒ.க.வும்) செல்பேசிகளும்

சாரம்: தளப்பரப்பில் ஒலிகடத்தும் விசித்திர வடிப்பான், நாம் அன்றாடம் பயன்படுத்தும் செல்லிடத் தொலைபேசிகளில் இடம்பெறும் ஓர் இன்றி யமையாக் கருவி. ஏற்கும் ரேடியோ மின்னலைகளை ஒலியலைகளாக மாற்றும் இக்கருவியின் பயன்பாட்டை விளக்குவது நம்முடைய நோக்கம். ரேடியோ அலைகளின் வேகத்தை மாற்றும் இக்கருவிகள், நாம் ஏற்கும் பயனர்களின் சமிக்ஞையை மட்டும் உள்வாங்கும் சாளரமாகவும் பிற குறுக்கீடுகளை நீக்கும் வடிப்பானாகவும் செயலாற்றுகின்றன.

அறிமுகம்

தளப்பரப்பு ஒலியலைகளின் (Surface Acoustic Waves) இயல்புகளை முதலில் 1885ஆம் ஆண்டு விளக்கினார் லார்ட் ராலே. இவ்வலைகள் மின்காந்த அலைகளினும் மாறுபட்ட அலைகள்; இவை எந்திரவியல் அலைகள். நிலநடுக்கத்தின் அழிவுறு விசையைச் சுமந்து வருகின்ற அலைகள், இத்தகைய அலைகளே. தளப்பரப்பு அலைகளின் ரேடியோ பயன்பாடு, கடந்த இருபது ஆண்டுகளுக்கு முன்தான் ஏற்றுக்கொள்ளப் பட்டு, SAW கருவிகள் இராணுவ ரேடார் சாதனங்களில் இடம்பெறத் தொடங்கின. இந்த ஆரம்பங்களிலிருந்து RF (Radio Frequency-ரேடியோ

அதிர்வெண்) சமிக்ஞையை முறைவழியாக்கும் தஓக தொழில்நுட்பம் பரிணமித்துள்ளது.

தளப்பரப்பு ஒலியலைகளை மின்னணுவியல் அமைப்புகளில் பயன்படுத்த, பீசோமின்னியல் பொருள்கள் தேவைப்படுகின்றன. உள்வாங்கும் மின்னியல் மற்றும் மின்காந்த சமிக்ஞைகளை ஒலியியல் சமிக்ஞையாக மாற்றவும், ஒலியியல் சமிக்ஞையை மின்னியல் சமிக்ஞையாக மீட்டெடுக்கவும் பீசோமின்னியல் (இயல்மாற்றிகள்) பொருள்கள் தேவைப்படுகின்றன. SAW வடிப்பான்கள், பொலிவேற்றப் பட்ட பீசோமின்னியல் குவார்ட்ஸ் (SiO_2) அல்லது லித்தியம் நியோபேட் ($LiNbO_3$)/லித்தியம் டான்டலேட் ($LiTaO_3$) அடித்தளத்தின் மேல், படிவு செய்யப்பட்ட மெல்லிய உலோக மின்முனைகளால் ஆன இரு இயல் மாற்றிகள் (transducers) கொண்டு அமைக்கப்படுகின்றன. கைவிரல்களிடை மற்ற கையின் விரல்கள் (interdigitated) இருப்பது போன்ற வடிவில் அமைக்கப்பட்டிருக்கும் இயல்மாற்றிகளை இணைக்கும் முனைகளின் துருவப்போக்கு (polarity) – உள்ளிடும் ரேடியோ அதிர்வெண் சமிக்ஞைக்குத் தகுந்தவாறு மாறுகிறது. இந்த மாற்றங்களின் விளைவால், தஓக. படிகத்தின் மேற்பரப்பு, உள்ளிடும் ரேடியோ அதிர்வெண் சமிக்ஞைக்குத் தகுந்தாற்போல் விரிந்து சுருங்குகிறது; தளப்பரப்பு அலை அல்லது 'ராலே அலை' உருவாகிறது.

ஒளியின் வேகத்திலிருந்து ஒலியின் வேகத்துக்கு மாற்றும் கருவியால் சிற்றளவாக்கம். ஒரே இயங்கு அதிர்வெண்ணில், ஒலியின் வேகம் 100,000 மடங்கு ஒளியைக் (மின்காந்த அலை) காட்டிலும் குறைவாக உள்ளதால், ஒலியியல் அலைநீளம் மின்காந்த அலைநீளத்தை ஒப்பு நோக்கும் போது குறைவு. எடுத்துக்காட்டாக, 100 மெஹெ அதிர்வெண் கொண்ட சமிக்ஞையின் கட்டில்லா வெளி அலைநீளம் (free space wavelength), மூன்று மீட்டர். நிகரான ஒலியியல் அலைநீளம், 30 மைக்ரோ மீ. (1 மைக்ரோ. மீ=1/1,000,000 மீ)

அலைகளை வடிகட்டும் கருவிகளில், ஒத்திசைப்பான்கள் (resonators) பயன்படுத்தப்படுகின்றன. உள்வாங்கும் அலைகளின் அதிர்வெண்ணோடு ஒத்திசைக்க – வடிப்பான் கருவிகளில் பயன்படுத்தக் கூடிய கூறுகளின் வடிவளவுகள், அலைநீளத்தின் விகிதாசார அளவு கொண்டு விளங்க வேண்டும். SAW வடிப்பானில் உள்ள ஒத்திசைப்பான், மின்னியல் ஒத்திசைப்பான்களைக் காட்டிலும் 100,000 மடங்கு சிறிய அளவு கொண்டன. இவை செல்பேசிகளில் இல்லாவிட்டால் நினைத்துப் பாருங்கள்! கையிலடங்கும் அளவுக்கு சிறியதாக, பல பயனர்களை அடக்கும் குறுகிய தடங்கள் கொண்ட செல்லிடப் பேசிகளே இருக்காது!

செல்லுலர் ரேடியோவில் பயனர்களின் தடங்கள், அதிர்வெண்களால் நிர்ணயிக்கப்படும்பட்சத்தில், ஏற்பியில் நாம் ஏற்க விரும்பிய பயனரை மட்டுமே கேட்க வேண்டும். ஒரு பயனருக்குக் கொடுக்கப்படும் அலைவரிசையின் பட்டை அகலம், எடுத்தக்காட்டாக, GSM செல்லுலர் முறைமையில் 200 கிஹெ. ஏற்கும் செல்பேசியின் உள்வாங்கும் அலை, தடத்துக்கேற்ப 850-1000 மெஹெ அதிர்வெண் கொண்டதாக இருக்கும். இந்த உயரதிர்வெண்ணை ஏற்கும் ஏற்பி, 200 கிஹெ குறுகிய அகலம் கொண்ட தடத்தைப் பிரித்தெடுக்க, கலக்கிப்பிரிக்கும் முறையைக் (Superheterodyne) கையாள்கிறது.

ரேடியோவின் கதையில் சொன்ன கலக்கிப்பிரிக்கும் முறை (வரைபடம் 7.15), அதை நிறுவிய அமெரிக்கப் பொறிஞர் எட்வின் ஆம்ஸ்ட்ராங் காலம் தொட்டு இன்றுவரை, மிகப் பரவலாக ஏற்பிகளில் பயன்படுத்தப்பட்டு வருகின்றது. ஏற்பியில், விரும்பிய தடத்தைத் தெரிவு செய்ய, அலையியற்றியின் அதிர்வெண், தடத்துக்கேற்றவாறு இசைவிக்கப் (Tune) படுகின்றது. ஒரு குறிப்பிட்ட இடைநிலை (IF)

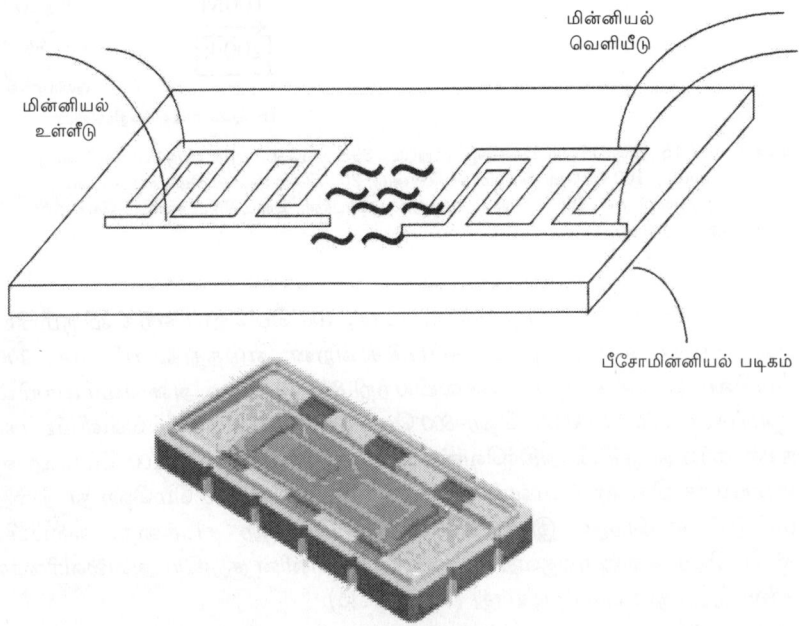

வரைபடம் 7.14. கைவிரல்களிடை மற்றொரு கையின் விரல்கள் போன்ற வடிவில் (Interdigitated) அமைந்துள்ள இயல்மாற்றிகள் (Transducers) – மின்னியல் சமிக்ஞையை ஒலியியல் அலைகளாக மாற்றி, தளப்பரப்பில் அனுப்புகின்றன; ஒலிஅலைகளைப் பிறகு மின்னலைகளாக மாற்றுகின்றன.படிகத்தின் தளப்பரப்பில் அலைகள், 3000 மீட்டர்/வினாடி வேகத்தில் பயணிக்கின்றன. இயல்மாற்றிகள், ஒத்திசைப் பான்களாகவும் வடிப்பான்களாகவும் விளங்குகின்றன.

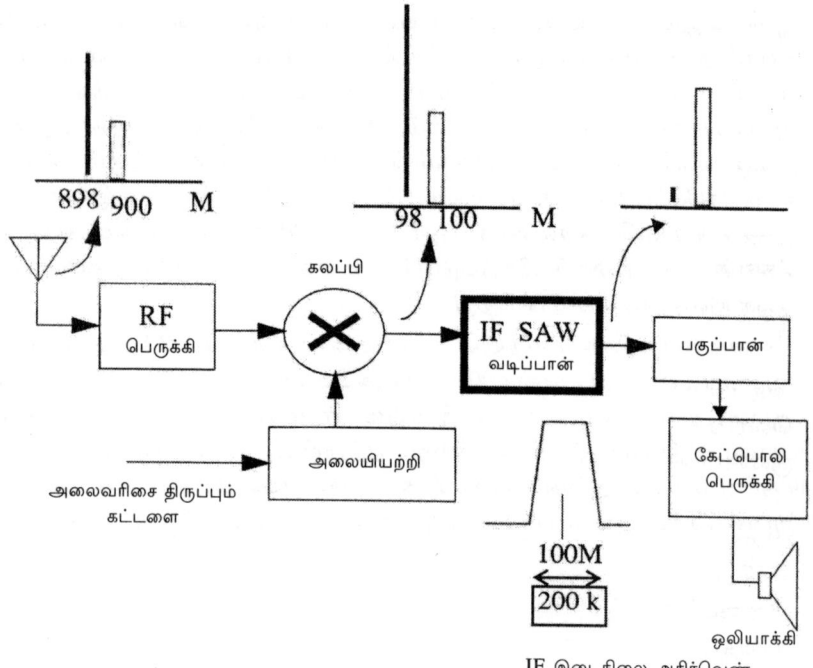

வரைபடம் 7.15. இடையிடும் சமிக்ஞை (கறுப்பு) 898 மெஹெ. ஏற்க விரும்பும் சமிக்ஞை 900 மெஹெ (சாம்பல்). 100 மெஹெ மையமாகக் கொண்டு, 200 கிஹெ அலைவரிசைப் பட்டையை மட்டும் ஏற்பதாக அமையும் தளப்பரப்பில் ஒலி கடத்தும் வடிப்பான், இடையிடும் சமிக்ஞையை களையப் பயன்படுத்தப்படுகிறது.

அதிர்வெண்ணுக்கு (எடுத்துக்காட்டாக, 100 மெஹெ) ஏற்க விரும்பிய எல்லாத் தடங்களும் தாழ்த்தப்படுகின்றன. எடுத்துக்காட்டாக, 900 மெஹெ தடத்தை ஏற்க, அலையியற்றி 800 மெஹெ அலைவரிசையில் இயங்க, கலப்பி (900 மெஹெ–800 மெஹெ) = 100 மெஹெ வெளியீடாக, தான் ஏற்ற தடத்தின் அதிர்வெண்ணைத் தாழ்த்துகின்றது. 100 மெஹெ-ஐ மையமாக கொண்டு விளங்கும் தஒக வடிப்பான், 900 மெஹெ தடத்தை மட்டும் ஏற்கிறது. இடையிடும் 898 மெஹெ தடத்தை, கலப்பி, 98 மெஹெ ஆக இறக்குவதால் தஒக வடிப்பானின் குறுகிய அலைவரிசைச் சாளரத்துக்குள் புக முடியாது (படம் 7.15)

தஒக வடிப்பான்களின் மூலாதாரப் பொருள்கள்: *தளப்பரப்பில் ஒலி கடத்தும் கருவிகள் பீசோமின்னிய* (Peizoelectric) *பண்புகள் கொண்டு திகழ்வன. பீசோமின்னியப் பொருள்கள், மின்னிய அதிர்வுகளை, ஒத்த*

அட்டவணை 7.1 *தஒக படிகங்களின் பண்புகள் ஒப்பீடு.*

படிக அடித்தளம்	x வெட்டு $LiTaO_3$	*34^0 சுழற்று* Y வெட்டு குவார்ட்ஸ்	*128^0 சுழற்று* Y வெட்டு $LiNbO_3$	*128^0 சுழற்று* Y வெட்டு $LiTaO_3$
தஒக திசை	*112^0 சுழற்று* Y *அச்சு*	x *அச்சு*	x *அச்சு*	x *அச்சு*
தஒக திசை வேகம் (m/s)	*3296*	*3152*	*3978*	*4214*
அதிர்வெண் வெப்பக் குணகம் ppm/c	*18*	*0*	*75*	*32*
மின்-எந்திரவியல் பிணைப்புக் குணகம்	*0.84*	*0.13*	*5.4*	*5*
மிகைம அதிர்வெண் பட்டை அகலம்	*8%*	*4%*	*20%*	*20%*

ஒலி அதிர்வுகளாக மாற்ற வல்லன. இத்தகையப் பொருட்களை இயல் மாற்றிகள் (transducers) *என்று பொதுப்படையாகச் சொன்னாலும்,* SAW *கருவிகளுக்குத் தனித்தன்மை வாய்ந்த பண்புகள் உண்டு. பீசோமின்னிய விளைவு பல பொருள்களில் காணப்பட்டாலும், தளப்பரப்பில் ஒலி கடத்தும் பொருட்களின் பண்புகள், திசைசார்ந்தனவாக அமைகின்றன* (anisotropic); *அதாவது, உள்ளிருக்கும் அணுக்களின் ஒழுங்கான ஏற்பாட்டுத் திசையிலிருந்து குறிப்பிடப்படும் திசைசார்ந்த பண்புகள் கொண்டு விளங்குகின்றன. குறிப்பாக, தஒக கருவிகள் படிகங்களாகப் பயன்படுத்தப்படுகின்றன.*

படிகம் 34^0 Y-X *குவார்ட்ஸ் என்று குறிப்பிடப்பட்டால், படிகத்தின்* X *திசையில் தளப்பரப்பு ஒலியலைகள் பயணிக்கின்றன. அலைகளின் சமதளத் தகட்டின் செங்குத்து,* Y *அச்சிலிருந்து 34^0 கோணத்தில் அமைந்துள்ளது. இதை 34^0 சுழற்று,* Y *வெட்டு என்று அழைப்பது வழக்கம்.*

தலைக வடிப்பானின் ஆற்றுகை, தேர்ந்தெடுக்கும் அடித்தளப் பொருளின் படிகப் பண்புகள் சார்ந்தது. மின்னிய-எந்திரவியல் பிணைப்பு குறைவாக உள்ள குவார்ட்ஸின் பீசோமின்னியம் லேசானது. இதைக் கொண்டு அதிகபட்சமாக, 4% பட்டை அகலம் கொண்ட வடிப்பான்கள்தான் வடிவமைக்க இயலும். AMPS, GSM போன்ற தகுதரங்களைப் பின்பற்றும் செல்பேசிகளில், வடிப்பான்கள் பெரும்பாலும் குவார்ட்ஸால் ஆனவை. AMPS அமைப்பில், பயனருக்கு ஒதுக்கப்படும் தடம் 30 கிஹெ பட்டை அகலம். GSM அமைப்பில் 200 கிஹெ பட்டை அகலம்.

நவீன செல்பேசிகளில், அகண்ட பட்டை அகலம் பயன்படுத்தும் CDMA மற்றும் WCDMA தகுதரங்கள் கையாளப்படுகின்றன. 1.25 மெஹெ அல்லது 5 மெஹெ ஒவ்வொரு பயனராலும் பயன்படுத்தப்படுகிறது. இங்கு, பெரும்பாலும் $LiTaO_3$ (லித்தியம் டேன்டலேட்), வடிப்பான் களின் அடித்தளமாகப் பயன்படுத்தப்படுகிறது. வெப்பநிலை மாறும் போது, வடிப்பானின் அதிர்வெண்-சாளரத்தின் விலகும் பண்பை, அதிர்வெண் வெப்பக் குணகம் குறிக்கிறது. எடுத்துக்காட்டாக, 128^0 சுழற்று Y வெட்டு $LiTaO_3$ 200 மெஹெ வடிப்பானை CDMA செல்பேசியில் பயன்படுத்தும்போது, வெப்பநிலை மாறும் பட்சத்தில், பட்டை அகலம் – ஒரு டிகிரி செல்சியஸ் வெப்பநிலை மாறும்போது 93.75 ஹெ மாறுகிறது (1.25×100,0000 × 75/1000,000 ஹெ = 93.75 ஹெ). அகண்ட அலைவரிசை வடிப்பான்களில் சமிக்ஞை அடங்கியிருக்கும் அலை வரிசையின் ஒரு சிறிய பங்கே இது. அதிநவீனச் செல்பேசிகளின் தேவையும் வேண்டு பவர்களின் எண்ணிக்கையும் அதிகரித்துள்ளதால், $LiTaO_3$ படிகத்தின் மூலாதாரமாக விளங்கும் கனிமப் பொருளான கோல்டன்-கொலம்பைட் டான்டலேட்டின் தேவையும் அதிகரித்துள்ளது.

7.9 செல்பேசிகளும் உடல் நலமும்

மோட்டார் வண்டியைச் செலுத்தும் செல்பேசியின் பயனரிடம், 'விபத்து நேர்ந்தால் உதவியை அணுகச் செல்பேசி இருக்கிறது' என்று சொன்னாலும் கூட, விபத்து பற்றிய கவலை இருக்கலாம். அண்மைக் காலத்தில், செல்பேசிகளைப் பயன்படுத்துவதே உடல் நலத்துக்குக் கேடு விளைவிக்கலாம் என்ற அச்சம், அறிவியலாளர்களிடமும் பொதுமக்களிடமும் ஏற்பட்டுள்ளது. இன்று சீனா, இந்தியா, இலங்கை மற்றும் பல வளரும் நாடுகளிலும் பரவலாகப் புழக்கத்தில் வந்துள்ளது கையில் ஏந்தும் செல்பேசி. வெகுமக்கள் ரேடியோ செலுத்திகளைத் தலைகளுக்கு ஒட்டியபடி பயன்படுத்துவதால் ரேடியோ கதிர்வீச்சின் விளைவுகள் பற்றிய நியாயமான கேள்விகள் பலருக்கும் எழுந்துள்ளன.

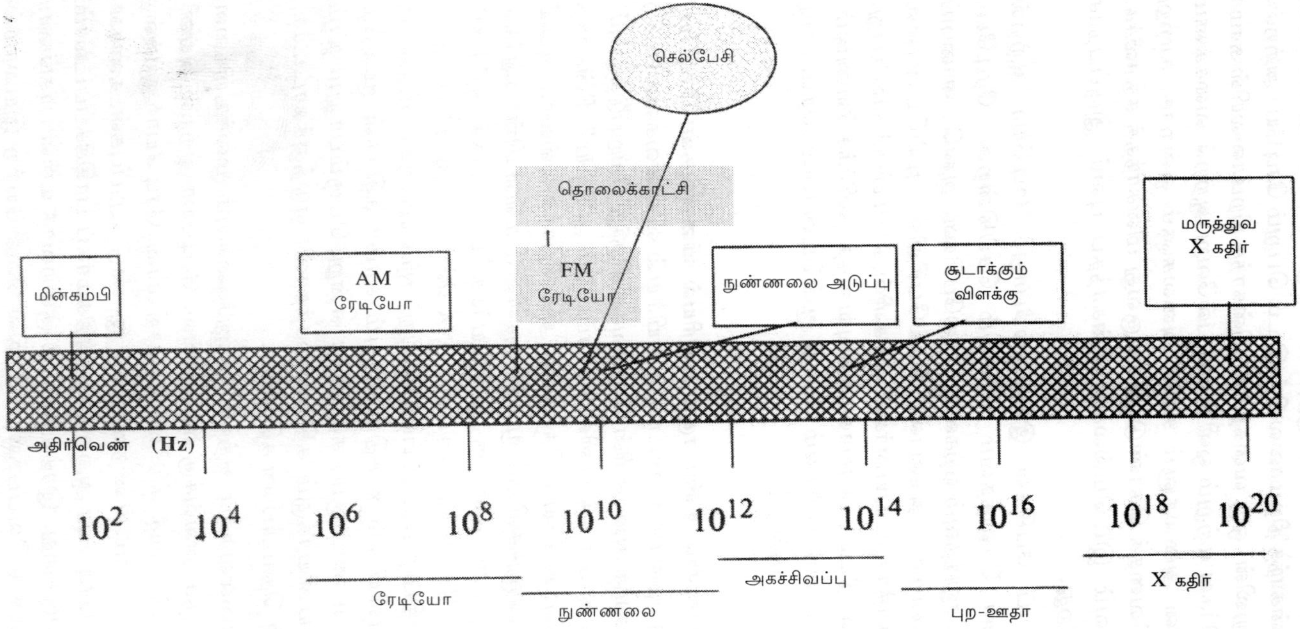

வரைபடம் 7.16. மின்காந்த நிறமாலையில் செல்பேசிகள், தொலைக்காட்சி செலுத்திக்கும் நுண்ணலை அடுப்புகளுக்கும் இடையில் இடம்பெறுகின்றன. கதிர்வீச்சு - அயனியாக்காவிட்டாலும், உயிரியல் ரீதியான சூடாக்கத்தை உண்டாக்குகின்றது.

ரேடியோ அதிர்வெண் (RF) ஆற்றல் என்பது ரேடியோ அலைகளின் மறுபெயர். மின்காந்த நிறமாலையில் இடம் பெறும் ரேடியோ ஆற்றல், மின்காந்த ஆற்றலின் ஒரு வகைதான். மின்காந்த நிறமாலையில் காமா கதிர்கள், X-கதிர்கள் மற்றும் ஒளி எனப் பல்வேறு ஆற்றல் வகைகளும் அடங்கும். மின் அலைகளும் காந்த அலைகளும் ஒன்றாக, காற்று வெளியில் நகர்வதைக் கொண்டு விளங்குவது மின்காந்தக் கதிர்வீச்சு. அலைகள் பரவும் இடமெல்லாம் மின்காந்தப் புலம் இருப்பதாக வழங்கப்படுகிறது.

கம்பியில்லாப் பேசிகள் இயங்கும்போது, ரேடியோ ஆற்றல் சமிக்ஞைகளைச் செலுத்தவும் ஏற்கவும் செய்கின்றன. ரேடியோ அலைகளைச் செலுத்தவும் ஏற்கவும், செல்பேசிகள், ஆன்டெனாவைப் பயன்படுத்துகின்றன. அதனால், செல்பேசியின் ஆன்டெனாவை வாயுள் வைக்காதீர்கள். பயனர்கள் கைகளில் சுமையிருக்கும்போது, ஆன்டெனாவை நீட்ட, வாயால் கவ்வுவதைத் தவிர்க்கவேண்டும். செல்பேசியைப் பயன்படுத்தும் போது ஆன்டெனாவை அதன் முழு நீளத்துக்கு நீட்ட வேண்டும்.

ரேடியோ அலைகளால் உண்டாகும் உயிரியல் விளைவுகள்: ரேடியோ அதிர்வெண் ஆற்றலால் உண்டாகும் உயிரியல் விளைவுகளைப் பிற வகையான மின்காந்த அலைகளின் விளைவுகளிலிருந்து வேறுபடுத்தலாம். x கதிர் மற்றும் காமா கதிர்களில் காணப்படும் அதிஉயர் மின்காந்த ஆற்றலின் அளவு, உயிரியல் திசுக்களை அயனியாக்க வல்லன. *அயனி யாக்கம்* என்பது அணுக்களிலும் மூலக்கூறுகளிலும் உள்ள மின்னணுக்கள் தங்கள் இயல்பு நிலைகளிலிருந்து பெயர்க்கப்படுவதைக் குறிக்கும் சொல். உயிரியல் திசுக்களில், குறிப்பாக DNA என்ற மரபணுப் பொருளில் நிலையானப் பாதிப்புகளை செய்யக்கூடியது. அதிஉயர் அளவு மின்காந்த ஆற்றலை வெளியிடும் x கதிர் மற்றும் காமா கதிர்கள் மூலமே அயனியாக்கம் உண்டாகும். கதிர்வீச்சு என்று பெரும்பாலும் நாம் குறிப்பதே, அயனியாக்கும் கதிர்வீச்சைத்தான். எடுத்துக்காட்டாக, அணு உலைகள் தொடர்பான கதிர்வீச்சு.

ரேடியோ அலைவரிசை ஆற்றல், அணுக்களையும் மூலக்கூறுகளை யும் அயனியாக்கும் அளவுக்கு வலியதல்ல. ரேடியோ ஆற்றல் அயனி யாக்கும் இயல்பில்லாத கதிர்வீச்சு. செறிவான ரேடியோ ஆற்றல், திசுக்களைச் சூடாக்கும். மனித உடலில் இரண்டு உறுப்புகள், கண்கள் மற்றும் விரை, ரேடியோ ஆற்றலால் அதிகமாகப் பாதிக்கப்படலாம் என்று அறியப்படுகிறது. இரத்த ஓட்டம் குறைவாக உள்ள பாகங்கள்; ஆதலால், மேலதிக வெப்பத்தை எளிதில் வெளியேற்ற இயலாமல்

போகிறது. மக்கள் வழக்கமாக சந்திக்க நேரிடும் ரேடியோ ஆற்றல் மிகவும் குறைவு. இருப்பினும், சிலருக்கு உடல் நலத்தைப் பாதிக்கும் குறைந்த அளவு ரேடியோ ஆற்றல் பற்றிய நியாயமான கேள்விகள் எழுகின்றன. தகுதரம்-நிர்ணயிக்கும் அமைப்புகளும், அரசாங்க ஏஜன்சிகளும் தொடர்ந்து பாதுகாப்பு வரம்புகளை, அறிவியல் அடிப்படையில் மீளாய்வு செய்து மாற்றங்களைப் பரிசீலிக்க வேண்டும்.

செல்பேசிகளைப் பயன்படுத்துவோர்களால் ஈர்க்கப்படும் ரேடியோ ஆற்றலின் அளவை, ஈர்க்கும் வீதம் SAR (Specific Absorption Rate) வரையறுக்கிறது. பயனர் பாதுகாப்பாக உட்படுத்தப்படும் ரேடியோ ஆற்றல், 1.6 வாட்/கிலோ கிராம் என்ற உச்ச வரம்பு, FCC (கூட்டரசின் தொடர்பாடல் ஆணையம்) நிர்ணயித்துள்ளது. செல்பேசி உற்பத்தியாளர்கள், இந்த FCCயின் வரம்புகளை மீற இயலாது. மேலும், செல்பேசிகளின் SAR மதிப்பை அவர்கள் நுகர்வோர் அறியும் வண்ணம் வெளிப்படையாக அறிவிக்க வேண்டும். எடுத்துக்காட்டாக, Nokia 5470i இலக்க முறைப் பாங்கில் வேலை செய்யும்போது SAR அளவு 1.49; அதாவது, ஒரு கிலோ திசுவின் எடையில் ஈர்க்கும் வீதம் 1.49 வாட். FCC விதிக்கும் கட்டுப்பாட்டு வரம்புக்குள் (1.6) இருந்தாலும், வரம்பிலிருந்து இடைவெளி குறைவே!

மின்காந்தப் புலத்தால் மக்களிடையே உடல்நலம் பற்றிய பல ஐயங்களை எழுப்பியுள்ள மின்னியல் தொழில்நுட்பங்களான - போலீஸ் ரேடார், கணினி காட்சித் திரைகள் மற்றும் மின்சாரக் கம்பிகள் பட்டியலில் செல்லிடத் தொலைபேசியையும் சேர்த்துக்கொள்ளலாம். உடல்நலம் பற்றிய பலவேறுபட்ட அய்யப்பாடுகளுக்கு எளிய தீர்வுகள்: பேசியைத் தலையிலிருந்து தள்ளிவைத்துப் பேசும் வசதிக்கு வழிவகுக்கும் கருவியான செவிக்கருவி (earpiece) பயன்படுத்தலாம், பேசும் நேரத்தைக் குறைக்கலாம், சமிக்ஞை பலம் குன்றி இருக்கும் இடத்தில் பயன்படுத்துவதைத் தவிர்க்கலாம்; தளநிலையத்திலிருந்து வரும் சமிக்ஞையின் திறன் குன்ற, நவீன செல்பேசிகள் ஒலிபரப்பும் திறனைக் கூட்டுகின்றன. உடல் நலன் அடிப்படையில் பெரும்பாலான அறிவியலாளர்களின் பரிந்துரை இல்லாவிட்டாலும், மக்களின் மன ஆறுதலுக்கு அவரவர் எடுத்துக்கொள்ளும் முன் எச்சரிக்கைகள் எனக் கொள்ளலாம்!

பிற்சேர்க்கை

7. அ. கொக்யின் கதை

நம் அன்றாட நடப்புகளில் பல அனுபவங்கள் நமக்கு இயற்கையின் பிரதிபலிப்பே அறிவியல் என்று காட்டுகின்றன. இதற்கு ஓர் எடுத்துக் காட்டாக, நாம் இன்று தென்னமெரிக்க மழைக்காடுகளில் வாழும் கொக்யி (coqui) என்று அழைக்கப்படும் 15-80 மில்லிமீட்டர் நீளமுள்ள சிறு தவளையை எடுத்துக்கொள்ளலாம். நடமாடும் மற்றும் கம்பி யில்லாத் தொடர்பாடலில் காணும் பல அம்சங்களை இந்த நிலநீர் வாழுயிர் விநோதமாகப் பிரதிபலிக்கிறது.

இத்தவளையின் வாழ்விடமாக அமைந்துள்ள அமேசான் காடுகளில் பல தவளை இனங்கள் இருக்கின்றன. மற்ற தவளைகளிடம் கேட்பொலி அலைவரிசைகளைப் பகிர்ந்துகொள்ள வேண்டிய நிலை. இத்தவளை தன் கரையொலியை அனுப்ப வேண்டியவருக்குச் சென்றடைய, பல வேறுபட்ட அலைவரிசைகளில் ஒலியை எழுப்புகிறது. நுட்பியல் கலைச் சொல்லில் இந்தச் சிறு பிராணி, அதிர்வெண் பங்கிட்ட பன்முக அணுகலைப் (FDMA) பயன்படுத்துகிறது.

இன்னும் அதிசயம் என்னவென்றால், இத்தவளைகள் நேரம் பங்கிட்டுப் பலரை அணுகவல்லன. இத்தவளைகளில் வெவ்வேறு கூட்டங்கள், குறித்த வேளையில் கரையொலி எழுப்புகின்றன (TDMA). இதனால், ஒரே அலைவரிசையில் இடையீடு (Interference) குறைகிறது. ஒவ்வொரு தவளையும் எப்பொழுது ஒலி எழுப்பலாம், எப்போது கூடாது என்று அறிந்து, அதே வட்டாரத்தில் இருக்கும் மற்ற தவளைகளுக்குத் தொல்லை கொடுக்கக்கூடிய இடையீட்டைக் குறைக்கிறது. தொடர்பாடல் மொழி யில் இந்த அம்சத்தை 'Talk Spurt' என அழைக்கின்றனர். தவளைகளிடம் காணப்படும் நேரம் பகிர்ந்த பன்முக அணுகும் திறமையை 'Croak Spurt' எனலாம்.

அறிவியலாளர்கள் இயந்திரங் களைக் கொண்டு கரையொலிகளை எழுப்பிப் பல சோதனைகளைக் காடு களில் நடத்தி உள்ளனர். சில ஒலி அதிர் வெண்களை இயந்திரம் உண்டாக்கும் போது, கொக்யித் தவளைகள், தங்கள் அழைப்புகளை அனுப்பாமல் இருப் பதைக் கண்டறிந்தனர். மேலும், ஒலி யெழுப்பும் வீதத்தைச் சீரமைத்து,

இயந்திரம் இயங்காத அமைதியான நேரத்தில் மட்டும் தங்கள் ஒலியை அனுப்புவதையும் கண்டுள்ளனர்.

முடிவாக, கொக்யி போன்ற சில தவளைகள் – குறிப்பிட்ட ஒலியின் அலைவரிசைக்கும், காலவட்டத்துக்கும், தங்கள் செவிப்புலன்களை இசைவிக்கும் (Tune) திறமை கொண்டுள்ளன. அதே நேரத்தில் – பக்கத்தில் வேறொரு தவளை, வேண்டாத ஒலியை எழுப்பினாலும் – கேட்பவரால், வேண்டிய சமிக்ஞையைப் பகுக்க முடிகிறது. மனித இனம், பல ஆண்டு களாக ஆய்ந்து கண்டறிந்து நடைமுறைப்படுத்தி உள்ள நுட்பங்களை, ஒரு தவளை இனம் இயல்பாகவே கொண்டுள்ளதை அறியும் நாம், இயற்கைக்குத் தலைவணங்கக் கடமைப்பட்டுள்ளோம்!

8
பூகோள இடநிலை உணர்த்தும் அமைப்பு
(Global Positioning System)

8.1 அறிமுகம்

பயணம் செய்யும்போது தொலைந்து போகாமலிருக்க, நம் முன்னோர்கள், பல வழிமுறைகளைக் கையாண்டனர்: கல்வெட்டுகளை நட்டனர், உயரமான சின்னங்களையும் எழுப்பினர், விரிவாக வரையப்பட்ட விவரணப்படங்களைப் பயன்படுத்தினர், திசைகாட்டியைப் (compass) பயன்படுத்தியும் இரவு நேரங்களில் வானத்தின் மீதுள்ள நட்சத்திர நிலை கண்டும் இடத்தை உணர்ந்து கொண்டுள்ளனர்.

இன்று சட்டைப்பை அளவுள்ள சிறிய ரேடியோ ஏற்பி (receiver), எந்நேரத்திலும் எங்கு இருக்கின்றோம் என்பதை சரியாக உணர்த்தி விடும். இந்த ஏற்பி நம் கைவசம் உள்ள வரை, தெளிந்த வானம் நோக்கக் கிடைக்கும் வரை, தொலைந்து போக வேண்டியதில்லை.

அதிநுணுக்கமான தொழில்நுட்பம் வாய்ந்ததாக இருந்தாலும், விலை உயர்ந்துள்ளதானாலும், இந்த இயலில் படிக்கவிருக்கும் அமைப்பு பற்றிய அடிப்படைக் கருத்துகள் எளிதாகப் புரிந்துகொள்ளக் கூடியவை.

பூகோள இடநிலை உணர்த்தும் அமைப்பு – பூஇஅ என்பது Global Positioning System (ஜிபீஎஸ்-GPS) என்பதன் குறுக்கமாகும். பூமியைச் சுற்றி வரும் 24 துணைக்கோள்கள் குழுமமும் (constellation), தரையில் உள்ள கட்டுப்பாட்டு நிலையமும் கொண்ட GPS, ஓர் உலகளாவிய இடநிலை யுணர்த்தும் அமைப்பு. துணைக்கோள்கள், தரையில் உள்ள ஏற்பிக்கு ரேடியோ சமிக்ஞைகளைச் செலுத்துகின்றன. இச்சமிக்ஞைகளை

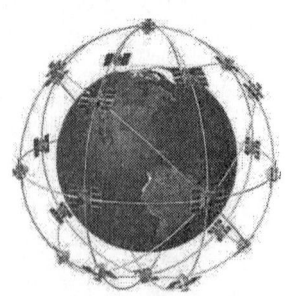

படம் 8.1 GPS துணைக்கோள் குழுமம்.

வைத்து மிகவும் துல்லியமாக முப்பரிமாண இடநிலை; அதாவது, அட்சரேகை - latitude, தீர்க்கரேகை-longtitude மற்றும் குத்துயரம்-altitude அறிய முடிகின்றது.

GPS, செயற்கை உடுக்களான துணைக்கோள்களைப் பொருந்து புள்ளிகளாகப் பயன்படுத்தி, இடநிலைகளை ஒரு மீட்டர் துல்லியத் துக்குக் கணிக்கிறது. GPS ஏற்பிகள், ஒரு சில ஒருங்கிணைந்த சுற்றுகளில் (integrated circuits) அடங்கும் அளவுக்கு சிற்றளவாக்கப்பட்டுள்ளன (miniaturized). இதனால், இந்நுட்பம் எளிதாகப் பலரால் இன்று பயன்படுத்தக் கிடைக்கிறது.

GPS ஏற்பிகள் இன்று கார்கள், படகுகள், வானூர்தி, உழவு இயந் திரங்கள் மற்றும் மடிக் கணினிகளில் இடம்பெறத் தொடங்கி உள்ளன.

8.2 வேலைசெய்யும் விதம்

GPS, அமெரிக்கப் பாதுகாப்புத் துறைக்குச் (Department of Defense) சொந்தமானது. அவர்களால் இயக்கப்படும் GPS, உலகெங்கும் பயன் படுத்தக் கிடைக்கிறது. சுருக்கமாக, GPS வேலை செய்யும் விதத்தைப் பின்வருமாறு விளக்கலாம்:

1. 21 GPS துணைக்கோள்கள் மற்றும் மூன்று உதிரி துணைக்கோள்கள் பூமிக்கு 10,600 மைலுக்கு மேலமைந்த சுற்றுப்பாதையில் இருக்கின்றன. இந்தப் பாதையில் பயணிக்கும் துணைக்கோள்கள் 24 மணி நேரத்தில் இருமுறை பூமியை வட்டமிடுகின்றன.

பூமியில் எந்த ஓர் இடத்திலிருந்தும் நான்கு துணைக்கோள்களாவது ரேடியோ ஏற்பியை அறிந்துணருமாறு துணைக்கோள் குழுமம் அமைக்கப்பட்டுள்ளது.

2. ஒவ்வொரு துணைக்கோளிலும் கணினி, அணுவியல் கடிகாரம் மற்றும் ரேடியோ பொருத்தப்பட்டுள்ளது. தன்னுடைய கோளப்பாதை (orbit) பற்றிய நல்ல அறிதிறன் கொண்ட துணைக்கோள், மாறிக் கொண்டே வரும் தன் இடநிலை மற்றும் நேரத்தை, தொடர்ந்து ஒலிபரப்புகிறது. நாளுக்கொருமுறை ஒவ்வொரு துணைக்கோளும் நேரம் மற்றும் இடநிலை பற்றிய தன்னறிவைத் தரையிலுள்ள கட்டுப் பாட்டு நிலையத்தோடு ஒப்பிட்டுச் சிறிய திருத்தங்களைச் செய்து கொள்கின்றது.

3. தரையில் உள்ள GPS ஏற்பியின் கணினி, 'மூவச்சாக்க முறையில்' (Trilateration), நான்கு துணைக்கோள்களில் மூன்றை அணுகி, தன் இடநிலையைக் கணிக்கிறது. கணிப்பின் முடிவுகள், புவியியல் இடநிலையைத் தீர்க்கரேகை மற்றும் அட்சரேகையாகத் தருகின்றன.

4. ஏற்பியில், விவரணப் படம் (map) காட்டும் காட்சித் திரை இருந்தால், படத்தில் இடநிலை காட்டப்படும்.

5. நான்காவது துணைக்கோளிலிருந்து சமிக்ஞைகளை ஏற்க முடிந்தால், அட்சரேகை, தீர்க்கரேகையோடு குத்துயரத்தையும் ஏற்பி காட்ட முடியும்.

6. ஏற்பி வைத்துள்ளவர் நகரும் போது, பயணம் செய்யும் திசை மற்றும் வேகத்தை ஏற்பியால் கணிக்க முடியும். செல்லிடம் சேரும் நேரத்தைக் கணிக்க இயலும்.

8.3 மூவச்சாக்கம் (Trilateration)

மூவச்சாக்க முறை: குறிப்பொருள்களின் சார்பு இடநிலைகளை முக்கோண வடிவகணிதத்தைப் பயன்படுத்தி அறியும் முறை. முக்கோண மாக்க முறையில் (Triangulation), குறிப்பொருளின் இடநிலையை அறியத் தொலைவுகளும் கோணங்களும் பயன்படுத்தப்படுகின்றன. மூவச்சாக்க முறையில் 1. இரண்டு அல்லது மேற்பட்ட பொருந்து புள்ளிகளுக்கிடையே உள்ள தொலைவும் (நமக்குத் தெரிந்த ஒன்று), 2. குறிப்பொருளுக்கும், பொருந்து புள்ளிகளுக்கும் இடையே உள்ள தொலைவும் (அளந்தறியப்பட்ட) பயன்படுத்தப்படுகின்றன. இரு பரிமாண சமதளத்தில், ஒரு புள்ளியின் இடநிலையை அறிய, குறைந்தது மூன்று பொருந்து புள்ளிகள் தேவைப்படுகின்றன.

இதன் சித்தாந்தம், வட்டங்களின் வடிவ கணிதத்தில் அடங்கி உள்ளதை வரைபடம் 8.2ஐக் கொண்டு விளக்கலாம். குறிப்புப் புள்ளி யின் தொலைவு ஒரு பொருந்து புள்ளியிலிருந்து அறியப்பட்டால், அத்தொலைவை ஆரமாகக் கொண்ட வட்டத்தில் எந்த இடத்திலும் அந்தப் புள்ளி இருக்கலாம். மேலும், இரண்டாவது பொருந்து புள்ளியி லிருந்து ஒரு தொலைவில் குறிப்புப் புள்ளி இருக்கிறதென்றால், அப்புள்ளி மற்றொரு வட்டத்தில் இருக்கலாம். இவ்விரண்டு வட்டங் களும் இரு புள்ளிகளில் முட்டுவதால், குறிப்புப் புள்ளி இரண்டு புள்ளி களில் ஒன்றாக இருக்கலாம். மூன்றாவது பொருந்து புள்ளியிலிருந்து குறிப்புப் புள்ளிக்கு உள்ள தொலைவு மூன்றாவது வட்டத்தைப் படத்தில் கொண்டுவருகிறது. மூன்று வட்டங்களும் முட்டுவது ஒரு புள்ளியில்தான்; அப்புள்ளியே மூன்று பொருந்து புள்ளிகளையும் சார்ந்த, குறிப்புப் புள்ளியின் இடநிலை ஆகும்.

மேற்சொன்னதெல்லாம் குறிப்புப்பொருள் ஒரு சமதளத்தில் இருக்கும் என்ற ஊகத்தின் அடிப்படையில்தான்; அதாவது, இரு பரிமாண வெளியில்தான். முப்பரிமாண வெளியில் (3 dimensional space) 4 பொருந்து

புள்ளிகள் தேவைப்படுகின்றன. குறிப்புப்புள்ளி, வட்டத்துக்குப் பதிலாக உருளையின் தளப்பரப்பில் இருக்கிறது. இந்த வேறுபாடுகளைத் தவிர, நுட்பம் ஒன்றே.

8.4 GPS பயன்பாடுகள்

இடநிலைகளைக் கண்டறிவது மட்டுமல்லாமல், கப்பல்களையும், வானூர்திகளையும் வழிநடத்தவும் (Navigate), பாதையைச் சரிபார்க்கவும் (track) GPS உதவுகிறது.

சில நேரங்களில், மிகவும் சரியான இடமறியும் கருவி, மிகவும் துல்லியமான விஞ்ஞானப் பணி செய்யத் தேவைப்படுகிறது. எவரெஸ்ட் மலைச்சிகரத்தை எட்டப் பெருமலைப்பாக இருக்க, GPS வைத்து மலை வளர்ந்து வருவதை எளிதில் கண்டறிந்துள்ளனர். GPS ஏற்பி சேகரித்த தரவு – முன்பு கண்டறிந்ததை வலுப்படுத்துவதோடல்லாமல், கும்பு பனிமலை எவரெஸ்ட் அடிவாரம் நோக்கி நகர, மலையே வளர்வதை உணர்த்துகிறது.

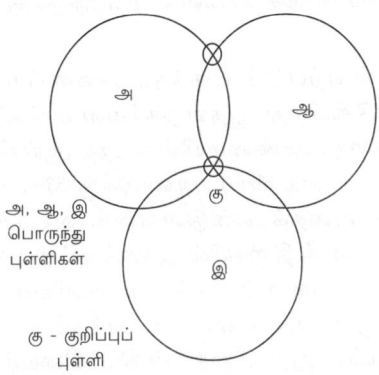

வரைபடம் 8.2. மூவச்சாக்கம்.

இனத்தொகை குறைந்து, முற்றிலும் அழிந்தொழிந்து போகும் அபாயத்தில் இருக்கும் விலங்கினங்களின் இடப்பெயர்வைக் கண் காணிக்கவும், இனத்தொகைப் பரவல் தோரணியை (population distribution pattern) வைத்து நோய் மூலங்களை அடையாளம் காணவும் GPS பயன்படுகிறது. மோன்டானா மரைமான் (elk) மற்றும் மோகாவிப் பாலைவன ஆமைகள் மீது பொருத்தப்பட்ட GPS ஏற்பிகளை வைத்து, வனவிலங்கு மேலாண்மைக் (Wildlife Management) களத்தில் அரும்பணி நடந்துள்ளது.

அகழ்வாராய்ச்சியில் ஈடுபடுபவர்கள் GPSஅய் பயன்படுத்தி, ஆராய் வதற்கான நிலம் மற்றும் நீர்த் தளங்களை இனங்கண்டு, குறிக்க முடிகிறது. குறிப்புகளை வைத்து, கருவிகளும் ஆள்களும் கிடைத்த பிறகு, முன்பு கண்டறிந்த தளங்களுக்குச் செல்ல முடிகிறது.

இங்கிலீஷ் கால்வாய்க்கு அடியே குகைப் பாதை அமைக்கும் போது, பிரித்தானிய மற்றும் பிரஞ்சு கட்டிடப்பணியாளர்கள் எதிர்முனைகளி லிருந்து தோண்ட ஆரம்பித்தனர்; டோவர் (Dover), பிரித்தானியாவி லிருந்து ஓரணியும், பிரான்சில் கலய்ஸ் (Callais) என்ற இடத்திலிருந்து மற்றோர் அணியும் GPS ஏற்பிகளைக் கையாண்டு, தங்கள் பாதையைச் சரிபார்த்துக் கொண்டனர். இதனால், சரியாக குகைநடுவே இரண்டு பணியாளர் அணிகளும் சந்திக்க முடிந்தது; இல்லாவிட்டால், குகை கோணலாகப் போயிருக்கலாம்.

உயிர்காக்கும் பணியில் GPS அமைப்புகள் பெரும்பங்கு வகிக்கின்றன. விபத்து நேர்ந்த இடங்களுக்குத் தீயணைப்பு, காவல் படை மற்றும் மருத்துவ உதவி அணிகளை அனுப்பவும் – விரைவாகத் திட்டமிட்டுச் செயல்படவும் – அவசரகாலச் சேவை வழங்குநருக்கு பேருதவியாக GPS திகழ்கிறது.

பூமியின் தளத்தில் ஏற்படும் உருத்திரிபுகளைப் (crustal deformations) படிக்க GPS பயன்படுகின்றது. பூதள நகர்வை மில்லிமீட்டர் துல்லியத் துக்கு அளக்க முடிகிறது. அண்மையில் நடந்த ஆய்வின் படி, இந்தியப் பூதள விசைத் தட்டு (tectonic plate), ஆண்டுக்கு 53+/-0.15 மில்லிமீட்டர் என்ற வீதத்தில் நகர்வதைக் கண்டுள்ளனர். வடக்கிலிருந்து கிழக்கு நோக்கி, 50 டிகிரி கோணத் திசையில் பூதளத் தட்டு நகர்ந்துள்ளது என்று அறிந்துள்ளனர். இமயமலைப் பகுதியில் குவியும் போது, நகர்வின் வீதம் ஓர் ஆண்டுக்கு 20 மில்லிமீட்டர். இந்தத் தகவலைக் கொண்டு இமயமலைப் பகுதியில் இழுவிசையின் திரட்சியைக் கணிக்க இயலும்.

வரைபடம் 8.3 GPS ஏற்பி.

பூகோள இடநிலை உணர்த்தும் அமைப்பு | 145

2004ஆம் ஆண்டு, டிசம்பர் மாதம் சுமத்திரா அருகே நிகழ்ந்த நில நடுக்கமும், அது கிளப்பிவிட்ட ஆழிப்பேரலைக்குப் (Tsunami) பிறகு தமிழகத்தின் பெயர்ச்சி 1.6 செமீ கிழக்குத் திசையில் என்றும், அந்தமானின் பெயர்ச்சி (displacement) 6 மீ தென்மேற்கு திசையில் என்றும் GPS வைத்துக் கண்டுள்ளனர்.

8.5 GPS ஏற்பி

இடநிலை பற்றிய கணிப்புகளைச் செய்ய, GPS ஏற்பிக்குத் தெரிய வேண்டியவை:

1. தனக்குமேலே சுற்றிவரும் துணைக்கோள்களில் மூன்றிலிருந்தாவது சமிக்ஞையை ஏற்கும் பணி.

2. தனக்கும், துணைக்கோள்களுக்கும் உள்ள தொலைவுகள். இதை அறிய GPS ஏற்பி, துணைக்கோள்களிலிருந்து வரும் உயர் அதிர்வெண், குறை-திறன் ரேடியோ சமிக்ஞைகளைப் பகுத்தாய வேண்டியுள்ளது.

ரேடியோ அலைகள் மின்காந்த ஆற்றலுடையன. ஒளியின் வேகத்தில், வினாடிக்கு 300,000 கி.மீ செல்வன (வெற்றிடத்தில் வேகம்). சமிக்ஞைகள் துணைக்கோள்களிலிருந்து வந்து சேர, எவ்வளவு நேரம் எடுக்கின்றன என்பதை வைத்து, ஏற்பியால் தொலைவைக் கணக்கிட இயலும்.

8.6 தொலைவை அளத்தல்

GPS ஏற்பி, துணைக்கோளிலிருந்து தனக்கு ரேடியோ சமிக்ஞை வந்து சேர்வற்கு எடுத்துக்கொள்ளும் நேரத்தை வைத்து, துணைக்கோளுக்கும் தனக்கும் உள்ள தொலைவைக் கணிக்கிறது. குறிப்பிட்ட நேரத்தில் (நள்ளிரவில் என்று கொள்வோம்), துணைக்கோள் ஒரு நீண்ட இலக்க முறை தற்போக்குக் குறியீட்டைச் (Random Code) செலுத்துகிறது. ஏற்பியும் அதே குறியீட்டை, அதே நேரத்தில் தொடங்கி ஓட்டுகிறது. GPS ஏற்பியிடம் வந்துசேரும் துணைக்கோள் அனுப்பிய சமிக்ஞைத் தோரணி (pattern), ஏற்பி ஓட்டுகின்ற சமிக்ஞைத் தோரணியைக் காட்டிலும் காலம் தாழ்ந்து இருக்கும். இந்தத் தாமத நேரமே (சுணக்கம்) சமிக்ஞை பயணிக்கும் நேரம். இந்த நேரத்தை ஒளியின் வேகத்தோடு பெருக்கினால், எத்தகைய தூரம் சமிக்ஞை பயணம் செய்தது என்பதை அறியலாம். நேர்க்கோட்டில் பயணித்தது என்றால், இதுவே ஏற்பிக்கும் துணைக்கோளுக்கும் உள்ள தொலைவு.

இந்த அளவீட்டை மேற்கொள்ள GPS ஏற்பியிலும் துணைக்கோளிலும் உள்ள கடிகாரங்கள், ஒரு நானோ வினாடி (1/1000,000,000 வினாடி) அளவுக்குள் ஒத்தியங்க வேண்டும். துணைக்கோளை அடிப்படையாகக்

கொண்ட இடநிலை அமைப்பை, ஒத்தியங்கும் கடிகாரங்களைக் கொண்டு அமைக்கலாம். நமக்குத் துல்லியமாகச் செயலாற்றும் நிலையான அணுவியல் கடிகாரங்கள் துணைக்கோளில் மட்டுமல்லாது, GPS ஏற்பி யிலும் தேவைப்படுகிறது. ஆனால், அணுவியல் கடிகாரங்களின் விலை 50,000 அமெரிக்க டாலரிலிருந்து 100,000 அமெரிக்க டாலருக்குள் இருப்பதால், அன்றாடம் பயன்படுத்தும் நுகர்வோர் மின்னணுவியல் கருவியாக விளங்கும் GPS ஏற்பிக்கு ஏற்றதாக இருக்காது. இந்தச் சிக்கலுக்கு நல்ல தீர்வு உள்ளது. ஒவ்வொரு துணைக்கோளிலும் விலை உயர்ந்த, துல்லிய மாக நேரத்தைக் கணிக்கவல்ல அணுவியல் கடிகாரம் உள்ளது. GPS ஏற்பியிலோ, அவ்வப்போது திருத்திக்கொள்ளக்கூடிய, சாதாரணமான குவார்ட்ஸ் படிகம் கொண்டு இயங்கும் கடிகாரம்தான் உள்ளது. சுருங்கச் சொல்லின், ஏற்பி, நான்கு அல்லது மேற்பட்ட துணைக் கோள்களிலிருந்து பெறக்கூடிய சமிக்ஞைகளை வைத்து, தன்னுடைய துல்லியக் குறைபாட்டை எடை போடுகிறது; சரிசெய்தும் கொள்கிறது.

இடநிலை நன்கு தெரிந்த நான்கு துணைக்கோள்களுக்கும் ஏற்பிக்கும் இடையே உள்ள தொலைவுகளை அளந்தபின், நான்கு கோளங்களை

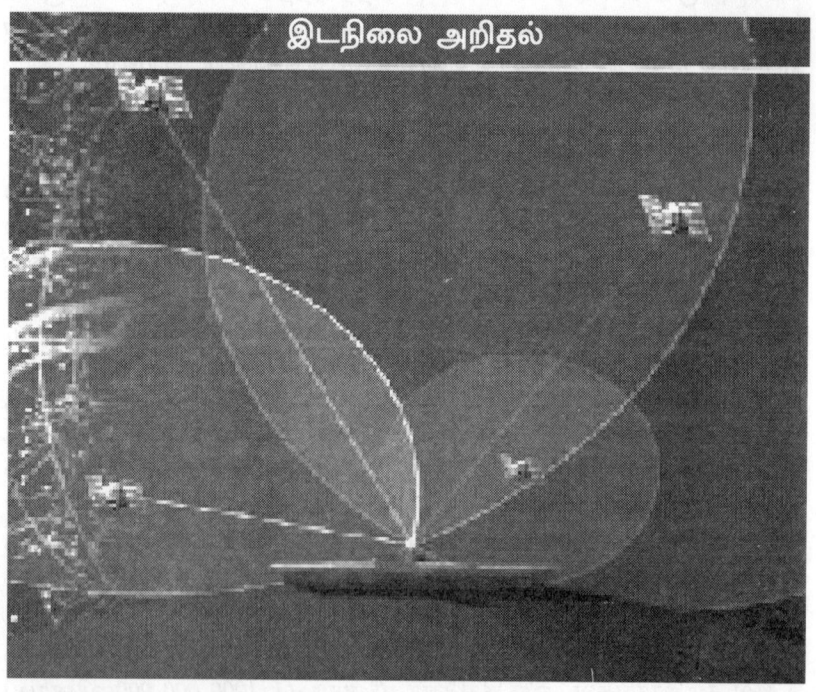

வரைபடம் 8.4. தொலைவுகளை அளந்து இடநிலை அறிதல்.

வரையலாம். இவை ஒரு புள்ளியில் முட்டுமாறு அமையும். தொலைவு களை சரியாக அளக்காவிட்டாலும், மூன்று கோளங்கள் ஒரு புள்ளியில் சந்திக்கும் வாய்ப்பு இருக்கலாம். ஆனால், அளவீட்டில் பிழை இருந்தால், நான்கு கோளங்கள் ஒரு புள்ளியில் முட்டாது. நான்கு தொலைவு களையும் அளக்க, தன்னகத்தே உள்ள கடிகாரத்தை ஏற்பி பயன்படுத்து கிறது. எல்லாத் தொலைவுகளும் ஒரே விகிதாசார அடிப்படையில் பிழையாக இருக்கும்.

ஏற்பியால், நான்கு கோளங்களையும் ஒரு புள்ளியில் முட்டுமாறு செய்வதற்கு ஏற்ற திருத்தங்களைக் கணிக்க முடியும். இதன் அடிப்படை யில் துணைக்கோள்களில் உள்ள அணுவியல் கடிகாரத்தோடு ஒத்தியங்க, GPS ஏற்பி, அதன் கடிகாரத்தைச் சரி செய்கிறது. அதாவது, ஏற்பி, நேரம் பற்றிய தன்னறிவைச் சரிசெய்து கொண்டு இருப்பதால், துல்லியத்தில் அணுவியல் கடிகாரத்தோடு ஒத்து விளங்குகிறது.

வரைபடம் 8.5. வகையீட்டு பூகோள இடநிலையுணர்த்தும் அமைப்பு (DGPS).

தொலைவு பற்றிய தகவல் பயனுள்ளதாக இருக்க, துணைக்கோள் எங்கு இருக்கிறது என்று சரியாக ஏற்பிக்குத் தெரியவேண்டும். துணைக் கோள்கள் முன்பே அறியப்பட்ட சுற்றுப்பாதையில் பயணிப்பதால், இது கடினமாக இருக்காது. GPS ஏற்பி, எந்த நேரத்திலும் எல்லாத் துணை கோள்களும் எங்கு இருக்கின்றன என்ற தகவலை தன் நினைவகத்தில் (memory) வைத்திருக்கும். நிலவு மற்றும் கதிரவன் ஈர்ப்பால் துணைக் கோள்களின் கோளரேகையில் லேசான மாற்றங்கள் உண்டாகும். ஆனால், பாதுகாப்புத் துறை அவ்வப்போது துணைக்கோள்களின் இடநிலையில் ஏற்படும் சிறிய மாற்றங்களைக் கண்காணித்து, செய்ய வேண்டிய திருத்தங்களை எல்லா GPS ஏற்பிக்கும் துணைக்கோள் களூடாகவே அனுப்பி வைக்கிறது.

GPS அமைப்பு நன்றாக வேலை செய்துவந்தாலும், சில துல்லியக் குறைபாடுகள் அவ்வப்போது தலைகாட்ட நேர்கின்றன. வளிமண்டலம்

ஊடாக வெளிவரும் ரேடியோ சமிக்ஞைகள், ஒரே சீரான வேகத்தில் (ஒளியின் வேகத்தில்) வெளிவரும் என்ற ஊகத்தை அடிப்படை யாகக் கொண்டுதான் அமைப்பு இயங்குகிறது. ஆனால், பூமியின் வளிமண்டலம், மின்காந்த ஆற்றலை ஓரளவு மெதுவாக்குகிறது. குறிப்பாக அயனி மண்டலத்திலும், அடிவளி மண்டலத்திலும், அலை களுக்கு இந்த மிதப்படுத்தல் ஏற்படுகின்றது. எனவே, கால தாமதம் - சுணக்கம் நாம் பூமியின் மீதுள்ள இடநிலை சார்ந்தாக இருப்பதால், தொலைவுக் கணிப்புகளில் இதை ஒரு காரணக்கூறாகக் கொண்டு வருவது கடினமாகிறது. வானளாவியப் பெரிய கட்டடங்களில் பட்டு எகிறும் ரேடியோ சமிக்ஞைகளால் சிக்கல்கள் உண்டாகின்றன. இதனால், துணைக்கோள்கள் இருக்கும் இயல்பு தொலைவைக் காட்டிலும் அதிகத் தொலைவு இருப்பதாகத் தெரியக்கூடும்.

வகையீட்டு (Differential) GPS (படம் 8.5), இந்தப் பிழைகளைத் திருத்த உதவுகிறது. இதன் அடிப்படைச் சித்தாந்தம், GPSஇன் துல்லியக் குறைபாட்டை – நிலைபெற்றுள்ள – இடநிலை நன்கு அறிந்த ஓர் ஏற்பி வைத்துக் கணிப்பது. வகையீட்டு GPS நிலையத்தின் வன்பொருளுக்கு (hardware), அதன் இடநிலை நன்கு தெரிந்ததால், அதன் துல்லியக் குறைபாட்டைக் கணிக்கிறது. நிலையம், அதன் வட்டாரத்தில் உள்ள DGPS கருவி பொருத்தப்பட்ட எல்லா ஏற்பிகளுக்கும், இடநிலைக் கணிப்பில் செய்ய வேண்டிய திருத்தம் பற்றிய தகவலை ஒலிபரப்பு கிறது. பொதுவாக, திருத்தம் பற்றிய தகவலை அனுகுவதால் வகை யீட்டு GPS, சாதாரண GPSயைக் காட்டிலும் கூடுதல் துல்லியத்துடன் இடநிலையை உணர்த்துகிறது.

8.7. எதிர்காலத்தில் பூஇஅ (GPS)

GPS, தனியொரு நாடான அமெரிக்காவுக்குச் சொந்தமானது. பொதுப் பயன்பாட்டுக்காக அணுகக் கிடைத்தாலும், அமெரிக்காவின் இராணுவம், போர்க் காலங்களில் GPS சமிக்ஞையை முடக்கி விடுவது வழக்கம். அது அவர்களின் உரிமை. இதை உணர்ந்த நாடுகளெல்லாம் ஒன்று சேர்ந்து, மாற்று ஏற்பாட்டுக்கான திட்டம் வகுத்துள்ளனர். இத்திட்ட அடிப்படை யில், கலிலியோ இடநிலையுணர்த்தும் அமைப்பு என்று பெயரிடப் பட்டுள்ள ஏற்பாடு, 2010 ஆம் ஆண்டு நடைமுறைக்குக் கொண்டு வரப் படும். ஐரோப்பிய ஒன்றிய (EU) நாடுகளால் தொடங்கப்பட்ட திட்டத்தில் இந்தியா, சீனா, பாகிஸ்தான், மலேசியா, ஜப்பான், ஆஸ்திரேலியா, கொரியா, அர்ஜென்டீனா ஆகிய நாடுகள் இணைந்துள்ளன.

எதிர்கால நிலநடுக்க எச்சரிக்கை ஏற்பாட்டின் ஒரு பகுதியாக GPS விளங்கும் வாய்ப்புகள் அதிகரித்துள்ளன. நிலநடுக்கம் நிகழ்வதற்கு ஒரு

வாரம் அல்லது ஓரிரு நாட்களுக்கு முன் தரைக்கு அடியில் உருவாகும் மின்னூட்டத் துகள்கள் அயனிமண்டலத்தில் மாற்றங்களை உண்டாக்குகின்றன. தரையில் (+) மின்னூட்டம் உள்ள புரைமின்னணுக்கள் (holes) அயனிமண்டலத்தில் உள்ள நேர்மின்னணுக்களை (electrons) ஈர்க்கின்றன. 100 கிமீ விட்டமுடைய பரப்பளவில், காற்றில் உள்ள நேர்மின்னணுக்களின் செறிவு குறைகின்றது. இதனால், அயனிமண்டலம் கீழ்நோக்கி இறங்குகின்றது. நேர்மின்னணுக்களின் செறிவு மாற்றங்கள், GPS மற்றும் பிற ரேடியோ சமிக்ஞைகளின் பரப்புகையில் மாற்றங்களை உருவாக்கும். ஒவ்வொரு GPS துணைக்கோளும் இரண்டு சமிக்ஞைகளைச் செலுத்தலாம். ஏற்பிக்கு வந்து சேரும் சமிக்ஞைகளுக்கிடையே கட்டநிலையில் உள்ள சார்பியல் வேறுபாடு, அயனிமண்டலத்தில் உள்ள மின்னணுக்களின் உள்ளடக்கம் சார்ந்தது. நிலைபெற்ற GPS ஏற்பியில் காணும் கட்டநிலை மாற்றங்கள், அயனிமண்டல மாற்றங்களைக் கண்காணிக்க உதவுகின்றன. 1997க்கும் 1999ஆம் ஆண்டுக்கும் இடையே, தைவான் நாட்டு ஆய்வாளர்கள் 144 நிலநடுக்கங்களை ஆய்ந்துள்ளனர். ரிக்டர் அளவுகோலில் ஆறுக்கும் மேற்பட்ட நில நடுக்கங்களின்போது அயனிமண்டலத்தில் நேர்மின்னணுக்களின் உள்ளடக்கத்தில் கணிசமான அளவுக்கு மாற்றங்கள் ஏற்பட்டுள்ளதாகப் பதிவுசெய்துள்ளனர்.

பிற்சேர்க்கை

8.அ. முக்கோணமாக்கம் (Triangulation).

குறிப்பொருளின் இடநிலையை அறியும் முறை. இரு பொருந்து புள்ளி களிலிருந்து குறிப்பிட்ட இடத்துக்கு இடையே உள்ள பரப்பளவில் முக்கோணங்கள் அமைக்கப்படுகின்றன. பொருந்து புள்ளிகளிலிருந்து, குறிப்பிட்ட இடத்துக்கிடையே அளக்கப்பட்ட கோணங்களையும், தொலைவுகளையும் வைத்து, குறிப்பொருளின் இடநிலை கணிக்கப் படுகிறது.

8.ஆ. கருங்கல் மின்கலன்கள்

அக்டோபர் 8/2005: பாகிஸ்தான் ஆட்சிக்குட்பட்ட காஷ்மீரில், பாறைகள் உடைந்து நொறுங்க, பூமியின் ஊனங்கள் (faults) வழுக்கி விழ, பூமி அதிர்ந்து 70,000 பேர் மாண்டனர். 10 லட்சம் பேர் வீடுகளை இழந்து தவித்தனர்.

இந்தப் பேரழிவுக்கு ஒரு வாரத்துக்கு முன் அல்லது நாட்களுக்கு முன் அல்லது மணிநேரங்கள் முன் ஏதேனும் அறிகுறிகள் தென்பட்டனவா? பூமியிலோ, காற்றிலோ சமிக்ஞைகள் இருந்தனவா? துணைக்கோள் செயலிழந்ததால் நிச்சயமாகச் சொல்ல முடியாவிட்டாலும், எச்சரிக்கைக் குறிகள் இருந்தன என்கின்றனர் அறிவியலாளர்கள்.

பூதள நகர்வுகளைத் துணைக்கோள் கொண்டு கண்காணிப்பதாலும், பூதளப்பரப்புக்குக் கீழ் புதைக்கப்பட்ட இழுவிசைமானிகள் கொண்டு அளப்பதாலும், ஆய்வாளர்கள், முப்பது ஆண்டுகளுக்குள் நிலநடுக்கம் நடக்கவிருக்கும் நிகழ்தகவைத்தான் சொல்லிவந்துள்ளனர். எந்திரவியல் கண்ணோட்டத்தில் இயங்கியலை நோக்குவதில் குறுகிய காலகட்ட எச்சரிக்கைகளுக்கு வாய்ப்பில்லை. ஆனால், பயங்கர பூகம்பங்களுக்கும் சில மின்காந்த நடப்புகளுக்கும் உள்ள தொடர்புகள் வலுப்பெற்று வருகின்றன.

எச்சரிக்கையாக, காந்த அலைகளும் அயனிமண்டலத்தில் மாற்றங் களும் உண்டாகின்றன என்கின்றனர் அறிவியலாளர்கள். அண்மைக் காலத்தில் நடந்த நிலநடுக்கங்களைக் கண்காணித்த ஆய்வாளர்கள், காந்த அலைகளையும் அயனிமண்டல மாற்றங்களையும் தோற்றுவிக்கும் இயங்கியலைப் பற்றிய கோட்பாட்டு விளக்கங்களை முன்னெடுத்து

பூகோள இடநிலை உணர்த்தும் அமைப்பு | 151

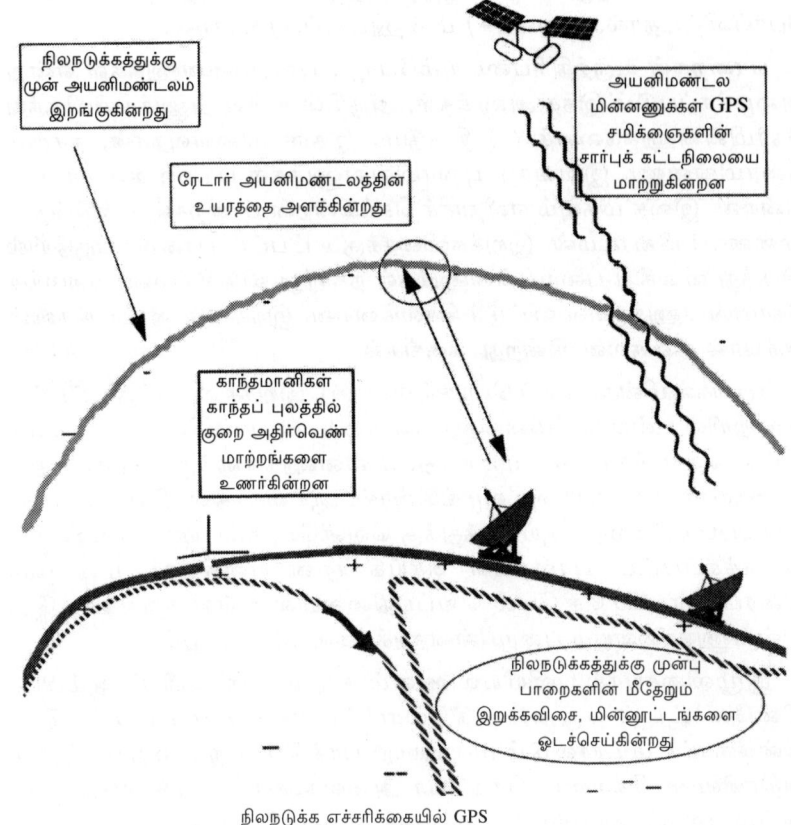

நிலநடுக்க எச்சரிக்கையில் GPS

வைத்துள்ளனர். குறிப்பாக, 'கருங்கல் மின்கலன்' கோட்பாடும் அதன் ஆய்வக மாதிரியும், இன்று பெரிதும் பேசப்பட்டு வருகின்றன.

'ஒரு கருங்கல் பாளத்தை வலுவாக அழுத்தினால் மின்கலனாகும்' என்கின்றார் பேராசிரியர் பிரைட்மன். நிலநடுக்கம் அதிக அளவில் மின்னோட்டத்தை உருவாக்கும்; இதனால், அயனிமண்டலத்தில் சில பாதிப்புகள் உருவாகி, விந்தையான மின்னொளி உண்டாகின்றது. பூதள ஊனங்கள் பேரழிவை நோக்கி நகர்வதற்கு முன் இந்த மாற்றங்கள் தென்படுவதால், அதை உணர்ந்தால், நிலநடுக்க எச்சரிக்கை கொடுக்க முடியும்.

முனைவர். பிரைட்மன் சொல்வதைப் பார்ப்போம். கருங்கல் போன்ற பாறைகளில், அழுத்தத்தால் உண்டாகும் உருத்திரிபுகள், பாறையிலுள்ள படிகங்களின் ஆக்சிஜன் அணுக்களை மின்னூட்டச்

சுமப்பிகளாக மாற்றுகின்றன. இந்த அணுக்களிலிருந்து மின்னணுக்கள் போய்விட்டதால், அவை (+) மின்னூட்டப்படுகின்றன.

பாறைகள் உருத்திரிபடையும்போது, புரைமின்னணுக்கள் என்று அழைக்கப்படும் இந்த அணுக்கள், அருகில் உள்ள அணுக்களிலிருந்து நேர்மின்னணுக்களைத் (-) திருடும். இதன் விளைவுதான், நகரும் புரைமின்னணு. இவ்வாறு புரைமின்னணுக்கள் பாறை ஊடாக நகர்கின்றன. இதை மிகவும் எளிதாகச் செய்கின்றன பாறைகள் என்கின்றார் முனைவர் பிரைட்மன். இறுக்கவிசைக்கு உட்பட்ட பாறைப் பகுதியில் இருந்து விலகிப் புரைமின்னணுக்கள் நகர்ந்து விடுகின்றன; மேலதிக நேர்மின்னணுக்களை விட்டுச் செல்கின்றன. இந்த மின்னூட்டங்களின் பிரிவால் மின்கலனாகின்றது கருங்கல்.

கருங்கல் மின்கடத்தாப் பொருள் (insulator). இறுக்க விசைக்கு உட்பட்ட பாறையில் உள்ள நேர்மின்னணுக்கள் (electrons) புரைமின்னணுக்களைத் (holes) தொடர்ந்து ஓட முடியாது. மின்னணுக்களுக்கு ஒரு கடத்தும் பாதையாக ஒரு கம்பியை வழங்கினால், ஆய்வகத்தில் மின்னோட்டம் நிறுவப்படுகின்றது. ஆய்வகத்துக்கு வெளியே, கம்பியின் வேலையை சூடாக்கப்பட்ட பாறைகள் செய்கின்றன என்கிறார் முனைவர் பிரைட்மன். 500^0செ மேல் வெப்பநிலையில் உள்ள கருங்கல், நேர் மின்னணுக்களையும் புரைமின்னணுக்களையும் கடத்தும்.

இழுவிசையால் புவியியல் ஊனம் நழுவ, பல ஆயிரம் ஆம்பியர் மின்னோட்டம் ஒரு கனக் கிலோமீட்டருக்கு உருவாக்கப்படும். மின்னோட்டம் ஊசலிடும் (fluctuating) பாங்கில் உருவாவதால், குறை அதிர்வெண் கொண்ட ரேடியோ அலைகளை உமிழ்கின்றது பூமி. இவ்வலைகள் அயனிமண்டலத்தைத் துளைக்கின்றன.

மின்னோட்டங்கள் நிலநடுக்கத்தை முன்கூற வல்லனவா? பூதள ஊனம் நழுவும் முன் அதன் மீதுள்ள இழுவிசையில் மாற்றங்கள் ஏற்படுகின்றனவா? இதுவரை அவ்வகை மாற்றங்களை உணர இயல வில்லை. அதற்குக் காரணம், இழுவிசை மானிகள் பூதளப் பரப்புக்கு மிக அருகில் இருக்கின்றன. 'புவியியல் ஊனங்களில் பிறழ்வுகள் நடைபெறும் ஆழத்தில் மானிகள் இல்லை!' என்கிறார் முனைவர் பிரைட்மன். அவரால் ஆய்வகத்தில் நிறுவப்பட்ட கருங்கல் மின்கலன் கோட்பாட்டின்படி மின்னோட்டம் தரையில் இருக்குமானால், அவருடைய மின்னோட்டங்களை, பூமியின் மேல் வைக்கப்படும் காந்தமானிகளாலும் அயனி மண்டலத்தை நோக்கும் துணைக்கோளாலும் கிரகிக்க இயலும்.

9

ரேடியோ தொடர்பாடலில் மின் இரைச்சல்

விளக்கிச் சொல்ல வந்ததை அளந்து, எண்ணிக்கையால் குறிக்கமுடிந்தால், நமக்குச் சொல்ல வந்த கருத்து பற்றி ஓரளவு தெரியும். ஆனால், அதை அளக்கவும் முடியாமல், பிறகு எண்களால் சித்திரிக்கவும் முடியாவிட்டால் நம் அறிவின் நிலை திருப்தி அளிக்காது; நம்முடைய அறிவின் நிலைப்பாடு, ஒரு தொடக்கம்தான், நம் சிந்தனையின் வளர்ச்சி விஞ்ஞானத்தின் கட்டத்தை இன்னும் எட்டவில்லை.

லார்ட் கெல்வின்

9.1 அறிமுகம்

தொலைக்காட்சியில் ஏற்கப்படும் சமிக்ஞை, வலுக் குறைந்திருக்கும் போது, பனிபடர்ந்த நிழற்படம் போல திரையில் காட்சியளிப்பதைக் காணலாம். வானில் மின்னல் அடிக்கும்போது, வானொலியைக் கேட்பவரால் இரைச்சலை உணர நேரிடும். தொடர்பாடல் அமைப்புகளின் சமிக்ஞையுடன் இரைச்சல் எப்பொழுதும் கலந்திருக்கும். என்றாலும், சமிக்ஞையின் திறனளவு இரைச்சலின் திறனளவைக் காட்டிலும் கூடுதலாக இருக்கும் நிலையில் அது வெளிப்படுவதில்லை. வலுக் குறைந்த சமிக்ஞை இரைச்சலோடு கலந்து இருப்பினும், இரைச்சல் திறன் சமிக்ஞை திறனைக் காட்டிலும் குறைந்திருந்தால், சமிக்ஞையின் திறனளவைப் பெருக்கலாம். இரைச்சல், சமிக்ஞைக்கு ஈடான வலுவோடு இருக்கும் நிலையில், சமிக்ஞையின் திறனைப் பெருக்கிப் பயனில்லை. ஏனென்றால், எந்த ஒரு பெருக்கியும், சமிக்ஞையைப் பெருக்கும் போது, இரைச்சலையும் பெருக்கும். உள்வாங்கும் இரைச்சல் பெருக்கப் படுவதோடு, மேலதிக இரைச்சலையும் சேர்த்து வெளியிடும். இதனால், சமிக்ஞையை இரைச்சல் மூழ்கடித்து விடும் (வரைபடம் 9.1).

இரைச்சல் படிந்த சமிக்ஞை

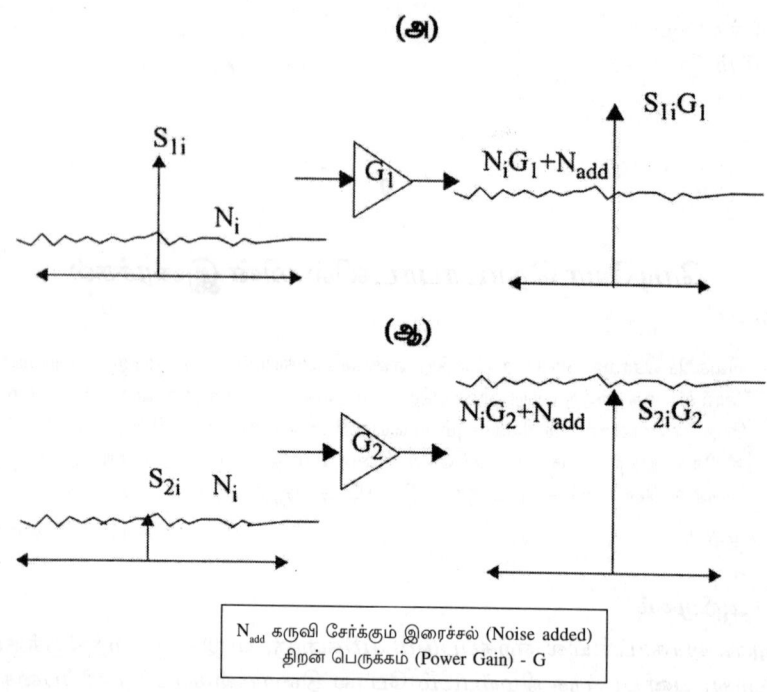

N_{add} கருவி சேர்க்கும் இரைச்சல் (Noise added)
திறன் பெருக்கம் (Power Gain) - G

வரைபடம் 9.1 பெருக்கியில் உள்ளிடும் சமிக்ஞை/இரைச்சல் மற்றும் வெளியிடும் சமிக்ஞை/இரைச்சல்: (அ) சமிக்ஞை-இரைச்சல் விகிதம் கூடுதலாக (>>1) இருக்கும் நிலையில். (ஆ) சமிக்ஞை-இரைச்சல் விகிதம் ஒன்றாக (1) இருக்கும் நிலையில்.

இரைச்சல் என்பதன் விளக்கம் ‘*செலுத்தப்படும் சமிக்ஞையின் இயல்பு ஏற்புகைக்கு இடையூறு விளைவிக்கும் அவசியமற்ற மின்னியல் தொந்தரவு*’. இரைச்சல், முன் அறியக்கூடிய செயற்கையான செயற்பாடாகவோ, தற்போக்கான இயற்கை நிகழ்வாகவோ இருக்கலாம். தொடர்பாடல் அமைப்புகளை வடிவமைப்பதில் நம் இலக்கு – இரைச்சலால் அமைப்பின் செயல்திறன் குலையாமல் இருக்க வேண்டுவதே. இந்த இலக்கை அடைய, சராசரி சமிக்ஞைத் திறனுக்கும் சராசரி இரைச்சல் திறனுக்கும் உள்ள விகிதத்தை அதிகமாக வைத்திருக்க வேண்டும். இதற்குப் பல உத்திகளைக் கையாளலாம்: *1.* திறன் மிகுந்த செலுத்திகளையும் (high power transmitters) பெருக்கமிக்க உணர்கொம்புகளையும் (high gain antennas) பயன்படுத்தி, ஏற்கப்படும் சமிக்ஞைத் திறனை அதிகப்படுத்துவது *2.* ஏற்பியில் சமிக்ஞையைப் பெருக்கும் (Amplifier) மற்றும் கலக்கும் (Mixer) சுற்றுகளை, குறைந்த அளவு இரைச்சலைச் சேர்ப்பனவாக அமைப்பது *3.* இரைச்சலில் இருந்து சமிக்ஞையைப் பிரித்தெடுக்க வசதியான – பண்பேற்ற (modulation) மற்றும் குறிமுறை

யாக்க (coding) உத்திகளைக் கையாளுவது. 4. மனிதரால் ஏற்படுத்தப் படும் இரைச்சலை (எடுத்துக்காட்டாக, எஞ்சின்களின் சுடர் மூட்டு) வடிப்பான்கள் (Filters) கொண்டு களைவது. செலவு, எடை, செயல்திறன் ஆகியவற்றை மனதில் கொண்டு, மேற்சொன்ன நான்கு உத்திகளும் கையாளப்படும்.

இரைச்சலுக்கிடையே சமிக்ஞையைப் பகுத்து எடுக்கும் சவாலில், ஏற்பியின் திறமான வடிவமைப்பு ஒரு பெரும்பங்கு வகிக்கிறது. இரைச்சலின் இயல்புகளை அறிந்துகொள்வது மட்டுமல்லாமல், இரைச்சலைத் துல்லியமாகச் சித்திரிக்கும் முறைகளும் இன்றியமையாத தாகி விடுகின்றன. பின்வரும் பகுதிகளில், இரைச்சலைக் குறிக்கும் முறைகளையும் அளபுருக்களையும் அறிமுகம் செய்கிறோம். இரைச்சல் மாதிரிகளில் (model) தொடங்கி, ரேடியோ ஏற்பியின் வடிவமைப்பு உத்திகளுக்கான அடிப்படைச் சமன்பாடுகளைத் தருகிறோம்.

9.2 தற்போக்குச் செயற்பாடும் இரைச்சலும் (Noise and Random Process)

தற்போக்குச் செயற்பாடுகள் தொடர்பாடலில் ஒருங்கிணைந்த அங்கமாக விளங்குகின்றன. சமிக்ஞையாக இருந்தாலும் இரைச்சலாக இருந்தாலும் வாய்ப்பியலாக அமைவதால், தற்போக்குச் செயற்பாடுகளைச் சித்திரிக்க வேண்டியது, மிகவும் அவசியமாகிறது. இதில் எழும் சிக்கல், தற்போக்குச் செயற்பாட்டின் தற்போக்கு நிலையே. நன்றாக வரையறுக்கப்பட்ட, தெரிந்த நிகழ்வுகளை மட்டும் படித்துப் பழக்கப்பட்டவர்களுக்கு எளிதில் பிடிபடாமல் போகும் நிலை இருக்கலாம். அதுவும், கணக்கியல் ரீதியாக, தற்போக்குச் செயற்பாடுகளை கையாளும் முறை, அறிமுகப் படுத்தப்படாமல் இருக்கலாம். இந்த ஐயத்தைப் போக்க, நாம் இந்தச் சிக்கலை, உள்ளுணர்வுடன் அணுக வேண்டும்.

ஒரு போக்கு அல்லது நடப்பைத் தற்போக்கு என்று கருதுவது ஏன்? நமக்கு அந்த நடப்பு பற்றிய முன்னறிவு இல்லாததாலும், இருக்க வேண்டிய அவசியம் இல்லாததாலும்தான். எந்த முன்அறிவும் இல்லாமல் ஒரு சில அளபுருக்களை வைத்துக் கொண்டும் சார்புகளால் விவரித்தும், தற்போக்கு நடப்பு பற்றி எழும் வினாக்களுக்கு விடை காணலாம் என்று சொல்வோம்.

நம் தேவைக்கு ஒரு தற்போக்குச் செயற்பாடு 'ஒரு சார்புக் கூட்டத்தால், சார்புக் குடும்பத்தால்' வரையறுக்கப்படலாம் என்று சொல்வோம். ஒரு தடுப்பானின் மீது உள்ள இரைச்சல் அழுத்தத்தை நேரம் தொட்டு அளந்தால், அழுத்தத்தின் இன்று அளக்கும் அலைவடிவம் நாளை அளப்பதிலிருந்து வேறுபடும் (படம் 9.2). இரைச்சல் அழுத்தத்தைப் பற்றி முற்றிலும் அறிய, பல கோடிக்கணக்கான முறைகள் அழுத்தத்தை

அளக்கவேண்டி இருக்கும். ஒவ்வோர் அளப்பும் பல மணிநேரம் நீடிக்கும். ஒரு முறை அளந்து தற்போக்குச் செயற்பாட்டைப் பற்றிய போதுமான அறிவைப் பெற இயலாததால், ஒரு தற்போக்குச் செயற்பாடு, இரண்டு பரிமாணம் கொண்டதாக அமைகிறது. அவற்றை விவரிக்க, பல முறை கவனிக்க வேண்டியதாகிவிடுகிறது; முழுதாக அறியத் தேவை 'பல அளப்புகளின் தொகுப்பு/திரட்டல்'. எனவேதான், 'சார்புக் குடும்பமே' வேண்டும். முன்னறிந்த சமிக்ஞைகளுக்கும், தற்போக்குச் சமிக்ஞைகளுக்கும் இடையே உள்ள முதன்மை வேறுபாடு இதுதான். இவ்விரண்டு சமிக்ஞைகள் பற்றிய கருத்தாக்கத்தில் எழக்கூடிய குழப்பமும் இதுதான். ஒரு சாதாரண சமிக்ஞை மூலத்தின் வெளியீடு, முழுமையாக முன்னறியக்கூடிய அலைவடிவம் கொண்டது. தற்போக்குச் சமிக்ஞையை – எடுத்துகாட்டாக, தொலைபேசிக் கம்பியில் செல்லும் ஒலிச் சமிக்ஞையை – முழுமையாக முன்னறிந்து சொல்ல இயலாது. எனவே, பலநூறு முறைகள் அளந்து எடுத்ததன் புள்ளியியல் விவரங்கள் வாயிலாக அறிய வேண்டும்.

நடைமுறையில் தற்போக்குச் சார்பு பற்றிய படிப்பு, மிகவும் பயனுள்ளதாக இருப்பதற்குக் காரணம், பெரும்பாலான தற்போக்குச் சமிக்ஞைகளைப் புள்ளியியல் போல்மங்கள் கொண்டு சித்திரிக்கலாம் என்பதே. சமிக்ஞைகளின் வீச்சின் அளவு மற்றும் வேகம் பற்றிய விவரங்களை, புள்ளியியல் போல்மங்கள் நமக்குத் தெரிவிக்கும். புள்ளியியல் போல்மங்கள், நம்மை தற்போக்குச் சமிக்ஞைகளின் வாய்ப்பியற் தன்மையை மறந்து, யதார்த்தமாக நுண்ணாயும் முறைகளைக் கையாள வழிவகுக்குகின்றன.

தற்போக்குச் செயற்பாட்டின் இயல்புகள் எவ்வாறு விவரிக்கப்படுகின்றன? எத்தகையப் புள்ளியியல் விவரங்களை முன் வைக்க வேண்டும்? தொடர்பாடல் அமைப்புகளை ஆய்ந்தறிய இந்த போல்மங்களை எப்படிக் கையாள வேண்டும்? இந்தக் கேள்விகளுக்குப் பதில் தேட, முதலில் சில எளிதாக்கும் ஊகங்களைச் செய்ய வேண்டும்.

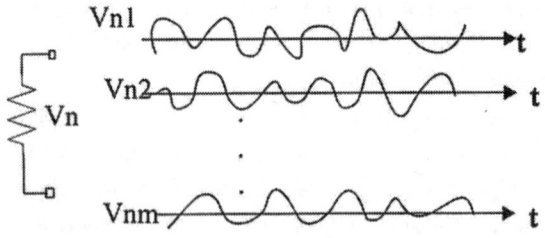

வரைபடம் 9.2 இரைச்சலைக் கால சார்புகளின் கூட்டமாகப் பார்க்கலாம்.

9.2.1 புள்ளியியல் கூட்டங்கள் (Statistical Ensembles)

முன் சொன்னது போல், ஒரு தற்போக்குச் சமிக்ஞையின் இயல்பை எடுத்துக்காட்டாக, ஒரு தடுப்பானின் மீது உள்ள இரைச்சல் அழுத்தத்தை முழுமையாக அறியத் தேவை, இரண்டு-ஈறிலா தொகுதிகள்: 1. ஈறிலா (infinite) அளப்புகள் 2. ஒவ்வொன்றும் ஈறிலா நேரம் கொண்டதாக (வரைபடம் 9.2). ஒரு தடுப்பானுக்குப் பதிலாக, பல ஆயிரம் ஒரே வகைத் தடுப்பான்களை எடுத்துக்கொள்வோம். அவற்றின் மீதுள்ள இரைச்சல் அழுத்தத்தை அதே நேரத்தில் அளப்போம். இரண்டாவது சொன்ன சோதனையும், முதலில் குறிப்பிட்ட சோதனையும், ஒரே புள்ளியியல் முடிவை ஈட்டும் என்று எதிர்பார்க்கலாம். பல ஆயிரம் தடுப்பான்களின் இரைச்சல் அழுத்தங்களை, ஒரு பெரும் தொகுதி (set) என்று கொண்டால், அந்தத் தொகுதிக்கு, 'ensemble' ('கூட்டம்') என்று பெயர். அந்தத் தொகுதியில் உள்ள ஒவ்வோர் இரைச்சல் அலைவடிவமும் 'மாதிரி சார்பு' ('sample function') என்று வழங்கப்படும்.

ஒரு தடுப்பானின் மீதுள்ள இரைச்சலின் சராசரி அழுத்தத்தை எவ்வாறு அளப்பது? நமக்கு மிகவும் பொதுவாகத் தெரிந்த அணுகுமுறை – இரைச்சல் n(t)யை, நீண்ட நேரம் (T) அளந்து, பிறகு 'நேர்மின் கூறு' (DC component) கீழ்க்கண்டவாறு கணிக்கப்படுகின்றது.

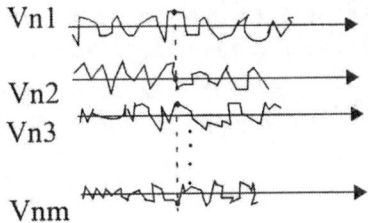

வரைபடம் 9.3. மாதிரி சார்புகளின் சராசரி காண்பது.

$$n = \lim_{T \to \infty} \frac{1}{T} \int_{-\frac{T}{2}}^{\frac{T}{2}} n(t)\,dt \qquad (9.1)$$

ஒரு தற்போக்கு முறைவழியின் 'நேர்-மின் (DC) கூறு', என்ற கருத்து, கால சராசரி (Time average) என்றும் வழங்கப்படும்.

சராசரிக்கு மற்றொரு வரையறையும் உண்டு. இது, ஒரே நேரத்தில், 'புள்ளியியல் கூட்டத்தில்' உள்ள அலைவடிவங்களில் எடுக்கப்படும் மாதிரிகளை அடிப்படையாகக் கொண்டது [வரைபடம் 9.3]. இங்கு நாம்

சராசரியைக் கணக்கிட, பொறுக்கி எடுத்த எல்லா மாதிரி மதிப்புகளின் கூட்டுத் தொகையை, மாதிரிகளின் எண்ணிக்கையால் வகுக்க வேண்டும். 'புள்ளியியல் சராசரி' அல்லது 'கூட்ட சராசரி' என்ற இந்த சராசரியைப் பின்வருமாறு வரையறுக்கலாம்.

$$\dot{n} = \int_{-\infty}^{\infty} n(t)P_n(n)dn \qquad (9.2),$$

இங்கு $P_n(n)$, இரைச்சல் முறைவழியின் நிகழ்தகவு அடர்த்திச் சார்பு (நி.அ.சா.). மேற்சொன்ன இரண்டு வரையறைகளின் மீது, இரண்டு கேள்விகளை எழுப்பலாம். முதலில், இன்று அளந்த காலச் சராசரி நாளை அளக்கவிருக்கும் காலச் சராசரிக்குச் சமமாகுமா? அவசியம் இல்லை. புள்ளியியல் விவரங்கள், கால விலக்கத்தால் மாறாது இருக்கும் முறைவழி, தங்குநிலை முறைவழி (stationary process) என்று அழைக்கப் படும். எனவே, 'காலச் சராசரி' என்ற கருத்து, தங்குநிலை முறைவழி யின் விளக்கத்துக்கு, பெரும் பயன் உள்ளதாக அமையும். எடுத்துக் காட்டாக, வெப்ப நிலை மாறாத தடுப்பானின் அழுத்தம். நாம் இந்த இயலில் காணவிருக்கும் பெரும்பாலான முறைவழிகள் 'தங்கு நிலை'யுடைவை.

இரண்டாவது கேள்வி: ஒரு தங்குநிலை முறைவழியின் (செயற் பாட்டின்) காலச் சராசரி, கூட்டச் சராசரிக்குச் சமமாகுமா? எல்லாத் தருணங்களிலும் இல்லாவிட்டாலும், நாம் இங்கு பார்வைக்கு எடுத்துக் கொண்டுள்ள எல்லாத் தற்போக்கு முறைவழிகளிலும் இந்த ஊகம் செல்லுபடியாகும்.

மேற்சொன்ன சராசரிகள் முதல்படி சராசரிகள் ஆகும். இன்னும் அதிகமான படி சராசரிகளையும் அதை ஒட்டியே வரையறுக்கலாம். நம் குறிப்பிட்ட கவனத்தை ஈர்ப்பது, இரண்டாம் படி சராசரிகள். ஏனெனில், அவை சமிக்ஞைகளின் திறனைச் சித்திரிப்பன. கால ஆள்களத்தில் (time domain),

$$\langle n^2(t) \rangle = \lim_{T \to \infty} \frac{1}{T} \int_{-\frac{T}{2}}^{\frac{T}{2}} n^2(t)dt \qquad (9.3),$$

என்று எழுதுவதை 'சராசரி இருமடி'த் (mean square power) திறன் என வழங்குவர். 1 Ω தடுப்பானின் மேல், n(t) அழுத்தத்தால் கீழிறக்கப்படும் திறனை, $\langle n^2(t) \rangle$ குறிக்கும். இரண்டாம் படி கூட்டச் சராசரி (ensemble average),

$$\overline{n^2(t)} = \int_{-\infty}^{\infty} n^2(t) P_n(n) dn \qquad (9.4)$$

தங்கு-நிலை (stationary) ஊகத்தின் பேரில், $\langle n^2(t) \rangle = \overline{n^2(t)}$.

9.2.2 நிகழ்தகவு அடர்த்தி சார்பு (Probability Density Function)

தற்போக்குச் சமிக்ஞை (random signal) பற்றிச் சிந்திக்கும் போது, பொதுவாக அதன் பருமன் (வீச்சு), இரு குறிப்பிட்ட வரம்புகளுக்குள் இருக்கும் வாய்ப்பு என்ன என்ற கேள்வி எழுகிறது. எடுத்துக்காட்டாக, ஓர் இரும தரவு வரிசைமுறையில் இரைச்சல் சேர்ந்து, தரவில் குழப்பம் ஏற்பட்டுள்ளது. இந்நிலையில் ஏரண '1' பிழையாக ஏரண '0' என்று கணிக்கப்படும் நிகழ்தகவு என்ன? அதாவது, இரைச்சலின் வீச்சு அளவு சமிக்ஞையின் அரை-வீச்சைக் காட்டிலும் அதிகம் இருக்கும் நிகழ்தகவு என்ன? ஒரு தற்போக்குச் சமிக்ஞையின் வீச்சுப் புள்ளியியல் விவரத்தைச் சித்திரிப்பது, நிகழ்தகவு அடர்த்திச் சார்பு, $P_x(x)$. X என்பது $x(t)$ என்ற சமிக்ஞையை ஒரு நேரத்தில் அளக்கும் போது உள்ள மதிப்பு என்று வைத்துக்கொண்டால், $P_x(x)dx$ என்பது X, xக்கும் $x+dx$க்கும் இடைப்பட்ட ஒரு மதிப்பு இருப்பதற்கான நிகழ்தகவு. நிகழ்தகவு அடர்த்திச் சார்பைச் சித்திரிக்க: 1. $x(t)$ சார்புக் கூட்டங்களில் பல நேரப் புள்ளிகளில் மாதிரி (sample) எடுத்து, 2. சின்ன dx அகலம் கொண்ட கூடையை – அதன் இரு விளிம்புகளின் மதிப்புக்குள் எத்தனை மாதிரிகள் இருக்கின்றனவோ, அத்தனை உயரம் உடையதாக அமைத்து, 3. எல்லாக் கூடைகளின் உயரத்தையும் மொத்த மாதிரிகளின் எண்ணிக்கையால் வகுக்க வேண்டும். நிகழ்தகவு அடர்த்திச் சார்பு, தற்போக்குச் சமிக்ஞை, நேரந்தொட்டு எத்தனை வேகமாக மாறுகிறது என்பது பற்றிய தகவல் தருவது இல்லை என்று காண்க.

நிகழ்தகவு அடர்த்திச் சார்புகளில் மிகவும் இன்றியமையாதது 'கௌசியன்' சார்பு. மைய வரைபடு தேற்றம் (Central Limit Theorem) பகர்வது, 'பலதரப்பட்ட நிகழ்தகவு அடர்த்திச் சார்புகளால் சித்திரிக்கப்

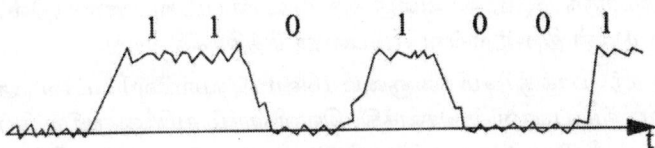

வரைபடம் 9.4. இரைச்சலால் குழப்பமடைந்த இரும சமிக்ஞை.

படும் தனிப்பட்ட தற்போக்குச் செயற்பாடுகள் சேரும் போது, நிகழ் தகவுச் சார்புகளின் கூட்டுச் சார்பு ஒரு 'Gaussian' சார்பாக உருவெடுக்கும்'. பல இயற்கை நிகழ்வுகள் 'கௌசியன்' புள்ளியியல் கொண்டு இயங்கு வதைப் பார்த்தால் மேற்சொன்ன தேற்றம் பகரும் உண்மை விளங்கும். எடுத்துக்காட்டாக, தடுப்பானில் இரைச்சல், மின்னணுக்களின் தற்போக்குத் திரிதலின் விளைவால் உண்டாகிறது. இந்த இரைச்சலை உண்டாக்குவதில் பங்கேற்கும் ஒவ்வொரு மின்னணுவும், சுயமான புள்ளியியல் விவரம் கொண்டதாக அமைவதால், ஒட்டுமொத்த இரைச்சலின் பரும அளவு, ஒரு 'கௌசியன்' நிகழ்தகவு அடர்த்திச் சார்பால் சித்திரிக்கப்படுகின்றது.

கௌசியன் நிகழ்தகவு அடர்த்திச் சார்பை, பின்வரும் சமன்பாடு வரையறுக்கிறது.

$$P_X(x) = \frac{1}{\sigma\sqrt{2\pi}} \exp\frac{-(x-\mu)^2}{2\sigma^2} \qquad (9.5)$$

இங்கு, σ - செந்தர விலக்கம் (standard deviation) மற்றும் - நிகழ்தகவு பரவலின் சராசரி.

ஒரு தற்போக்குச் சமிக்ஞையின் நி.அ. சார்பிலிருந்து, பின்வரும் கேள்விக்குப் பதில் காணலாம். பல நூறு மாதிரிகள் பொறுக்கி எடுத்தால், x_1 க்கும் x_2 க்கும் இடைப்பட்ட எண்ணிக்கை உடையதாக எத்தனை விழுக்காடு (%) மாதிரிகள் அடங்கும்? $P_X(x)$ சார்பின் வரைபடத்துக்குக் கீழ், x_1 க்கும் x_2 க்கும் இடையே உள்ள பரப்பளவே விடை.

9.2.2 நிறமாலைசார்ந்த திறன் அடர்த்தி (Power Spectral Density)

தற்போக்குச் சமிக்ஞைகள் பற்றிய புரிதல், காலக் களத்தில் (time domain) பொதுவாக அதிகம் இல்லாததால், அதிர்வெண் களத்தில் படிக்க வேண்டிய கட்டாயம் ஏற்படுகின்றது. தற்போக்குச் சமிக்ஞைகள் மற்றும் இரைச்சலை, அதிர்வெண் ஆள்களத்தில் (frequency domain) ஆய்வது, தொடர்பாடல் அமைப்புகளை வடிவமைப்பதில் பெரும்பங்கு வகிக்கிறது. x(t) என்ற தற்போக்குச் சமிக்ஞையின் நிறமாலைசார்ந்த திறன் அடர்த்தி, $S_X(f)$, ஓர் அலகு அதிர்வெண் பட்டை அகலத்தில் அந்தச் சமிக்ஞையின் திறன் என்ன என்பதைச் சித்திரிக்கின்றது.

ஒரு தற்போக்குச் சமிக்ஞையை 1ஹெ (ஹெர்ட்ஸ்) பட்டை அகலம் கொண்ட வடிப்பானில் செலுத்தி, வெளிவரும் சமிக்ஞையின் திறனைத் திறன் மானி (Power Meter) கொண்டு, போதுமான நேரம்விட்ட பிறகு அளந்தால், $S_X(f)$யைக் கணிக்கலாம். இதை, வரைபடம் 9.5 சித்திரிக்கிறது.

ரேடியோ தொடர்பாடலில் மின் இரைச்சல் | 161

இந்த அளப்பை ஒவ்வொரு f மதிப்பிலும் செய்தால், சமிக்ஞையின் நிறமாலைசார் திறன் அடர்த்தியைக் கணிக்கலாம். இந்த அடிப்படை யிலேயே நிறமாலைப் பகுப்பாய்விகள் (Spectrum Analyzers) இயங்குகின்றன.

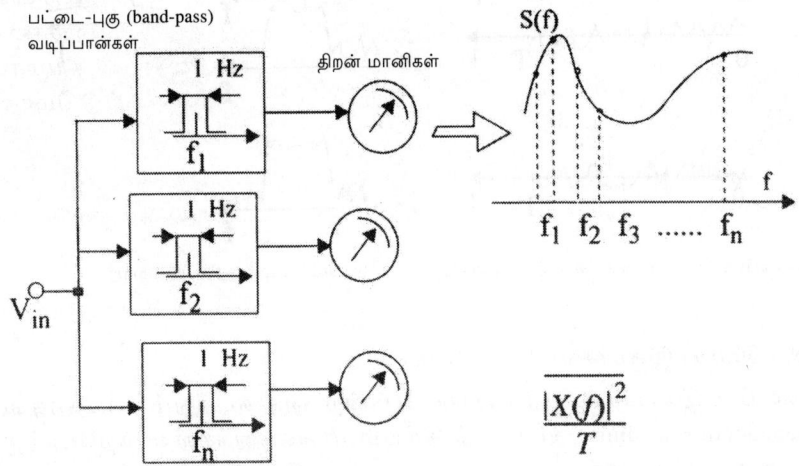

வரைபடம் 9.5. நிறமாலை அளவிடுதல்.

திறன் நிறமாலை அடர்த்தி பின்வருமாறு வரையறுக்கப்படும்:

$$Sx(f) = \lim_{T \to \infty} \frac{\overline{|X_T(f)|^2}}{T} \qquad (9.6)$$

இங்கு, $x(t)$யின் ஃபூரியர் மாற்றம், அதிர்வெண் ஆள்களத்தில் $X_T(f)$,

$$X_T(f) = \int_0^T x(t)\exp(-j2\pi ft)dt$$

இந்த வரையறையைப் புரிந்துகொள்ள அதற்குத் தகுந்த கணிப்புப் படிமுறையின் (Algorithm) உதவியை நாடுவோம் (படம் 9.6). படிமுறையின் படிகள்:

1. நீண்ட கால இடைவெளியில் [0, T] சார்பு $x(t)$ துண்டித்து,
2. ஃபூரியர் மாற்றத்துக்கு உட்படுத்தி, $[X_T(t)]^2$ காண்க.
3. படிகள் (1) மற்றும் (2)ஐ $x(t)$இன் பல மாதிரி சார்புகளுக்குச் செய்து,
4) கிடைக்கும் எல்லா $[X_T(t)]^2$ சார்புகளின் சராசரியை ($\overline{|X_T(t)|^2}$)
Tயால் வகுத்து, நிறமாலை சார்ந்த திறன் அடர்த்தி $S_X(f)$யைக் காண்க!

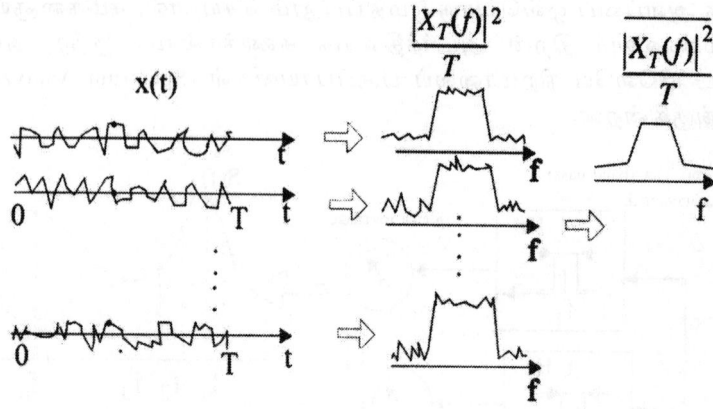

வரைபடம் 9.6. நிறமாலைசார் திறன் அடர்த்தியை மதிப்பிடும் படிமுறை (algorithm).

9.3 வெப்ப இரைச்சல் (Thermal Noise)

வெப்ப இரைச்சல், தடுப்பான் போன்ற ஒரு கடத்தும் ஊடகத்தில் (conducting medium) சுயமாகத் திரியும் மின்னணுக்களின் தற்போக்கு அசைவியக்கத்தால் (random motion) உண்டாகிறது. இப்படிச் சுயமாகத் திரியும் மின்னணுக்கள் இடைஇடை மோதுவதால், பாதையும் தற்போக்காக அமைந்துள்ளது. எல்லா மின்னணுக்களின் அசைவியக்கத்தின் மொத்த விளைவு என்ன? சுழியத்தின் மதிப்பை சராசரியாகக் கொண்ட தற்போக்கு மின் ஓட்டம் தடுப்பானில் நிறுவப்படுகிறது. வெப்ப இரைச்சலின் நிறமாலைசார் திறன் அடர்த்தி, $S_n(\omega)$ அய், பின்வரும் சமன்பாடு

$$S_n(\omega) = \frac{h|\omega|}{\pi\left(\exp\left(\frac{h|\omega|}{2\pi kT}\right) - 1\right)} \quad \text{வாட்ஸ்/ஹெர்ட்ஸ்} \quad (9.7)$$

அறிவிக்கிறது. இதில்,

T = கடத்தியின் வெப்ப நிலை (கெல்வின்-Kelvin அலகு).
k = போல்ட்ஸ்மன் மாறிலி = 1.38×10^{-23} ஜூல்/கெல்வின்.
h = பிளாங்க் மாறிலி = 6.625×10^{-34} ஜூல்-வினாடி.

அதிர்வெண் f(f=kT/h=6000Ghz) 6000Ghzஐக் காட்டிலும் மிகவும் குறைவாக இருக்கும் நிலையில், இரைச்சலின் திறன் அடர்த்திச் சமன்பாடு (9.7)யை

$$S_n \cong 2kT \text{ வாட்ஸ்/ஹெர்ட்ஸ், } f \ll kT/h.. \quad (9.8)$$

என்று தோராயமாக்கலாம். நிறமாலை, அதிர்வெண் சாராமல் ஒரே மட்டமாகக் காணப்படுவதால், வெப்ப இரைச்சல், வெள்ளை இரைச்சல் என்றும் வழங்கப்படுகிறது (white noise). அதிர்வெண், kT/h=6000GHzக்கும் மேலே, வெப்ப இரைச்சலை வெள்ளையாகக் கருத இயலாது.

9.3.1 பட்டை வரைப்படுத்தப்பட்ட வெள்ளை இரைச்சல் (Bandlimited White Noise)

இரைச்சலை விவரிப்பதில் திறன் அடர்த்திச் சார்பு, ஒரு மையப் பங்கு வகிக்கிறது. ஒரு குறிப்பிட்ட திறன் அடர்த்திச் சார்பு நம் கவனத்தை இங்கு ஈர்ப்பது, அதிர்வெண் சாராமல் மாறிலியாக இருக்கும் வெள்ளை இரைச்சலைச் சித்திரிக்கும் அடர்த்திச் சார்பு. இப்படி ஒரே மட்டம் கொண்டதான திறன் நிறமாலையில் அடங்கும் அதிர்வெண் கூறுகள், சமமான திறன் கொண்டதாக அமைவதால், வெள்ளை நிறமாலை என்று சூட்டப்படுகின்றது. இங்கு, வெள்ளை ஒளிக்கு உவமானமாக வெள்ளை இரைச்சல் வழங்கப்படுவதைக் காணலாம்.

இரைச்சல் n(t), ஒரு மாறாத திறன் அடர்த்தி η வாட்/ஹெர்ட்ஸ் (Watts/Hz) கொண்டதாகவும், கோண அதிர்வெண் களத்தில் (ω>0) அளந்து அறியப்பட்டதாகவும், n(t) சராசரி மதிப்பு சுழியமாகவும் இருந்தால், திறன் அடர்த்தியின் வெள்ளை நிறமாலை,

$$S_n(\omega) = \frac{\eta}{2} \qquad (9.9)$$

எல்லா ω என்று அதிர்வெண் களத்தில் எல்லா ω மதிப்புக்கும் செல்லும் படியாக எழுதலாம். இருபக்க (ω>0 & ω<0) திறன் அடர்த்தியாக எழுத 1/2 தேவைப்படுகிறது. $S(\omega)$, திறன் அடிப்படையில் வரையறுக்கப் பட்டிருக்கிறது. R மதிப்பு கொண்ட தடுப்பானை எடுத்துக்கொண்டால் – சமன்பாடு (9.8)யை Rஆல் பெருக்கி, சராசரி-இருமடி அழுத்தம்

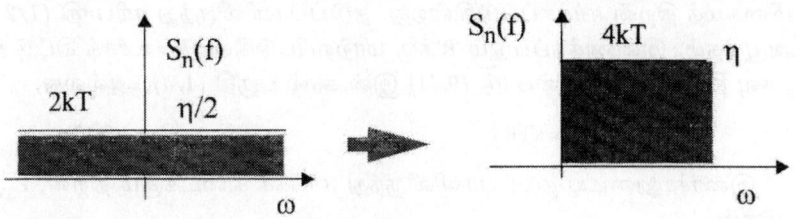

வரைபடம் 9.7. ஒரு-பக்க, இரு-பக்க இரைச்சல் நிறமாலை.

காணலாம்; Rஆல் வகுத்தால் சராசரி-இருமடி (mean square) மின் ஓட்டம் கிடைக்கும்.

கண்டிப்பாகச் சொல்லப்போனால், இரைச்சலின் திறன் அடர்த்திச் சமன்பாடு (9.9), இயற்கைச் செயற்பாடுகளைச் சித்திரிக்க ஒவ்வாததாகி விடுகிறது. ஏனென்றால், அதிர்வெண் ஆள்களத்தில் அதன் தொகையீடு, ஓர் ஈறிலியாகும் (infinity).

$$\overline{n^2(t)} = \frac{1}{2\pi}\int_{-\infty}^{\infty} \frac{\eta}{2} d\omega \rightarrow \infty \qquad (9.10)$$

இருப்பினும், தொடர்பாடல் துறையில், சமன்பாடு (9.8) வெள்ளை இரைச்சலை விளக்கும் போல்மமாகக் கருதப்படுகின்றது. நம் தொடர்பாடல் அமைப்புகளின் பட்டை அகலம் B, இரைச்சலின் பட்டை அகலத்தைக் காட்டிலும் (6000 GHz) குறுகியதாகவே நடைமுறையில் இருப்பதால், அமைப்பின் வரைப்படுத்தப்பட்ட பட்டை அகலத்துக்குள் (band-limited) வெள்ளையாகவே அது சித்திரிக்கப்படுகின்றது.

இதன் அடிப்படையில் இரைச்சலின் திறன் P_n, தொடர்பாடல் அமைப்பு அல்லது முறைமையின் செயற்படு அதிர்வெண் சாராதது. மேலும் விளக்கமாகச் சொல்லலாம்; B பட்டை அகலத்துள், மொத்த இரைச்சல்,

$$P_n = \frac{1}{2\pi}\int_{-2\pi B}^{2\pi B} \left(\frac{\eta}{2}\right) d\omega = \eta B = 4kTB \text{ வாட்ஸ்} \qquad (9.11)$$

9.3.2 கிட்டுத்தகவுத் திறனும் இரைச்சல் வெப்பமும் (Available Power and Noise Temperature)

R தடுப்பானில் உருவாகும் இரைச்சல் திறன், $P_n = 4kTB$ என்று பார்த்தோம்.

இத்தடுப்பானிலிருக்கும் இரைச்சல் திறனில் எவ்வளவு ஈர்த்தெடுக்க முடியும்? பொருந்திய (matched), இரைச்சல் நீங்கிய R மதிப்புள்ள மின்னெதிர்ப்புச் சுற்றையோ, தடுப்பானையோ இணைக்கும் போது மிகைமத் திறன் ஈர்க்கப்படுகின்றது. தடுப்பானிலிருந்து சரிபாதி (1/2) அழுத்தம், இணைக்கப்படும் 'R'க்கு மாற்றப்படுகின்றது. உச்சக் கிட்டுத் தகவு திறன், P_{av}, சமன்பாடு (9.11) இன் கால் பகுதி (1/4), அல்லது,

$$P_{av} = kTB \qquad (9.12)$$

இரைச்சலுடைய தடுப்பானிலிருந்து ஈர்க்கக் கிடைக்கும் திறன், P_{av} ஆகும்.

சமன்பாடு (9.12)ஐ நோக்கும் போது – k (போட்ஸ்மன் மாறிலி), B-பட்டை அகலம் (ஒரு குறிப்பிட்ட அமைப்பில் மாறாத ஒன்று) மற்றும் வெப்பநிலை Tயை சார்ந்துதான் கிட்டுத்தகவு இரைச்சல் அமைந்துள்ளது என்று அறியலாம். உள்ளிடும் இரைச்சல் திறனை எளிதாகக் குறிப்பிட, இரைச்சல் வெப்பம் Tயை சொன்னால் போதும். இரைச்சல் வெப்பம், ஒரு பொருத்தப்பட்ட (matched) தடுப்பானில் பாயும் வெப்ப இரைச்சல் திறனைக் குறிக்கிறது.

வெள்ளை நிறமாலை ஊகத்தின் அடிப்படையில் – இரைச்சல் நிறமாலை அடர்த்தி, T_0 = 290 K (கெல்வின்) (17° C) என்ற வெப்ப நிலையில், $kT = 1.38 \times 10^{-23} \times 290 = 4 \times 10^{-21}$ வாட்ஸ். திறன் அடர்த்தியை, மில்லி வாட் (mW) அலகுக்கு மாற்றியபின், dBm அலகில் $10 \times \log_{10}(4 \times 10^{-18})$ = -174 dBm/Hz. சமன்பாடு (9.12)இல் சொல்லப்படும் இரைச்சல் திறன் அடர்த்தியின் (kT) செந்தர வெப்பநிலை (17° செல்சியஸ்) மதிப்பு, உள்ளிடும் இரைச்சல் (N_i-Input Noise) திறனைக் குறிக்கப் பரவலாகப் பயன்படுத்தப்படுகின்றது. அனுமானம்: அமைப்பின் எதிர்மம், மூலத்தோடு பொருத்தப்பட்டிருக்க வேண்டும். Assumption: The impedance of the system is matched to the source.

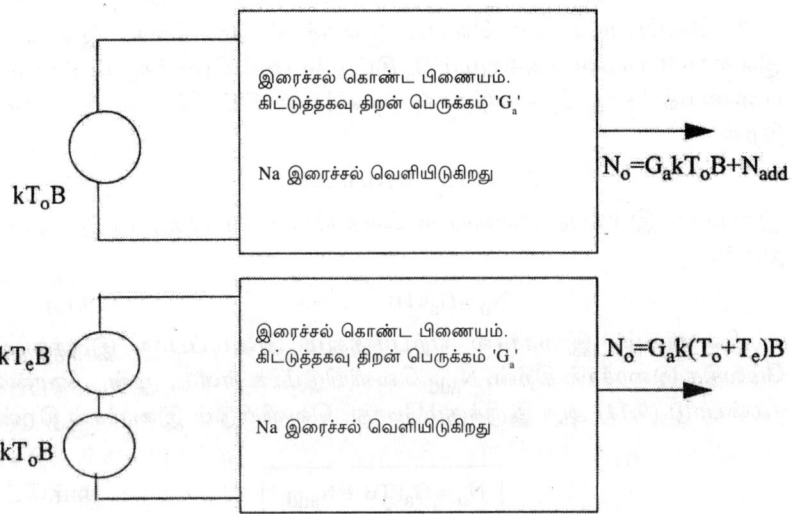

வரைபடம் 9.8. T_c : சரிநிகரான வெளியீட்டு இரைச்சலை உருவாக்கும் ஒரு படைப்பு வெப்பநிலை (fictitious).

9.3.3 ஒரு பிணையத்தின் உள்ளீட்டு விளைவுறு இரைச்சல் வெப்பம்
(Effective Noise Temperature of a Network)

T வெப்பநிலை கொண்ட ஒரு வெப்ப இரைச்சல் மூலத்தை, இரைச்சல் இல்லா பிணையத்தில் இணைப்போம். பிணையத்தின், பட்டை அகலம் Bயில் கிட்டுத்தகவு பெருக்கம் G_a என்று கொள்வோம். மூலத்திலிருந்து பிணையம் ஈர்க்கும் இரைச்சல் திறன், kTB வாட்ஸ் என்று சமன்பாடு (9.12) வாயிலாக அறிவோம். இரைச்சலில்லா, G பெருக்கம் கொண்ட பிணையத்திலிருந்து (noiseless network) வெளியாகும் கிட்டுத்தகவு இரைச்சல் திறன்,

$$N_o = GkTB \qquad (9.13)$$

இரைச்சலை உண்டாக்கும் பிணையமாக இருந்தால், மேலதிக N_{add} இரைச்சலையும் சேர்த்து வெளியிடும் (படம் 9.8).

இரைச்சல் வெப்பம்

இரைச்சல் வெப்பம் கீழ்க்கண்டவாறு வரையறுக்கப்படுகிறது. கிட்டுத் தகவு திறன் P_{av} கொண்ட இரைச்சல் மூலத்தில், ஒரு சிறிய பட்டை - அகலம் 'B'யில் இரைச்சல் வெப்பம் $T=P_a/kB$க்கு சமமாகும்.

T வெப்பம் உள்ள வெப்ப இரைச்சல் மூலத்தை, இரைச்சல் இல்லாத 'B' பட்டை-அகலமும் G_a கிட்டுத்தகவுப் பெருக்கமும் கொண்ட பிணையத்தோடு இணைத்தால், மூலத்தின் கிட்டுத்தகவு இரைச்சல் திறன்,

$$P_{av} = kTB \quad W(வாட்ஸ்) \qquad (9.14)$$

இரைச்சல் இல்லாத பிணையம் வெளியிடும் கிட்டுத்தகவு இரைச்சல் திறன்,

$$N_o = G_a kTB \qquad (9.15)$$

பிணையம், இரைச்சல் ஏற்படுத்தும் அமைப்பாக இருந்தால், மேலதிக இரைச்சல் திறன், N_{add} வெளியிடும். உள்ளீடு, முன்பு சொன்ன சமன்பாடு (9.14) ஆக இருக்கும்போது, வெளியிடும் இரைச்சல் திறன்

$$\boxed{N_o = G_a kTB + N_{add}} \qquad (9.16)$$

இரைச்சல் ஏற்படுத்தும் அமைப்பை இரைச்சல் இல்லாத, G_a கிட்டுத் தகவுப் பெருக்கம் கொண்ட அமைப்பாக மாற்றி அமைக்கலாமா? மேலதிக இரைச்சல் N_{add} வெளியிடும் வகையில் இன்னும் ஒரு இரைச்சல் மூலம் உள்ளிடும் பக்கம் சேர்க்கலாம். (படம் 9.8). இப்படி

சேர்க்கும் இரைச்சல் மூலம், T_e வெப்பம் கொண்டதாக பிணையத்தின் உள்ளீட்டுப் பகுதியில் இணைத்தால், N_{add} வெளிவிட,

$$T_e = \frac{N_{add}}{G_a kB} \quad (9.17).$$

சமன்பாடு *(9.17)*ஐ, சமன்பாடு *(9.16)*இல் பதிலீடு செய்யும் போது,

$$N_O = G_a kB\,(T+T_e) \quad (9.18).$$

T_e, பிணையத்தின் பயனுறு உள்ளீட்டு இரைச்சல் வெப்பம் என்று வழங்கப்படும். இரைச்சல் வெப்பம் இங்கு நாம் படைத்த (fictitious) ஒரு வெப்பநிலையே; படைப்பு வெப்பநிலை என்றும் சொல்லலாம்.

9.4 இரைச்சல் காரணியும் இரைச்சல் வெப்பமும் (Noise Factor and Noise Figure)

சமிக்ஞையின் திறனளவுக்கும், இரைச்சலின் திறனளவுக்கும் உள்ள விகிதம் – சமிக்ஞையை ஏற்கும் தொடர்பாடல் அமைப்புகளில், அமைப்பின் ஒவ்வொரு கட்டத்திலும் கவனிக்கப்படவேண்டிய ஒன்றாகும். இது, SNR (Signal-to-Noise-Ratio) என்று வழங்கப்படுகிறது. சமிக்ஞையின் திறனளவு *10* μW *(*μW - *மைக்ரோ வாட்)*, இரைச்சலின் அளவு *0.5* மிவா என்றால், சமிக்ஞை (S) - இரைச்சல் (N) விகிதம், அல்லது SNR உடைய மதிப்பு *20* ஆகும். இந்த விகிதத்தை, ஓர் இடைவெளியாகக் கொள்வது வழக்கம். விகிதத்தை மடக்கை எடுத்தால்,

$$\boxed{10\log_{10}\mathrm{SNR} = 10\log_{10}\left[\frac{S}{N}\right] = (10\log_{10}S - 10\log_{10}N)} \quad (9.19)$$

மேற்சொன்ன எடுத்துக்காட்டில், $\mathrm{SNR}=10\log_{10}20=13$ ஆகும். சமிக்ஞை அளவை dBமிவா ஆகக் குறித்தால், S=10log*(10×10⁻³மிவா)= –20* dBமிவா. இரைச்சல் அளவு, N = $10\log_{10}$*(0.5×10⁻³ மிவா)= –33* dBமிவா.

பல வகைப்பட்ட தொடர்பாடல் சமிக்ஞை ஏற்கும் அமைப்பு களிலும், சுற்றுகளிலும் – செயலாற்றலைக் குறிப்பிட – இரைச்சல் காரணி ('Noise Factor'), பரவலாகக் கையாளப்படுகின்ற ஓர் அளபுரு. அமைப்புகளை ஒப்பீடு செய்ய மிகவும் பயனளிக்கும் அளபுரு. ஓர் அமைப்பின் இரைச்சல் காரணி சொல்வது என்ன? இரைச்சல் காரணி F – சமிக்ஞை புகும் அமைப்பு அல்லது சுற்று, SNR தரத்தை எவ்வளவு குறைக்கிறது என்று சொல்லும் அளவுகோல் ஆகும். அமைப்புக்குள் புகும் சமிக்ஞையின் திறன் பெருகினாலும், இரைச்சல் சேர்க்காத அமைப்பாக இருந்தால், $\mathrm{SNR}_{\text{உள்}}=\mathrm{SNR}_{\text{வெளி}}$. ஏனென்றால், உள்ளீட்டுச்

சமிக்ஞையும் இரைச்சலும் ஒரே அளவு பெருக்கம் அடைகின்றன, கூடுதலாக இரைச்சல் சேர்க்கப்படவில்லை; ஓர் இரைச்சல் இல்லா அமைப்பின் இரைச்சல் காரணி, ஒன்றாகும் (F=1 for Noiseless System). நடைமுறை மின்னியல் அமைப்புகள் இரைச்சல் சேர்ப்பதால், SNR தரம் இழந்து, F மதிப்பு, ஒன்றைக் காட்டிலும் அதிகமாக இருக்கிறது (F>1).

$$F = \frac{\left(\frac{S}{N}\right)_{உள்}}{\left(\frac{S}{N}\right)_{வெளி}} \qquad (9.20)$$

9.4.1 விளைவுறு இரைச்சல் வெப்பமும் (T_e) இரைச்சல் காரணியும் (F)

சமன்பாடு (9.20) சொல்லும் இரைச்சல் காரணியை நம் கவனத்துக்குக் கொண்டு வருவோம். பிணையம் (network) வெளியிடும் இரைச்சல் N_oயை, உள்ளிடும் செந்தர இரைச்சல் திறன் $N_i = kT_oB$ மற்றும் பெருக்கம் G_a சார்பாக எழுதலாம்.

$$F = \frac{S_i N_o}{S_o N_i} = \frac{N_o}{G_a k T_o B} \qquad (9.21)$$

$$N_o = F G_a k T_o B \qquad (9.22)$$

சமன்பாடு (9.18), செந்தர வெப்பநிலை $T = T_o$ இல்,

$$\boxed{N_o = G_a k B (T_o + T_e)} \qquad (9.23)$$

இரு சமன்பாடுகள் – (9.23) மற்றும் (9.22) – சொல்லும் வெளியீட்டு இரைச்சலை சமன்செய்தால்,

$$F T_o = T_o + T_e \qquad (9.24)$$

படைப்பு வெப்பநிலை, T_e

$$\boxed{T_e = T_o(F+1)} \qquad (9.25)$$

கணக்கு 9.1: ஒரு பெருக்கியின் இரைச்சல் அளவை 5 dB. விளைவுறு இரைச்சல் வெப்பம் T_e என்ன?

$$F = 10^{\frac{NF}{10}} = 10^{\frac{5}{10}} = 3.16; \; T_e = (F-1) T_o = (3.16-1) 290 = 627K.$$

9.4.2 குறைம சமிக்ஞை-இரைச்சல் விகிதம் (Minimum SNR)

ஏற்கப்படும் ரேடியோச் சமிக்ஞையின் தரத்தை சமிக்ஞை-இரைச்சல் விகிதம் (SNR) வாயிலாகச் சித்திரிக்கலாம். தகவல் அடங்கிய கேட்பொலி மற்றும் காணொளிச் சமிக்ஞையை (குறைந்த அதிர்வெண் கொண்ட) ரேடியோ அலையாக்கும் செலுத்தியில் கையாளப்படும் பண்பேற்ற உத்திக்கு எதிர்மறையான பண்பிறக்கம் ஏற்பியில் செய்யப்பட வேண்டும். இந்தப் பணியை ஆற்றும் பண்பிறக்கியினுள் செல்லும் சமிக்ஞை, ஒரு குறிப்பிட்ட குறைந்த அளவு SNR உள்ளதாக இருக்கும் என எதிர்பார்க்கப் படும். இந்த $SNR_{குறைம}$ – பண்பேற்ற முறையையும், இறக்கும் சுற்று களையும் சார்ந்திருக்கும். ஒரு குறிப்பிட்ட 'கேட்பொலித் தரத்தை' (Audio Quality) அடைய – ஒரு குறிப்பிட்ட பண்பிறக்க உத்தியில் (எ-டு AM அல்லது FM) – தேவைப்படும் குறைந்தபட்ச சமிக்ஞை-இரைச்சல் விகிதம், $SNR_{குறைம}$ எனலாம். தரவுகளைச் செலுத்தும் தொடர்பாடல் அமைப்புகளில் 'தரவுப் பிழை/தரவு வழு வீதம்' (Data Error Rate), ஒரு குறிப்பிட்ட அளவுக்குக் கீழ் இருக்குமாறு, ஏற்புகை (reception) அமைய வேண்டும். அந்தத் தரவுவழு வீதம் அடைய, பண்பிறக்கிக்குள் தேவைப்படும் சமிக்ஞை-இரைச்சல் விகிதம், $SNR_{குறைம}$.

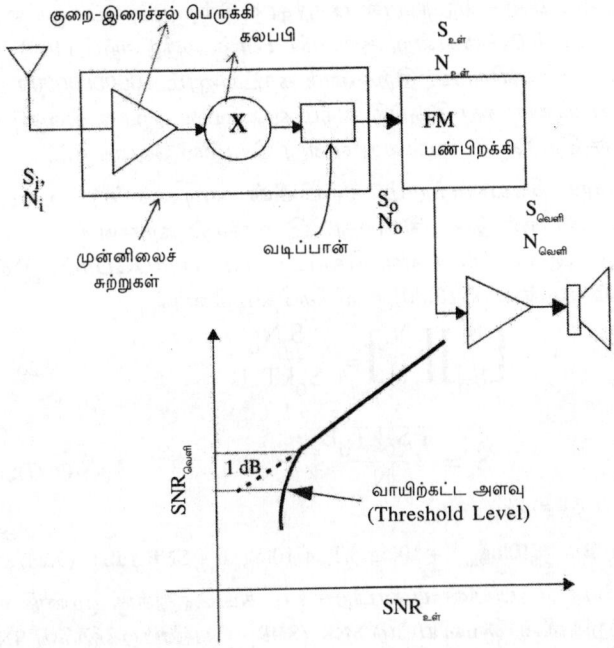

வரைபடம் 9.9. 'குறைம SNR தேவைப்பாடு, பண்பிறக்கியால் நிர்ணயிக்கப்படுகின்றது' என்று விளக்கும் வரைபடம்.

SNR$_{குறைம}$ என்ற ஏற்பி அளபுருவின் அவசியத்தை விளக்க, அதிர் வெண் பண்பேற்ற (FM) ஏற்பியை எடுத்துக்கொள்ளலாம் [வரைபடம் *9.9*]. ஏற்பியின் முன்னிலைச் சுற்றுகளை குறிப்பிட, (FM) பண்பிறக்கி யின் ஆற்றுகை (Performance) பற்றி முதலில் புரிந்துகொள்ள வேண்டும்.

FM பண்பிறக்கி, உள்வாங்கும் சமிக்ஞையின் அதிர்வெண் விலகலை, மின் அழுத்தமாக மாற்றும் வேலையைச் செய்கிறது [இயல் *6.13*]. இதைச் செவ்வனே ஆற்ற, குறைந்தபட்ச SNR கொண்ட சமிக்ஞை, பண்பிறக்கியுள் செல்லவேண்டும். இது SNR$_{Threshold\ Level}$ அல்லது SNR$_{min}$ (SNR$_{குறைம}$) என வழங்கப்படும். FM பண்பிறக்கியில், இதன் மதிப்பு, அதிர்வெண் விலகல் எண் (Modulation Index) சார்ந்து இருந்தாலும், ஐந்திலிருந்து பத்துக்குள் (dB அலகில்) இருக்கும். எனவே, FM பண்பிறக்கியுள் செல்லும் சமிக்ஞை- இரைச்சல் விகிதம், குறைந்தது *5-10* dB இருக்கவேண்டும்.

9.4.3 கூருணர்திறனும் இரைச்சல் அளவையும் (Sensitivity and Noise Figure)

ஓர் ஏற்பியின் ஏற்கும் திறமையை 'Sensitivity' என்று சொல்வர். உணரும் திறன் மிகை என்றால், மிகக் குறைந்த வலு உள்ள சமிக்ஞையை – இரைச் சலுக்கு இடையில் – ஏற்பியால் பகுத்து எடுக்க முடியும். ஓர் ஏற்பியின் கூருணர்திறன் *-100* dBm என்று குறிப்பிட்டால், அந்த ஏற்பி ($10^{-100/10}$ மில்லி வாட்), ஒரு மில்லிவாட் திறனைக் காட்டிலும் *10000000000* மடங்கு குறைந்த சமிக்ஞையை திருப்தி தரும் வகையில் ஏற்க வல்லது; மிகவும் நுட்பமாகச் செயல்பட வல்லது என்று சொல்ல வேண்டும்.

இவ்வாறு செயலாற்றும் ஏற்பியின் வடிமைப்பு அளபுருவாக இரைச்சல் காரணி திகழ்கின்றது. இரைச்சல் காரணிக்கும் கூருணர் திறனுக்கும் இடையே உள்ள தொடர்பைப் பார்ப்போம். இரைச்சல் காரணியின் சமன்பாடு (*9.20*)ஐ விரித்தெழுதினால்,

$$F = \left[\frac{S_i}{S_O}\right]\left[\frac{N_O}{N_i}\right] = \frac{S_i N_O}{S_O k T_O B} \qquad (9.26);$$

$$S_i = \frac{F S_O k T_O B}{N_O} \qquad (9.27);$$

மடக்கை எடுத்தால்,

$$S_i(dBm) = 10\log_{10} F + 10\log_{10} kT_O + 10\log_{10} B + SNR_O(dB) \quad (9.28)$$

'ரேடியோ ஏற்பியின் பண்பிறக்கும் கட்டத்துக்கு முன்நிலையில் உள்ள சுற்றுகளின் வெளியீட்டு SNR (SNR$_O$ = பண்பிறக்கியின் SNR உள்) ஒரு குறைந்த பட்சமாக இருப்பதற்குத் தேவையான உள்ளீட்டுத் திறன்'

ரேடியோ தொடர்பாடலில் மின் இரைச்சல் | 171

தான் கூருணர்திறன் என்ற வரையறையை பயன்படுத்தினால் சமன்பாடு (9.28), சமன்பாடு (9.29) ஆகின்றது.

கூருணர்திறன் = இரைச்சல் அளவை (dB) + SNRகுறைம -174+10$\log_{10}$B	(9.29).

கணக்கு 9.2: *ஒரு GSM செல்லுலர் அமைப்பு -104 dBm கூருணர்திறன் உடையதாக வடிவமைக்கப்பட்டுள்ளது. பண்பிறக்கிக்கு, துண்மி வழு விகிதம் 1/1000 இருக்கத் தேவைப்படும் சமிக்ஞை-இரைச்சல் விகிதம் 6 dB. பண்பிறக்கிக்கு முன்நிலையில் இருக்கும் ரேடியோ அமைப்பின் மிகைம இரைச்சல் அளவை என்ன? GSM சமிக்ஞையின் அலைப்பட்டை அகலம் 200 கிஹெ.*

$$-104 = NF\ (\text{இரைச்சல் அளவை})\ [dB] + SNR_O - 174 + 10\log_{10}B$$

$$NF_{\text{மிகைம}} = -104 - 6 + 174 - 53 = 11\ dB. \quad (9.30)$$

9.4.4 இரைச்சல் மாதிரியம்: உள்ளிருந்து குறிக்கப்படும் இரைச்சல்

இரைச்சல் அளவை (Noise Figure, dB *அலகில்*), ஒரு கருவியின் வெப்ப இரைச்சல் ஆற்றுகையைக் குறிக்கும் மதிப்பீடாக விளங்குவதைக் கண்டோம். பல சுற்றுகளைச் சேர்த்து ஒருங்கிணைக்கும் போது இரைச்சல்

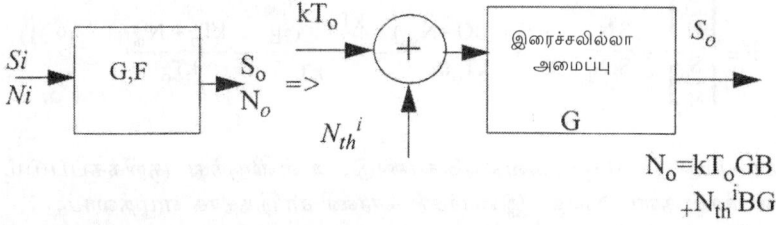

இரைச்சலில்லா

வரைபடம் 9.10. உள்ளிருந்து குறிக்கப்படும் இரைச்சல் மூலம், N_{th}^{i}. ஓர் அலகு அதிர்வெண்ணில், கருவி சேர்க்கும் வெள்ளை இரைச்சல், உள்ளிடும் மூலமாகச் சித்திரிக்கப்படுகின்றது.

அளவையை எவ்வாறு பயன்படுத்தலாம்? வெப்ப இரைச்சலுடன் தொடர்பில்லாத பல சுதந்திரமான இரைச்சல் மூலங்களினால் ஏற்புகையில் பாதிப்புகள் உண்டாகின்றன; அச்சூழலில், கருவி சேர்க்கும் வெப்ப இரைச்சலின் பங்கை மட்டும் தனித்து ஓர் இரைச்சல் மூலமாகச் சித்திரிக்க வேண்டிய அவசியம், வடிவமைப்பாளர்களுக்கு ஏற்படுகின்றது. அப்போது, ரேடியோ பொறிஞர்களுக்குப் பெரிதும் உதவுவது, 'உள்ளிருந்து சுட்டிக் காட்டப்படும் இரைச்சல்' மாதிரியம் (model). ஒரு செயற்பணிக் கட்டம் அல்லது சுற்று வெளியிடும் வெப்ப இரைச்சலை,

கருவியின் உள்ளே இருந்து தோன்றும் இரைச்சலின் மூலமாகச் சித்திரிப்பது, 'உள்ளிருந்து குறித்தல்-Input Referred' என்கிறோம்.

படம் *9.10*இல் 'எதிர்மம் பொருத்தப்பட்ட அமைப்பு' (impedance matched system) ஊகத்தின் பேரில், உள்ளிடும் இரைச்சலின் அடர்த்தி kT_O. கருவியால் சேர்க்கப்பட்டு வெளிவரும் இரைச்சலை N_{add} என்று குறிப்போம். கருவிக்கு வெளியே அளக்கப்படும் இரைச்சல் யாவும் உள்ளீட்டிலிருந்தே தோன்றுவதாகவும், இரைச்சலே சேர்க்காத கருவியாகக் காட்ட, உள்ளீட்டில் நிகரான இரைச்சல் மூலத்தை இணைப்போம் (Equivalent input referred noise). இந்த இரைச்சல் மூலத்தின் திறன் அடர்த்தி, N_{th}^i என்று குறித்தால்,

$$N_{th}i = \frac{N_{add}}{GB}$$

என்று எழுதலாம். அதிர்வெண் களத்தில் வெப்ப இரைச்சல் ஒரே மட்டமாக இருப்பதால், N_{th}^i – கருவியின் உள்ளீடு சார்ந்த இரைச்சல் தளம் (Noise Floor) என்றும் அழைக்கப்படுகின்றது. இரைச்சல் காரணியின் சமன்பாட்டில் உள்ளிருந்து குறிக்கப்படும் இரைச்சல் தளத்தைப் பொருத்தினால்

$$F = \frac{\left[\frac{S_i}{N_i}\right]}{\left[\frac{S_O}{N_O}\right]} = \frac{S_iN_O}{S_ON_i} = \frac{1}{G}\frac{(kT_OBG + N_{add})}{kT_OB} = \frac{kT_O + \frac{N_{add}}{GB}}{kT} = \frac{kT_O + N^i_{th}}{kT_O} \quad (9.31).$$

சமன்பாடு *(9.31)*ஐ வைத்துகொண்டு, உள்ளிருந்து குறிக்கப்படும் இரைச்சல் தளம் N_{th}^iஐ, இரைச்சல் காரணி சார்ந்ததாக எழுதலாம்.

$$\boxed{N^i_{th} = (F - 1)\, kT_O} \quad (9.32)$$

கணக்கு *9.3*: ஓர் அமைப்பின் இரைச்சல் அளவை *6.0* dB. உள்ளிருந்து குறிக்கப்படும் வெப்ப இரைச்சல் தளத்தை dBm/Hz அலகில் காண்க?

$$10\log_{10} F = 6.0;\ F = 4;\ N_{th}i = (4\text{-}1)\ kT;$$

$$10\log_{10}(3kT) = 10\log_{10}(3) - 174 = 4.77 - 174 = -169.23 \text{ dBm/Hz}$$

9.4.5 ஃப்ரிஸ் சமன்பாடு (Friss Equation)

ரேடியோ சுற்றுகளை, அதன் திறன் பெருக்கம் (Power Gain) மற்றும் இரைச்சல் காரணியால் (Noise Factor) குறிப்பதைக் கண்டோம். ரேடியோ அமைப்புகள், பல சுற்றுகளின் தொடர் இணைப்பால் கட்டப்படுகின்றன. ஓர் அமைப்பை வடிவமைக்கும் முன்னர், தொடர் இணைப்பின்

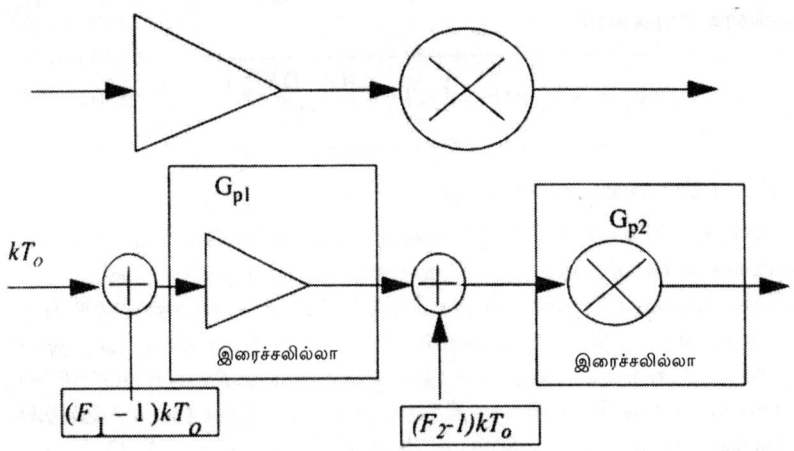

வரைபடம் 9.11. தொடர் இணைப்பின் கூட்டு இரைச்சலை கணித்தல்.

தனிப்பட்ட சுற்றுகளின் (கூறுகளின்) விவரக் குறிப்புகளை வைத்து, அந்த அமைப்பின் செயற்படு விவரக் குறிப்புகளை ஆராய முயல்வர். இந்தப் பகுப்பாய்வுக்கு உள்ளீடாக, ஒவ்வொரு செயற்பணி கட்டத்தின் விவரக் குறிப்பும் (specification) தேவைப்படுகிறது. தனிப்பட்ட சுற்று அல்லது கூறின் – பெருக்கம் மற்றும் இரைச்சல் காரணி, G_i மற்றும் F_i என்றால், தொடர் இணைப்பின் கூட்டு இரைச்சல் காரணி F_T என்ன? ஃப்ரிஸ் சமன்பாடு இதை அறிய உதவுகிறது.

கீழ்க்காணும் உரையைப் பின்பற்ற, படம் **9.11**இன் உதவியை நாடுவோம்.

இரு சுற்றுகளைத் தொடராக இணைக்கும் போது, Friss சமன் பாட்டை தருவிப்பது எவ்வாறு? என்று பார்ப்போம். ஏற்பியின் முன்நிலையில் உள்ள – குறை-இரைச்சல் பெருக்கி (Low-Noise Amplifier) மற்றும் கலப்பி (Mixer) – தொடரிணைப்பின் கூட்டு இரைச்சலைக் கணிக்கலாம். சுற்றுகளின் பெருக்கம் மற்றும் இரைச்சல் காரணிகள்: G_{p1}, G_{p2} மற்றும் F_1, F_2 எனக் கொள்வோம். ஒவ்வொரு சுற்றின் இரைச்சலையும் 'உள்ளிருந்து குறிக்கும் முறை' அடிப்படையில், $(F_1$-1)

kT_O மற்றும் $(F_2\text{-}1)kT_O$ என்று இரு இரைச்சல் மூலங்களாகச் சித்திரிக் கலாம். கலப்பியின் $(F_2\text{-}1)kT_O$ இரைச்சல் மூலத்தை, குறை-இரைச்சல் பெருக்கியின் முன் கொண்டுவர, பெருக்கம் G_{p1}யால் $(F2\text{-}1)kT_O$ ஐ வகுக்க வேண்டும்.

படம் *9.110*இல் உள்ள இரைச்சல் மூலங்கள் யாவும் உள்ளீட்டுப் பக்கமாகக் கொண்டு வந்த பிறகு, கூட்டு இரைச்சல் காரணி, F_Tஐ, எளிதாக எழுதலாம்.

$$F_T = kT_O + (F_1 - 1)kT_O + \frac{(F2 - 1)\,kT_O}{G_{p1}} \qquad (9.32)$$

கூட்டுப் பெருக்கம், $G = G_{p1}G_{p2}$.

ஓர் அமைப்பின் கூட்டு இரைச்சல் காரணியின் கோவை பின்வரும் முடிவுகளைத் தருகின்றது. *1.* இரண்டாம் கட்டத்தின் இரைச்சலின் பங்கு, முதல் கட்டத்தின் திறன் பெருக்கத்தால் குறைக்கப்படுகின்றது **2.** முதல் கட்டத்தின் 'பெருக்கம்' சிறிதாக இல்லாவிட்டால், அதன் இரைச்சல் அளவை (NF_1) மொத்த இரைச்சலை நிர்ணயிப்பதில் ஒரு பெரும்பங்கு வகிக்கின்றது. கீழ்க்காணும் எடுத்துக்காட்டுக் கணக்கி லிருந்து, முதல் கட்டத்தின் இரைச்சல் குறைவாகவும் பெருக்கம் அதிகமாகவும் இருந்தால், கூட்டு இரைச்சல் விகிதத்தைக் குறைக்கலாம் என்பது தெளிவாகும்.

கணக்கு 9.4: ஓர் ஏற்பியின் முன்னிலையில் குறை இரைச்சல் பெருக்கி யும் (LNA) கலப்பியும் தொடராக (cascade) இணைக்கப்பட்டுள்ளன. LNAவின் பெருக்கம், G_1=10dB, இரைச்சல் அளவை NF 3 dB. கலப்பியின் திறன் இழப்பு (Power Loss) 6 dB. ஏற்பியின் கூட்டு இரைச்சல் அளவை யைக் (NF) காண்க.

$$10\log_{10} G_{p1} = 10\text{dB};\ G_{p1} \Rightarrow 10;\ 10\log_{10}F_1 = 3\text{ dB};\ F_1 \Rightarrow 2$$

$$NF_2 = 6 = 10\log_{10}F_2;\ F_2 \Rightarrow 10^{(6/10)} = 4.$$

$$F_{total} = 2 + \left[\frac{4 - 1}{10}\right] = 2.3;\ NF_{total} = 10\log_{10}(2.3) = 3.6\text{ dB}$$

ஏற்பிகளில் ஆன்டெனாவுக்கும் முன்னிலைச் சுற்றுகளுக்கும் இடையில் சமிக்ஞையை இழக்காமல், கூருணர்திறனைக் கூட்டுவது – ரேடியோ தொடர்பாடல் வடிவமைப்பின் மைய இலக்காகும். இங்கு, சமிக்ஞைக்கு நேரும் இழப்பு, இரைச்சல் அளவைக்குச் சமமாகும்.

ரேடியோ தொடர்பாடலில் மின் இரைச்சல் | 175

செல்பேசி அமைப்புகளின் கோபுரங்கள் உயரமாக இருப்பதால், ஆன்டெனாவிலிருந்து சமிக்ஞையைத் தரைக்கு எடுத்து வரும் நீளமான கம்பி வடங்களின் இழப்பு, ஏற்பியின் கூருணர்திறனைக் குறைத்து விடும். கம்பிகளின் இழப்பு 5 dBக்கு மேல் இருப்பதால் $NF_T > 5$ dB. பெரும்பாலும் செல்தள ஏற்பிகளின் கூருணர்திறன் தேவைப்பாட்டை நிறைவுசெய்ய, இந்த இழப்பை ஏற்றுக்கொள்ள முடியாததால், குறை இரைச்சல் பெருக்கியைக் கோபுரத்தின் மேலே பொருத்துகின்றனர்.

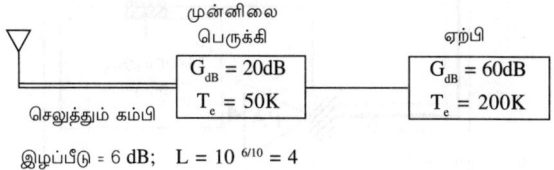

(படம் 9.12). இரட்டை வழியாக்கி வடிப்பானை, குறை இரைச்சல் பெருக்கியின் முன் இணைக்க வேண்டும். மிகவும் இழப்பு குறை வானதாய் (low-loss) இரட்டை வழியாக்கி வடிவமைக்கப்படுகின்றது. கோபுரத்தின் மேலிருக்கும் குறை இரைச்சல் பெருக்கியின் பொதிவு (package/enclosure) – தட்பவெப்ப மாற்றங்களையும், காற்றால் ஏற்படும் அதிர்வுகளையும் சகித்துக் கொண்டு இயங்கவேண்டியுள்ளது. கோபுரத்தின் மேலே ஏறுவதும் எளிதல்ல; குறை இரைச்சல் பெருக்கியின் வடிவமைப்பில் நம்பகத்தன்மை இன்றியமையாததாகி விடுகின்றது.

கணக்கு 9.5: ஆன்டெனாவில் இருந்து முன்னிலை குறை இரைச்சல் பெருக்கிக்கு இணைப்பு வழங்கும் கம்பியின் இழப்பு 6 dB. கீழ்க்காணும் ஏற்பியின் உள்ளீட்டுடன் சுட்டிக்காட்டப்படும் இரைச்சல் வெப்பமும், இரைச்சல் அளவையும் காண்க.

$$F = F_1 + \frac{F_2 - 1}{G_1} + \frac{F_3 - 1}{G_1 G_2} \qquad (9.34)$$

$F_1 = 4$; F_2 மற்றும் F_3 காண, விளைவுறு இரைச்சல் வெப்பத்துக்கும் (T_e), இரைச்சல் காரணிக்கும் உள்ள தொடர்பைப் பயன்படுத்த வேண்டும்.

$$F_2 = 1 + \frac{T_{e2}}{290} = 1 + \frac{50}{290} = 1.17 \qquad F_3 = 1 + \frac{T_{e3}}{290} = 1 + \frac{200}{290} = 1.69$$

$$F = 4 + \frac{1.17 - 1}{\frac{1}{4}} + \frac{1.69 - 1}{\frac{1}{4} 100}$$

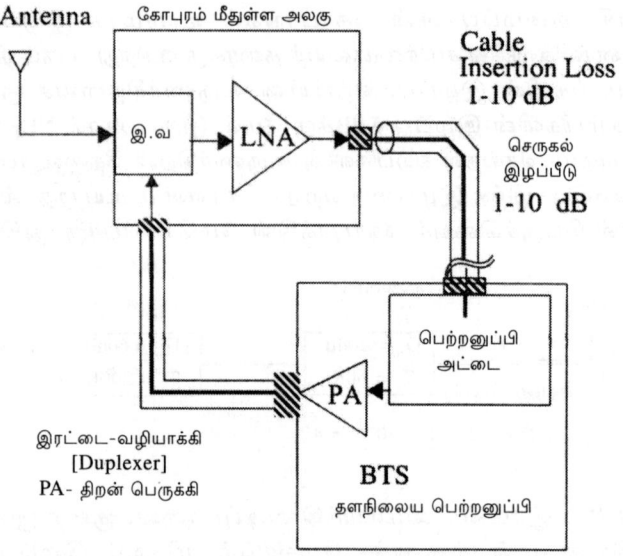

வரைபடம் 9.12. தளநிலையக் கோபுரத்தில் அமைந்துள்ள பெருக்கி, ஏற்பியின் விளைவுறு (effective) இரைச்சலைக் குறைத்து, கூருணர்திறனைக் கூட்டுகின்றது.

$$F = 4.71;\ NF = 10 \log10 (4.71) = 6.74\ dB$$

உள்ளீட்டுடன் குறிக்கப்படும் விளைவுறு இரைச்சல் வெப்பம் (சமன்பாடு 9.24 பயன்படுத்தி)

$$T_e = 290(4.71 - 1) = 1075.9K \cdot$$

இந்த வடிவமைப்பு திறம் இல்லை! முன்னிலை பெருக்கியை, செலுத்தும் கம்பிக்கு முன் இணைத்தால்,

$$F = 1.17 + \frac{4-1}{100} + \frac{1.69-1}{\frac{1}{4}100}\ ;$$

F = 1.23; NF = 0.9 dB *தான்!*

9.5 கட்டநிலை இரைச்சல்

அதிர்வெண் சாரா வெப்ப இரைச்சலின் இயல்புகளையும், மின்னணு வியல் சுற்றுகளில் வெப்ப இரைச்சலைச் சித்திரிக்கும் வழிமுறை களையும் கண்டோம். இந்தப் பகுதியில் நாம் அதிர்வெண் சார்ந்த வண்ண இரைச்சலையும், ரேடியோ சமிக்ஞை ஏற்புகையில், வண்ண இரைச்சலால் உண்டாகும் விளைவுகளையும் காணலாம்.

குரல், தரவு மற்றும் காணொளிச் சமிக்ஞைகளை ரேடியோ அதிர் வெண்ணுக்குக் கொண்டு வரும் பண்பேற்ற முறைவழியில் நாம் சுமப்பி அலையைப் பயன்படுத்துகிறோம். இந்தச் சுமப்பியின் மூலமாகத் திகழும் அலைவியின் வெளியீடு, ஒரு தூய சைனலை என்ற அனுமானத்தில் பண்பேற்ற முறைகளை இயல் 6இல் பகுத்தாய்ந்தோம். நடைமுறை யில், அலைவியின் வீச்சிலும், கட்டநிலையிலும் இரைச்சல் இருக்கும். வீச்சில் உள்ள இரைச்சல் சமநிலைப் பண்பேற்றியால் (balanced modulator) ஒடுக்கப்படும். கட்டநிலை இரைச்சல் கொண்ட அலைவியின் வெளியீடு $x(t) = A \cos(\omega_c t + \phi_n(t))$. இங்கு $\phi_n(t)$, ஒரு சிறிய தற்போக்குக் கட்டநிலை ஊசல்களைக் குறிக்கும் சார்பு. இந்த $\phi_n(t)$ 'கட்டநிலை இரைச்சல்' எனப்படும்.

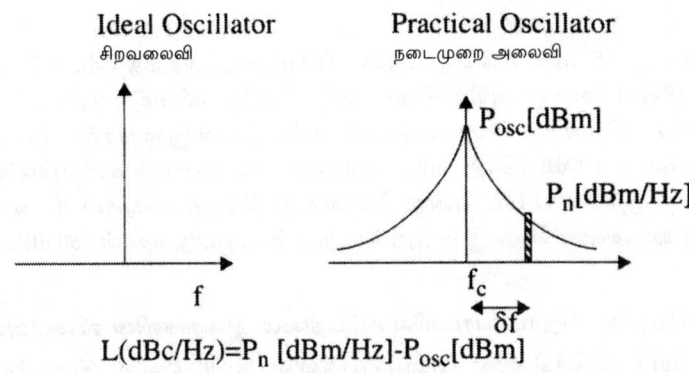

வரைபடம் 9.13. வெளியீட்டு நிறமாலை: (அ) சீர் (சிறவு) அலைவி, (ஆ) நடைமுறை அலைவி.

ரேடியோ அதிர்வெண் பயன்பாட்டில் கட்டநிலை இரைச்சலின் இயல்புகள் அதிர்வெண் களத்திலே குறிக்கப்படுகின்றன. தூய சைனலை அலைவியின் வெளியீடு, ஒரு கூரிய துடிப்பு போல அதிர்வெண் களத்தில் காட்சியளிக்கும் (படம் 9.13). இந்தச் சார்பு, 'டெல்டா' என்ற கிரேக்க எழுத்தால் குறிக்கப்படும். நடைமுறை அலைவியில் உள்ள கட்டநிலை இரைச்சலால், அதிர்வெண் களத்தில் சுமப்பி அலைக்கு இருமருங்கிலும் சாரல் போன்ற காட்சி தரும் நிறமாலை தோன்றும். கட்டநிலை இரைச்சல் அளந்து குறிக்கப்படும் பாங்கை விளக்க வேண்டும்.

மைய அதிர்வெண் f_c லிருந்து δf விலகி, ஓர் அலகு அதிர்வெண் பட்டையில் (1ஹெ) உள்ள இரைச்சல் திறனைக் கணித்து $[P_n]$, பிறகு சராசரி சுமப்பித் திறனால் $[P_{osc}]$ வகுத்தால், கட்டநிலை இரைச்சலின் மதிப்பைக் காணலாம். எடுத்துக்காட்டாக, சுமப்பியின்

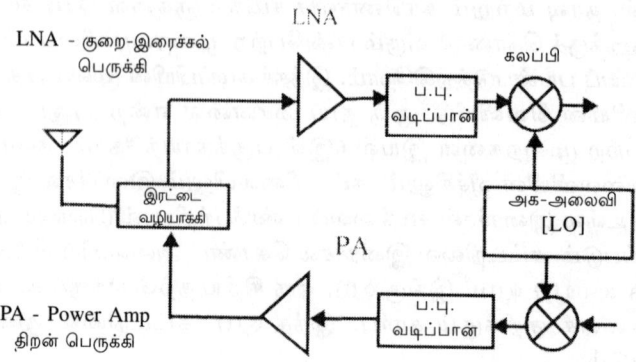

வரைபடம் 9.14. பொதுப்படையான பெற்றனுப்பியின் முன்னிலைக் கட்டங்கள்.

திறன் P_{osc}=-5 dBm, 1 கிஹெ அலைப் பட்டை அகலத்தில், 1 மெஹெ சுமப்பியின் மைய அதிர்வெண்ணி லிருந்து விலகி அளக்கப்பட்ட இரைச்சல் திறன் P_n=-75dBm என்றால், கட்டநிலை இரைச்சல் = -75 dBm -30 -(-5 dBm) = -100dBc/ஹெ. dBc என்றால் 'dB அலகில் சுமப்பிலிருந்து சார்பாக குறிக்கப்படும்' என்று கொள்க. [1 கிஹெ என்றால் dB அலகில் 30 dB; ஓர் அலகு ஹெ-இல் குறிக்க, திறன் வகுபடுவதால் -30 dB].

9.5.1 ரேடியோ தொடர்பாடலில் கட்டநிலை இரைச்சலின் விளைவுகள்

ரேடியோ அதிர்வெண் அமைப்புகளில் கட்டநிலை இரைச்சலின் முக்கியத்துவத்தைப் புரிந்துகொள்ள, படம் 9.14 காட்டும் ஒரு பொதுவான பெற்றனுப்பியை நம் கவனத்துக்குக் கொண்டு வருவோம். இங்கு அக-அலைவி (local oscillator), செலுத்தும் பாதைக்கும் ஏற்கும் பாதைக்கும் சுமப்பி அலையைத் தருகின்றது. அக-அலைவியின் வெளியீட்டில் கட்டநிலை இரைச்சல் இருந்தால், ஏற்பியில் அதிர்வெண் தாழ்த்தப்படும் சமிக்ஞையிலும் செலுத்தியில் அதிர்வெண் கூட்டப்படும் சமிக்ஞை யிலும், சீரழிவு உண்டாகும். இதை, படம் 9.15 சித்திரிக்கின்றது.

இரைச்சல் இல்லாத தூய சைனலையை வழங்கும் சீர் அலைவியி லிருந்து (ideal oscillator) சுமப்பி அலைகள், கலப்பிக்குள் புகும்போது, உள்ளிடப்படும் சமிக்ஞையின் அதிர்வெண் மாறுபடுகிறதே ஒழிய, நிறமாலை வடிவத்தில் மாற்றம் ஏதும் இல்லை [படம் 9.15 அ]. நடை முறையில், ஏற்க விரும்பும் (1.9 G) சமிக்ஞையோடு – வேண்டப்படாத, வலுவான இடையீட்டுச் சமிக்ஞை (1.91G) பக்கத்துத் தடத்தில் இருக்கலாம். இந்நிலையில், கட்டநிலை இரைச்சலுள்ள அலைவியால் (noisy oscillator) ஏற்க வேண்டிய சமிக்ஞைக்கு என்ன நடக்கின்றது? இரு

சமிக்ஞைகளும் அக அலைவியின் வெளியீட்டால் கலக்கப்படும் போது, அதிர்வெண்ணால் தாழ்த்தப்படுகின்றன.

அதிர்வெண் தாழ்த்தப்பட்ட அலைப்பட்டையில், ஒன்றன் மேல் ஒன்று மடிகின்ற இரு நிறமாலைகளைக் காணலாம் [படம் 9.15 ஆ]. இடையீட்டுச் சமிக்ஞை, கலப்பியின் வெளியே வரும்போது (201MHz), அக அலைவியின் இரைச்சல் நிறமாலையை எடுத்துக்கொள்கின்றது;

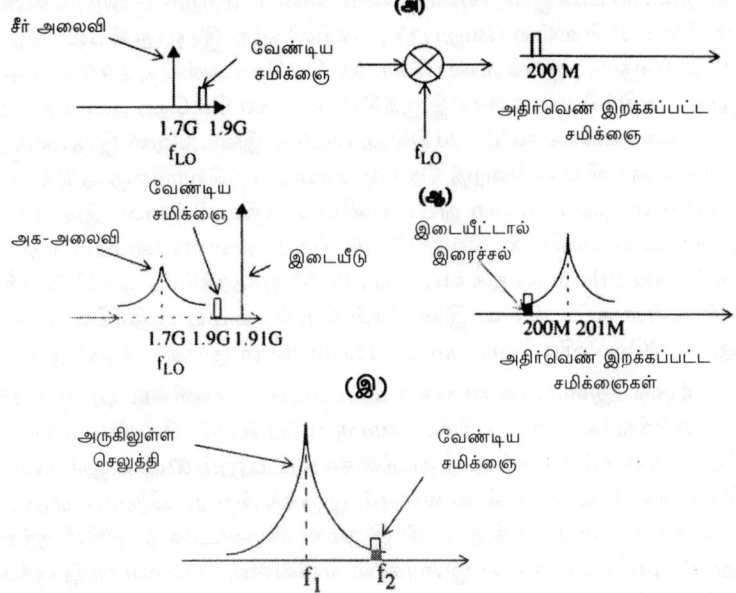

வரைபடம் 9.15. (அ) சீரான சைன் அலைவி (Ideal Oscillator) கொண்டு அதிர்வெண் இறக்கம். (ஆ) இடையீட்டுச் சமிக்ஞையுடன் தலைகீழ் கலப்பால், ஏற்கும் சமிக்ஞையில் இரைச்சல். (இ) செலுத்தியின் கட்டநிலை இரைச்சலால் ஏற்கும் சமிக்ஞையில் பாதிப்பு.

இரைச்சலோடு கலக்கும் கூரிய நிறமாலை, இரைச்சலை அணிகின்றது. அந்த இடையீட்டு நிறமாலையின் சரிவுப் பகுதி, ஏற்க விரும்பிய (200 MHz) சமிக்ஞையில் (desired signal) கணிசமான அளவுக்குப் படிகின்றது. இந்த விளைவு, தலைகீழ் கலப்பு (reciprocal mixing)[1] என்று வழங்கப் படுகின்றது.

கட்டநிலை இரைச்சலால் செலுத்துப் பாதையில் உண்டாகும் விளைவைப் படம் (9.15இ)இல் காணலாம். ஓர் ஏற்பி, பலவீனமான

---

[1] வழக்கமான கலப்பு: கலப்பியில் வலுவான சமிக்ஞை அக-அலைவியின் சமிக்ஞை (large and strong signal), ஆன்டெனாவில் ஏற்கப்படும் வலுக்குன்றிய சமிக்ஞையோடு கலப்பது. தலைகீழ் கலப்பு: கலப்பியின் அக-அலைவி இரைச்சல் (வலுக்குன்றியது), ஆன்டெனா ஏற்கும் வலுவான இடையீட்டுச் சமிக்ஞையோடு கலப்பது.

வலுக்குன்றிய சமிக்ஞையை வாங்க வேண்டும் என்று கொள்வோம். அதேவேளையில், அருகில் உள்ள வலுவான செலுத்தி, f_1 அதிர் வெண்ணில், கணிசமான கட்டநிலை இரைச்சலுடன் அனுப்புகின்றது என்றால் ஏற்க வேண்டிய f_2 சமிக்ஞை, செலுத்தியின் கட்டநிலை இரைச்சலின் 'சரிவால்' சீரழிக்கப்படுகின்றது.

இங்கு சொல்ல வேண்டிய முக்கியமான பாடம், அக-அலைவி யுடைய தூய்மையின் இன்றியமையாமை தான். f_1 மற்றும் f_2 அதிர்வெண் களுக்கு இடையில் உள்ள வேறுபாடு, பத்திலிருந்து இருபது கிலோ ஹெ தான். f_1 அல்லது f_2 அதிர்வெண்களோ, 900 மெஹெ அல்லது 1.9 கிகாஹெ செல்லுலர் அதிர்வெண்களாக இருக்கின்றன. 900 மெஹெ அல்லது 1.9 கிகாஹெ அலைவரிசைகளில் – 10 கிஹெ மட்டும் இடைவெளி இருக்கின்ற இரு சமிக்ஞைகளில் ஒன்றைத் தெரிவு செய்து மற்றொன்றை ஒடுக்கும் வடிப்பான்கள், நடைமுறை நுட்பியலில் சாத்தியமில்லை. இதனால் தான், அக-அலைவியின் வெளியீட்டு நிறமாலை கூர்மையானதாக இருக்க வேண்டும். எடுத்துக்காட்டாக, IS-54 தகுதரத்தில், ஓர் செலுத்தி அலகில் உள்ள கட்டநிலை இரைச்சல் திறன், மைய அதிர்வெண்ணி லிருந்து 60 கிஹெ விலகிவர, சுமார் -115 dBc/ஹெ இருக்க வேண்டும்.

கட்டநிலை இரைச்சலின் தேவைப்பாட்டை கணிக்க, படம் 9.16 காட்டும் எடுத்துக்காட்டை பரிசீலனைக்கு எடுப்போம். வேண்டும் தடம் 30 கிஹெ அகலமும், வேண்டாத தடத்தைக் காட்டிலும் 60 dB வலுக்குன்றி 60 கிஹெ அதிர்வெண்ணில் விலகியும் இருக்கின்றது. விரும்பி ஏற்கப் படும் தடத்தில் SNR 15 dBக்கு மேல் இருக்க, வேண்டாத தடத்திலிருந்து மடிந்து விழும் கட்டநிலை இரைச்சல் எவ்வளவு குறைவாக இருக்க வேண்டும்? இடையீட்டுச் சமிக்ஞையால் ஏற்க விரும்பும் தடத்துள் கொண்டு வரப்படும் இரைச்சல்,

$$P_{ntot} = \int_{f_L}^{f_H} S_n(f)df \qquad (9.35)$$

இங்கு, $S_n(f)$-அலைவியின் கட்டநிலை உருவரைப் படிவம்; f_H மற்றும் f_L-வேண்டும் தடத்தின் மேல் மற்றும் கீழ் அதிர்வெண் எல்லை. எளிதாக்க, $S_n(f)$ பட்டை அகலத்துக்குள், கட்டநிலை இரைச்சல் ஒரு மாறிலி (S_o) என்று அனுமானம் செய்தால், $P_{ntot}=S_o(f_H-f_L)$. எனவே,

$$SNR = \frac{P_{sig}}{S_o(f_H - f_L)} = \frac{P_{sig}}{S_oB} \qquad (9.36)$$

$B = f_H-f_L$ - பட்டை அகலம் (Bandwidth).

ரேடியோ தொடர்பாடலில் மின் இரைச்சல் | 181

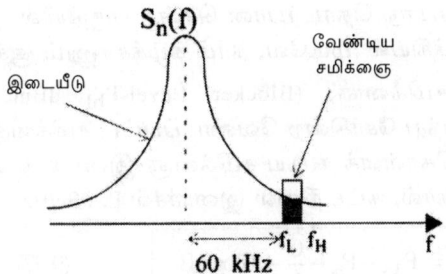

வரைபடம் 9.16. கட்டநிலை இரைச்சலால் சமிக்ஞை-இடையீட்டு இரைச்சல் விகிதம் குறைவதைக் கணிக்கலாம்.

சமன்பாடு *(9.36)*யை மடக்கை எடுக்க, $10\log_{10}(S_o/P_{sig}) = -15dB - 10\log(B)$. இடையீட்டுச் சமிக்ஞையின் திறன், $P_{இடை}$, ஏற்க விரும்பும் P_{sig}யை விட 60 dB கூடுதலாக இருக்க, $10\log_{10}(S_o/P_{இடை}) = -15 - 10\log(B) - 60$ dB $= -15 - 10\log_{10}(30000) = -120$ dBc/Hz.

அக-அலைவியின் கட்டநிலை இரைச்சல், சுமப்பியின் கட்டநிலை யில் ஏற்றப்பட்டிருக்கும் *(பண்பேற்ற வாயிலாக)* தகவலையும் சீரழிக்கும்.

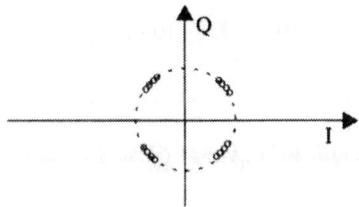

வரைபடம் 9.17. QPSK சமிக்ஞைக் குழுமத்தின் மீது கட்டநிலை இரைச்சலின் விளைவு.

கட்டநிலை இரைச்சல் உள்ள அக-அலைவி கொண்டு ஒட்டப்படும் கலப்பியில் (mixer), QPSK சமிக்ஞையின் அதிர்வெண்ணைக் கீழிறக்கும் (downconvert) போது, சமிக்ஞைக் குழுமத்தைச் சீர்குலைக்கின்றது. QPSK கட்டநிலைகள் தற்போக்காகப் பிறழ்வதைப் படம் 9.17 காட்டுகின்றது. இதனால், பகுப்பானில் துண்மி வழு வீதம் (bit error rate) கூடுகிறது.

9.5.2 கட்டநிலை இரைச்சல் தேவைப்பாட்டைக் கணித்தல் (Calculating Phase Noise Requirement)

கட்டநிலை இரைச்சலால் சமிக்ஞை அலைப்பட்டையில் உண்டாகும் சீரழிவைக் கண்டோம். அலைவியின் கட்டநிலை இரைச்சல் தேவைப் பாட்டைப் பின்வரும் சூத்திரம் கொண்டும் கணிக்கலாம். கட்டநிலை

இரைச்சல் தேவைப்பாடு தொடர்பான சென்ற பகுதியில் நாம் செய்த கருத்தாடலின் கணக்கியல் முடிவே, நாம் கீழ்க்காணும் சூத்திரம்.

இடையீட்டுச் சமிக்ஞை; (Blocker Level-P_{bl} dBm அலகில்), ஆன்டெனாவுக்கு வந்து சேர்கின்ற வேண்டப்பட்ட சமிக்ஞை; P_{des}-dBm அலகில், சகித்துக் கொள்ளக் கூடிய சமிக்ஞை-இடையீடு விகிதம் (C/I dB அலகில்) தெரிந்தால், கட்டநிலை இரைச்சல் L; dBc/Hz அலகில்

$$L = P_{des} - P_{bl} - \frac{C}{I} - 10\log_{10}B \qquad (9.37)$$

எடுத்துக்காட்டு:

மைய அதிர்வெண்ணிலிருந்து 3 MHz விலகி, GSM செல்லுலர் தள நிலையத்தில் வந்து சேரும் உச்ச இடையீட்டின் திறன் P_{bl}=-13 dBm என்று செந்தரம் குறிப்பிடுகின்றது. GSM செந்தரத்தில் ரேடியோ தடம் எடுத்துக் கொள்ளும் பட்டை அகலம் B=200 கிலோ Hz. இடையீடு இருக்கும் போது GSM செந்தரம் நிர்பந்தம் செய்யும் கூருணர்திறன் -101 dBm, (C/I) விகிதம் 10dB என்றால்,

$$L = -101 - (-13) - 10 - 10\log_{10}200000\,;$$

$$L = -101 - (-13) - 10 - 53\,,$$

L=-151 dBc/Hz.

9.5.3 வெப்ப இரைச்சலையும் கட்டநிலை இரைச்சலையும் ஒன்று சேர்ப்போம்

வெப்ப இரைச்சல், அகண்ட அலைவரிசை இரைச்சல் என்று கண்டோம். கட்டநிலை இரைச்சல் – அலைவியின் இயக்கம் சார்ந்ததும், குறுகிய அலைவரிசையில் மாறுபடுவதும், வெப்ப இரைச்சலோடு தொடர் பில்லாததும் ஆகும். ஒரு கலப்பியில் இரண்டு இரைச்சல்களும் சேர்ந்து, சமிக்ஞை- இரைச்சல் விகிதத்தைக் குன்றச் செய்வதால், இருவேறு விளைவுகளையும் சேர்த்துப் பார்க்க வேண்டும். வெப்ப இரைச்சலும் கட்டநிலை இரைச்சலும் சுயமாக நிகழ்கின்ற, ஒன்றுக்கொன்று தொடர் பில்லாத, இரு வேறு செயற்பாடுகள் (independent processes); அதனால், இரண்டு இரைச்சல் திறன்களையும் கூட்டலாம்.

அலைவியின் மைய அதிர்வெண்ணிலிருந்து குறிப்பிட்ட அதிர்வெண் விலக்கம் δfஇல் இரைச்சல் திறன் அடர்த்தி-L (mW/Hz), அமைப்பின் பட்டை அகலம்-B, அதிர்வெண் விலக்கம் δfஇல் இடையிடும் சமிக்ஞையின் திறன்-P_{bl} என்றால் – கலப்பியின் வெளியீட்டில் ஏற்பு அதிர்வெண்ணில் உருவாக்கப்படும் இரைச்சல்,

$$N_{rm}{}^i = P_{bl}LB \qquad (9.38)$$

வெப்ப இரைச்சலால் உள்ளீட்டுடன் காட்டப்படும் இரைச்சல் தளம்(திறன்/Hz அலகில்) [சமன்பாடு 9.32],

$$N_{th}{}^i = kT_0(F-1)$$

கூட்டு சமிக்ஞை-இரைச்சல் விகித சீரழிவு (signal-to-noise ratio degradation),

$$\boxed{\frac{SNR_{in}}{SNR_{out}} = F + \frac{N_{rm}{}^1}{kT_oB}} \qquad (9.39)$$

கணக்கு 9.6: GSM செல்லுலர் ஏற்பியில் கலக்கிப்பிரிக்கும் உத்தி கையாளப் படுகின்றது. அக-அலைவியின் இரைச்சல் தளம், 3 MHz விலக்கத்தில், தட்டை (flat) என்று ஊகம் செய்க. மையத்திலிருந்து 3 MHz விலகும் போது கட்டநிலை இரைச்சல் -155 dBc/Hz. MAX2039 கலப்பியை தளநிலைய ஏற்பி பயன்படுத்துகின்றது. MAX2039 சில்லின் அதிர்வெண் மாற்றுகை இழப்பு 7 dB. கலப்பியின் உள்ளே வரும் இடையீடு 0 dBm என்றால், கூட்டு சமிக்ஞை-இரைச்சல் விகித சீரழிவை மதிப்பிடுக (Evaluate the signal-to-noise ratio degradation).

அக-அலைவியின் கட்டநிலை இரைச்சல்/Hz அலகில் $L = 10^{\frac{L_n}{10}}$,

கலப்பியின் இழப்பு எண் $L_{cn} = 10^{\frac{7}{10}}$

செந்தர வெப்பநிலையில், கூட்டு சமிக்ஞை-இரைச்சல் விகித சீரழிவு,

$$\boxed{F_B = L_{cn} + \frac{LP_{BLOCK}}{(1000kT_o)}} \qquad (9.40)$$

P_{BLOCK}-Interferer Power in mW=1 mW (0 dBm).

கோவை (9.40)யில் L_{cn}, P_{BLOCK}, kTo=1.38x10^{-23} ஜூல்/கெல்வின் × 290 K (கெல்வின்), மற்றும் L பதிலீடு செய்தால், F_{BLOCK}=8.96; $NF_{BLOCK} = 10\log_{10}(F_{BLOCK})$ = 9.52 dB.

இடையீடு நேரும்போது, இரைச்சல் அளவை 7 dB யிலிருந்து 9.52 dB யாக அதிகரித்திருப்பதைக் கவனிக்கவும். கலப்பியின் செயல் வெப்ப நிலை (Operating Temperature) T_p ஆகவும், கலப்பி ஒரு வாளாக் கலப்பி (passive mixer) என்றால், இரைச்சல் விகிதத்தை ஒரு கோவையாக

எழுதலாம்.

$$NF_{block} = 10\log_{10}\left[1 + \frac{(L_{cn}-1)T_P}{T_o} + \frac{(LP_{BLOCK})}{(1000kT_o)}\right] \qquad (9.41)$$

9.6 முடிவுரை

வெப்ப இரைச்சல், ஒளியும் வெப்பமும் போல: தவிர்க்க இயலாது; இருப்பினும், அதன் இயல்புகளை விவரிக்க முடிகின்றது. கருவிகள் சேர்க்கும் இரைச்சலைக் குறைத்தும், சமிக்ஞைகளைப் பெருக்கும் கட்டங்களைச் சரிவரப் பொருத்தியும், கூருணர்திறன் கொண்ட ஏற்பி களை வடிவமைக்க முடியும் என்று கண்டோம்.

இரைச்சல் பற்றி இந்த இயலில் நாம் கண்ட கருத்துகளும் கணக்கு களும் நடைமுறையில் மிகவும் பயனுள்ளவையாக அமைந்துள்ளன. ஆரம்ப நூல்களில் கட்டநிலை இரைச்சலை பற்றிய பயன்தரும் குறிப்புகள் இல்லாத குறையை நீக்கியுள்ளோம். பெரும்பாலும் சிறப்பு நூல்களிலும் நுட்பியல் கட்டுரைகளிலும் சொல்லப்படும் கருத்துகளைப் பயன்தரும் வகையில் தந்துள்ளோம்.

10

நிறைவுரை

ரேடியோ தொடர்பாடலின் தொடக்கம் தொட்டு இன்று வரை நிகழ்ந்துள்ள வற்றை இந்த அடிப்படை நூலில் படித்தோம். ரேடியோவின் தொடக்கம் எளிமையானது. ஜகதீசரின் சாதனை மார்க்கோனிக்கு முந்தையதே. அவருடைய கவனம் எல்லாம் இயற்கையின் விதிகள் சார்ந்ததாகத் திகழ்ந்தன; வணிகப் பயன்பாடுகளில் அல்ல. கப்பல்களைக் கரையி லிருந்து தொடர்புகொள்ள மார்க்கோனி நடைமுறைக்குக் கொண்டுவந்த ரேடியோ, தந்தி முறையில்தான் இயங்கி வந்தது. வணிக ஒலிபரப்பு தொடங்கியவுடன் ரேடியோவின் பயன்பாடுகளைக் கட்டுப்படுத்தவும் தொடங்கிவிட்டனர். பயன்பாடுகளை நடைமுறைக்குக் கொண்டு வருவது, சாத்தியம் சார்ந்த ஒன்று மட்டும் அல்ல; மனிதர் இட்ட விதிகள் சார்ந்ததாகவும் ஆகிவிட்டது. வீச்சுப் பண்பேற்ற (AM) ஒலி பரப்பில் சமிக்ஞைகளுக்கு நேரும் இரைச்சலைக் கட்டுப்படுத்தத்தான் ஆம்ஸ்ட்ராங்கைப் பணிப்பித்தனர், RCA நிறுவன மேலதிகாரிகள். ஆம்ஸ்ட்ராங்கோ, முற்றிலும் வேறுபட்ட, மேலும் தரமான FM முறையைக் கண்டறிந்தார். RCA அதை ஏற்க மறுத்தது; அவர்கள் முதலீடெல்லாம் AM கருவிகளில் செய்ததனால். ஆம்ஸ்ட்ராங் தலைசிறந்த பொறிஞர்தான். நடைமுறைக்கு FM ஏற்பாட்டைக் கொண்டு வர, அவர் எடுத்த முயற்சி களை முறியடிக்க, பல தடைகளை விதித்தனர். இயற்கையின் விதி, 'காற்றுக்கென்ன வேலி'. ஆனால், அரசியல் தலையிட்டு, FM அதிர்வெண் களை ஒதுக்க மறுத்தனர். மனிதரிட்ட விதியால் FM நடைமுறைக்கு வருவது தாமதமானது. நீதிமன்றங்கள் ஏறி, பணத்தைச் செலவிட்டு, மனம் நொந்து தற்கொலை கூட செய்து கொண்டார், ரேடியோ சமிக்ஞை களின் ஒப்பற்ற ஆசிரியரான எட்வின் ஆம்ஸ்ட்ராங். அவருடைய மனைவிக்குத் தான் நீதி கிடைத்தது.

பொறிஞரின் பணி இயற்கையின் விதிகள் தொடர்புடையதே. ஓர் அறிவியலாளரின் மைய இலக்கு, இயற்கையை விளக்குவது. பொறியியல் மற்றும் நுட்பியலின் மைய இலக்கு, இயற்கையை மாந்தருக்காகப் பணிசெய்ய வைப்பது. எவ்வகைத் தொடர்பாடல் வழங்கப்படலாம் என்பது, நுட்பியல் சாத்தியம் (technological feasibility) சார்ந்தது. எவ்வகைத் தொடர்பாடல் வழங்கப்படும் என்பது, மாந்தர் இட்ட விதிகளால் நிர்ணயிக்கப்படுகின்றது.

இந்த நூலின் கருப்பொருளில், இயற்கையின் விதிகளே பெரும் பாலும் மேலோங்கி நிற்கின்றன. என்றாலும், ரேடியோ தொடர்பாடலை மாந்தர் இடும் விதிகளைக் கணக்கில் எடுக்காமல் புரிந்து கொள்ள இயலாது. FCC உயர்நிலை செல்லிடத் தொலைபேசி அமைப்பின் கட்டுமானத்துக்கு 1971லிருந்து 1977 வரை அனுமதி வழங்கவில்லை. 1981ஆம் ஆண்டுதான் முழு அளவில் செயற்பட அனுமதி வழங்கப் பட்டது.

மேற்சொன்னதை மட்டும் வைத்துக் கொண்டு, ரேடியோ தொடர்பாடலில் பொறிஞரின் பணி, ஏதோ இரண்டாம் தரம் என்று எண்ணி விட இயலாது.

நுட்பியலின் ஆளுமை

ரேடியோ தொடர்பாடலின் படிமலர்ச்சியில் செல்லிடத் தொலைபேசி ஒரு தனிப்பட்ட இடத்தை வகிக்கின்றது. தொலைபேசி அமைப்புகளின் ஓர் அங்கமாகவே இதை நாம் பார்க்க வேண்டும். சேவை வழங்கும் நிறுவனங்கள் பெரும்பாலும் தொலைபேசி அமைப்புகளுக்குள் வருகின்றன.

இங்கு நாம் ஒரு கணம் ஒலிபரப்புத் தொழிலையும் தொலைபேசித் தொழிலையும் ஒப்புநோக்க வேண்டும். தொலைபேசி அமைப்புகளின் தலைமையிலிருந்து பல பொறுப்புகளைப் பொறிஞர்கள் வகிக்கின்றனர். ஒலிபரப்பு நிறுவனங்களில் பொறிஞர்கள் ஆற்றும் பங்கு மிகவும் கீழ்நிலையிலேதான். வணிக அமைப்புகளில் உயர்நிலைப் பதவி வகிப் பவர்கள் நிகழ்ச்சிகளை ஒருங்கிணைப்பவர்கள் அல்லது விளம்பரம் மற்றும் சந்தை விற்பன்னர்கள்; அரசில் அதிகாரிகள் பெரிய பதவிகளில் இருப்பது போல.

தொலைத் தொடர்பாடல் நிறுவனங்களின் பணிக்கடமை ஒலிபரப்பு நிறுவனங்களைவிட மேலானது. அவர்களின் சேவைத்தரத்தில், எதிர் பார்ப்பும் கண்காணிப்பும் அதிகம். வானொலி நிலையம் செயலிழந்தால், கேட்போர் சலித்துக் கொள்ளலாம்; அவ்வளவே. தொலைபேசிச் சேவையில் தடங்கல் என்றால் பயனாளர் கதறுவார்; சேவைக்கு சந்தா செலுத்துவதால் சேவை வழங்கும் நிறுவனத்தை மாற்றிக் கொள்ள முயல்வார்.

செல்பேசி போன்ற தொடர்பாடல் அமைப்புகளில் நுட்பியல் சிக்கல்கள் இருக்கத்தான் செய்கின்றன. பொறிஞர்கள் பங்களிப்பு தேவையாகின்றது; இந்நிலை தொடரும்.

அருஞ்சொற்கள்

Active Devices (n) ***: செயற்படுக் கருவிகள் (பெ.சொ):*** ஒரு மின்சுற்றில் உள்ள கூறுகளை, செயற்படுக் கருவிகள் (Active Devices), வாளாக் கருவிகள் (Passive Devices) என்று வகைப்படுத்தலாம். செயற்படுக் கருவிகளால் உள்ளிடும் சமிக்ஞையைக் காட்டிலும் மின்திறன் பெருகிய வெளியீட்டுச் சமிக்ஞையை உண்டாக்க முடியும். இவை மேலதிக மின்திறனை, மின் வழங்கியிடமிருந்து பெறுகின்றன. வாளாக் கருவிகளால் உள்ளிடும் சமிக்ஞையைப் பெருக்க இயலாது. செயற்படுக் கருவிகள் – நுண்முறை வழியாக்கிகள் (Microprocessors), பெருக்கிகள் (Amplifiers), அலையியற்றிகள் (Oscillators) ... – சிலிக்கானை (Silicon) மூலப் பொருளாகக் கொண்டு வடிவமைக்கப்படுகின்றன.

Alternating current (n): ***மாறுதிசை மின்னோட்டம் (பெ.சொ):*** சீரான கால இடைவெளியில் திசைமாறி, சைன் சார்பைப் போன்ற தொடர் மாற்றத்தை வீச்சில் வெளிப்படுத்தும் ஒரு மின்னோட்டம்.

Amplitude (n)***: வீச்சு (பெ.சொ):*** மாறிவரும் ஒன்றின் அளவெல்லை (எடுத்துக்காட்டாக, மாறுதிசை மின்னோட்டம் அல்லது கடிகாரக் குண்டின் ஊசல்). பொதுவாக, ஒரு சராசரியிலிருந்து அளக்கப்படுகின்றது.

AM-Amplitude Modulation (n)***: வீச்சுப் பண்பேற்றம் (பெ.சொ):*** ரேடியோ அதிர்வெண் சுமப்பி அலையின் மீது தகவல் அடங்கிய சமிக்ஞையை ஏற்றும் முறை. இந்த முறைவழியில், சுமப்பியின் வீச்சு, தகவல் சமிக்ஞைக்கு ஏற்றவாறு மாற்றப்படுகின்றது.

AMPS - Advanced Mobile Phone Service***:*** *1983* ஆம் ஆண்டு வட அமெரிக்காவில் அறிமுகப்படுத்தப்பட்ட உயர்நிலை நகரும் தொலைபேசிச் சேவை என்று பொருள்படும் செல்பேசித் தகுதரம். ஒப்புமை வடிவில் உள்ள கேட்பொலிச் சமிக்ஞைகள், 800 மெகா Hz அதிர்வெண் கொண்ட சுமப்பி அலைகள் மீது, FM பண்பேற்ற நுட்பம் வாயிலாக ஏற்றப்படுகின்றன. AMPS அமைப்பில், குரல் தடம், 30 கிலோHz அதிர்வெண் பட்டை அகலம் எடுத்துக்கொள்கின்றது.

Analog (adj)***: ஒப்புமை (பெ.அ):*** 1. தொடர்ந்து மாறிவரும் ஒலி, வெப்ப நிலை போன்றவற்றை, நேர்தகவான மற்றொரு மதிப்பு கொண்டு குறிக்கும் ஏற்பாடு பற்றியது; எடுத்துக்காட்டாக, மின்னழுத்தம் கொண்டு அளக்கும் ஏற்பாடு; 2. மின்னணுசார் கருவி அல்லது பதிவுகளைப் பற்றியது;

இங்கு, பயன்படுத்தப்படும் சமிக்ஞைக்குத் தக்க இயல்மாற்றத்தைக் காணலாம். எடுத்துக்காட்டாக, இசைத்தட்டிலிருந்து வரும் ஒலிச் சமிக்ஞைக்கு ஒத்த வரிப்பள்ளங்கள் LP இசைத் தட்டில் இருப்பது போல்.

Antenna*: ஆன்டெனா/உணர்கொம்பு (பெ.சொ):* ரேடியோ அலைகளை அனுப்ப/ஏற்க வடிவமைக்கப்பட்ட மின்னணுவியல் சாதனம். குறிப்பாக, மின்காந்தப் புலத்தைச் செலுத்த கடத்திகளைக் கொண்டு வடிவமைக்கப் பட்ட ஏற்பாடு. மாறாக, ஓர் ஆன்டெனாவை மின்காந்தப் புலத்தில் வைத்தால், புலத்துக்குப் பதிலீடாக மாறுதிசை அழுத்தம் உண்டாகிறது.

ஒலி, ஒளி, மணம் ஆகியவற்றை உணர – பூச்சிகள், நத்தை ஆகியவற்றின் தலைமேல் இருக்கும் உணர்கொம்புகளைக் குறிக்கும் 'Antennae' என்ற சொல்லில் இருந்து தருவிக்கப்பட்டது.

A/D Converter*: ஒப்புமை-இலக்கமுறை மாற்றி:* ஒப்புமை வடிவில் உள்ள சமிக்ஞையை இலக்க வடிவுக்கு மாற்றும் கருவி.

ASK: Amplitude*: வீச்சு விலகும் விசைமுறை:* இலக்கச் சமிக்ஞைகளை சுமப்பியின் மீது ஏற்றும் பண்பேற்ற முறை. இரும *1* சுமப்பியை நிகழ்த்த, இரும *'0'* ரேடியோ அதிர்வெண் சுமப்பி அலைவியை அகல் நிலைக்குக் கொண்டுவருகின்றது.

Audio (adj)*: கேட்பொலி/செவிப்புல (பெ.அ):* 1. மனித செவிக்குப் புலனாகும் ஒலியலைகளின் அதிர்வெண் தொடர்புடைய. 2. ஒலியின் மீட்டுருவாக்கம் தொடர்புடைய.

Audio Frequency*:* கேட்பொலி அதிர்வெண்.

Audio Amplifier*:* கேட்பொலி பெருக்கி.

Audio Casette*:* கேட்பொலிப் பேழை/ஒலிப்பேழை.

Balanced Modulator *(பெ.சொ): சமநிலைப் பண்பேற்றி:* சுமப்பி அலை ஒடுங்குமாறு கட்டப்பட்ட பண்பேற்றி. பண்பேற்றியின் உள்ளீடாக, $f_{சு}$ அதிர்வெண் கொண்ட சுமப்பியும், f_1 அதிர்வெண் சமிக்ஞையும் இருப்பின், வெளியீடாக $f_{சு}+f_1$ மற்றும் $f_{சு}-f_1$ சமிக்ஞைகளைப் பெறலாம். சுமப்பி அலைகளின் இரு மருங்கிலும் அமைகின்ற சமிக்ஞைகள், 'side-band' அல்லது மருங்கலைவரிசைகள் என வழங்கப்படுகின்றன.

Balanced Signal*: சமநிலைச் சமிக்ஞை:* இரு கம்பிகளின் மீது, ஒரே அழுத்த நிலையும் (equal voltage) எதிர் கட்டநிலையும் (opposite phase) கொண்ட சமிக்ஞைகளின் இணை. கம்பிகளைப் பயன்படுத்தி, தொலைத் தொடர்பாடல் தொழிலில், சமிக்ஞைகளை சமநிலையில் செலுத்தும் முறை பரவலாகக் கடைப்பிடிக்கப்படுகின்றது. சமிக்ஞைகள், முடிவிட

முனையில் தலைகீழாக்கிச் சேர்க்கபடுகின்றன. இடையிடும் இரைச்சல், இரு கம்பிகளையும் தொந்தரவு செய்தாலும், தலைகீழாக்கிச் சேர்க்கும் போது, நீக்கப்படுகின்றது.

Balun: ***சமநிலைமாற்றி:*** balanced-to-unbalanced என்பதில், 'bal' மற்றும் 'un' சேர்ந்த சொல். சமநிலைச் சமிக்ஞையை, சமநிலையில்லாச் சமிக்ஞை யாக மாற்றும் கருவி.

Bandwidth (n)*: அலைப்பட்டை அகலம் (பெ.சொ):* சமிக்ஞைகளுக்கு மிகுதியான நொய்வு உண்டாக்காமல் செலுத்தவல்ல தொடர்பாடல் தடம் பயன்படுத்தும் அதிர்வெண்களின் அளவெல்லை.

Baseband (n)*: தாழலைவரிசை* (n)*:* நுண்பேசி, தந்திச் சாவி அல்லது பிற சமிக்ஞை-தோற்றுவிக்கும் கருவிகள் உண்டாக்கும் மூல அலைவரிசை. குறிப்பு 1. செலுத்தும் (ஒலிபரப்பும்) அமைப்புகளில் தாழலைவரிசைச் சமிக்ஞைகள், சுமப்பி அலைகளின் மேல் ஏற்றப்படுகின்றன. பண் பிறக்கம் (Demodulation), தாழலைவரிசைச் சமிக்ஞையை மீட்டுருவாக்கும். குறிப்பு 2. தாழலைவரிசைச் சமிக்ஞைகள், பண்பேற்றப்பட்ட சுமப்பி அலைகளினும் குறைந்த அதிர்வெண் கொண்டவை.

Base Station (n)*: தள நிலையம்* (n)*:* செல்பேசி அமைப்பில், நகரும் பேசிகளுடன் ரேடியோ தொடர்பாடல் நடத்தப் பயன்படும் நிலையம். சேவை வழங்கும் வட்டாரத்துக்கு நடுவில் அமையப்பெற்ற இந்நிலையம், பயனர்களுக்கு, ரேடியோ தடங்கள் வழங்க வல்லது. நிலையத்தில், செலுத்த மற்றும் ஏற்க, ஆன்டெனாக்கள் உயரமான கோபுரத்தில் மீது ஏற்றப்பட்டுள்ளன.

Battery*:* மின்கலன்.

Binary Notation*:* இருமக் குறிமானம்.

Bits*:* துண்மிகள்.

BTS - Base Transceiver Station*: தள பெற்றனுப்பி நிலையம்:*

செல்லுலர் அமைப்பு, நகரும் செல்பேசிகளுடன் தொடர்பாடப் பயன் படுத்தும் நிலையம். சேவை வழங்கும் பரப்பின் மையப் பகுதியில் அமையப்பெற்ற இந்நிலையம் – ரேடியோ பெற்றனுப்பிகளையும், கோபுரம் மேல் ஏற்றப்பட்ட, செலுத்தும்-ஏற்கும் ஆன்டெனாக்களையும் கொண்டது. Base Station அல்லது தள நிலையம் என்று சுருக்கமாகச் சொல்லலாம்.

Capacitor (n)*: கொண்மி (பெ. சொ):* இரு கடத்தும் தகடுகளுக்கிடையில், மின் தாங்கும் கடத்தாப் பொருள் கொண்ட கருவி. மின்னூட்டத்தைத் தேக்கிக் கொள்கின்றது.

Carrier: *சுமப்பி/ஊர்தி:* *ஒரு குறிப்பிட்ட அதிர்வெண் கொண்டு, மாறாத மிகைம வீச்சுள்ள ரேடியோ அலை. ஒரு தகவல் அடங்கிய சமிக்ஞையை, சுமப்பி அலைகளின் மீது ஏற்றலாம்.*

CDMA - Code Division Multiple Access*:* *குறிமுறை பங்கிட்ட பன்முக அணுகல். தனிப்பட்ட குறிமுறை எழுத்துகளை ஏற்றி, பயனர்களின் உரையாடல்களை, ஒரே அலைவரிசையில் ரேடியோ ஊடகத்தில் செலுத்தும் முறை. குறியீட்டெழுத்தை ஏற்றியவுடன் பயனர்களின் 10* kHz *அகலமெடுக்கும் குரல் சமிக்ஞை, நிறமாலையில் விரிக்கப் படுகின்றது. 1.25* MHz *அகலம் கொண்ட தடத்தில் பல பயனர்களை அணுக முடிகின்றது.*

Compatibility *(பெ.சொ):* *ஏற்புடைமை.*

CD Player*:* *குறுவட்டு இயக்கி.*

Cellphone*: செல்பேசி:* *செல்லிடத் தொலைபேசி.*

Channel*: தடம் (தொடர்பாடல்):* *இரு முனைகளுக்கிடையே மின்னியல் செலுத்தம் நடைபெறும் பாதை. எ-டு:* Voice Channel*: குரல் தடம்.* Control Channel*: கட்டளைத் தடம்.*

Charge (n)*: மின்னூட்டம்/மின்மம்:* *1. மின்கலன் அல்லது கொண்மியில் தேக்கப்பட்டுள்ள மின்னியல் ஆற்றல் 2. ஒரு புள்ளி அல்லது இடத்தில், மின்னியல் துகள்களின் திரட்சி அல்லது பற்றாக்குறையால் மின்னியல் நடுநிலையிலிருந்து விலகி நிற்பது. இயல்நிலையினும் அதிக மின்னணுக் களை உருவாக்கினால் எதிர் மின்னூட்டம் (-); குறைந்த மின்னணுக் களை உண்டாக்கினால் நேர்மின்னூட்டம் (+).*

Characteristic Impedance (n)*: தன்னியல் எதிர்மம் (பெ.சொ):* *ரேடியோ தொடர்பாடலில், இடுகுறி* (arbitrary) *நீளம் கொண்ட, சீரான செலுத்தும் கம்பியின் முடிவிட முனையில் இணைக்கப்படும் ஒரு குறிப்பிட்ட எதிர்மம். இந்த எதிர்மம், முடிவிடத்தில் இணைக்கப்பட்டால், கம்பியின் நீளம் ஒரு முடிவற்றது போல தோன்றும்; வந்து சேரும் அலைகள் முழுமையாக முடிவிடத்தில் ஈர்க்கப்படும், திரும்பச் செல்லாது.*

Coaxial Cable (n)*: இணையச்சுக் கம்பி வடம் (பெ.சொ).* *உயரதிர்வெண் சமிக்ஞையைச் செலுத்தப் பயன்படும் ஒருவகைக் கம்பி. சமிக்ஞையை எடுத்துச் செல்லும் மையக் கடத்திக்குச்* (center conductor) *சுற்றிலும் மின்காப்பி* (insulator) *இருக்கும்; மின்காப்பியைச் சுற்றிலும் நீள்வட்ட வடிவில், பின்னப்பட்ட வெளிக்கடத்தி* (outer conductor) *கொண்டது.*

Communication (n)*: தொடர்பாடல் (பெ.சொ):* *1. செலுத்தும் செயல் 2. எழுத்து, சொற்பொழிவு, உடலசைவு வாயிலாக தகவல் மற்றும் சமிக்ஞைப் பரிமாற்றம் செய்தல்.*

Communication System (n)*: தொடர்பாடல் அமைப்பு (பெ.சொ):* தொலைபேசி, தந்தி, ரேடியோ வாயிலாகத் தகவலை அனுப்ப/ஏற்கப் பயன்படும் அமைப்பு.

Compact Disc (n)*: குறுவட்டு (பெ.சொ):* செய்நிரல், தரவு, இசை – பதிவு செய்யப்பட்ட ஓர் இலக்கத் தட்டு. லேசர் ஒளிக் கற்றையைப் பயன் படுத்தும் கருவியைக் கொண்டு படிக்கும் போது, குறியிடப்பட்டவை மீட்டுருவாக்கப்படும்.

Compatible (adj) *: ஏற்புடைய (பெ.அ):* *1.* ஒன்றோடு மற்றொன்று இணைந்து ஆற்றக்கூடிய, வேலைசெய்யக்கூடிய *2.* ஒரே கூறுகள் அல்லது செய்நிரலைப் பயன்படுத்தக்கூடிய கணினி, அல்லது கணினி அமைப்புகளைக் குறிக்கும் சொல்.

Compatibility *(பெ.சொ):* ஏற்புடைமை.

Component*: கூறு:* *1.* உள்ளடங்கும் பகுதி; பகுதிப்பொருள் *2.* எந்திரவியல் அல்லது மின்னியல் அமைப்பின் பாகம். *3.* ஒரு வெக்டர் உருப்படியின் நீட்டம்; ஓர் அச்சின் மீது விசை அல்லது திசைவேகத்தின் நீட்டம்.

Configuration (n)*: அமைவடிவம் (பெ.சொ):* ஓர் அமைப்பில் அடங்கும் உறுப்புகளின் ஏற்பாடு; அதைச் சித்திரிக்கும் வரைபடம்.

Connections*:* தொடுப்புகள்.

Constellation (n)*: குழுமம் (பெ.சொ):* தொடர்புடைய பண்புகள், கருத்துகள், ஆள்கள் அல்லது உருப்படிகள் கொண்ட ஒரு தொகுதி அல்லது அமைவடிவம்.

Data*: தரவு:* *1.* கணினி புரிந்துகொள்ளும் இரும வடிவில் *(1 அல்லது 0)* மாற்றப்பட்ட தகவல் *2.* முறைவழிப்படுத்துவதற்கென இருக்கும் பொருண்மைகள் அல்லது வரைபடங்கள்; சில முடிவுகளை ஈட்டும் சாட்சியங்கள், பதிவேடுகள் அல்லது புள்ளியியல் சேகரிப்புகள்.

Database*: (பெ.சொ) தரவுத் தளம்:* பெரிய அளவில் திரட்டப்பட்ட தரவு களின் தொகுப்பு. விரிக்க, இற்றைப்படுத்த (update), மீட்க வசதியாக இருக்கும் வண்ணம் – ஒழுங்கான முறையில் தரவு, தளத்தில் நிறுவகப் படுத்தப்பட்டுள்ளது.

Data rate*: தரவு வீதம்:* தரவுகளின் ஓட்ட வேகத்தைக் குறிக்கும் சொல். ஒரு வினாடிக்கு எத்தனை துண்மிகள் ஓடுகின்றன என்று சொல்வது.

Demodulator *(பெ.சொ): பண்பிறக்கி:* சுமப்பி அலை மீது ஏற்றப்பட்ட செய்தியை இறக்கும் கருவி.

Demodulation*: பண்பிறக்கம்:* சுமப்பி அலை மீது ஏற்றப்பட்ட சமிக்ஞையை ஏற்பியில் மீட்டெடுக்கும் முறைவழி.

Detection: *பண்பிறக்கம்.*

Detector: *உணர்வான்/பகுப்பான்:* *1. உணரும் கருவி. 2. குறிப்பிட்ட அலைகள் இருப்பதைக் கண்டறியும் கருவி. 3. பண்பிறக்கி.*

Digital *(பெ.அ). இலக்க/இலக்கமுறை:* *1. இலக்கங்கள் கொண்ட. 2. விரலால் ஆற்றக்கூடிய. 3. ஒரு கணிப்பில் உள்ள எல்லா மாறிவி களையும் குறிக்க, எண்களைப் பயன்படுத்துகின்ற. 4. ஒரு தகவலைக் குறிக்க எண்களைப் பயன்படுத்துகின்ற. 5. 1 மற்றும் 0 துண்மித் தொகுதிகளைக் கொண்டு தேக்கப்பட்ட, செலுத்தப்பட்ட மற்றும் மீட்டுருவாக்கப்பட்ட – தரவு, நிழற்படம் மற்றும் ஒலி தொடர்புடைய.*

Diode (n): *இருமுனையம்:* [Di-இரு. 'ode' முனை]. இரு மின்முனைகள் கொண்ட மின்னணுக் கருவி. நேர்முனை மற்றும் எதிர்முனை கொண்ட, குழாய் அல்லது pn சந்தி வடிவில் இருக்கும் கருவி. மாறுதிசை மின்னோட்டத்தை, நேர் மின்னோட்டமாகத் திருத்தப் பயன்படுத்தப் படும் கருவி.

Dipole (Antenna): *இருகம்பு/இருமுளை/இருகோல் ஆன்டெனா:* *ஊட்டப் புள்ளியிலிருந்து இரு புறமும், சமநீளம் நீட்டப்பட்ட இரண்டு கோல் களாலான ஆன்டெனா. ஏற்பி அல்லது செலுத்தியில் இருக்கும் ஒருவகை ஆன்டெனா.*

Discrete signal: *பிரிநிலைச் சமிக்ஞை.*

Duplexer: *(பெ.சொ) இரட்டைவழியாக்கி:* இரு சமிக்ஞைகளை ஒரு பொதுவான ஊடகத்தில் செலுத்துவதற்காகப் பயன்படுத்தப்படும் இணைப்புக் கருவி. ரேடியோ அமைப்புகளில் இரட்டைவழியாக்கி, ஏற்பியை செலுத்தியிலிருந்து தனிமைப்படுத்தவும், பொதுவான ஆன்டெனாவை செலுத்தியும் ஏற்பியும் பயன்படுத்தவும் உதவுகின்றது. செலுத்தியின் இரைச்சல் – ஏற்கும் அலைவரிசையில் – போதுமான அளவுக்கு இரட்டைவழியாக்கியால் நிராகரிக்கப்படுகின்றது.

Electrical Ground (n): *தரை.* *சுழி (0) மின்னழுத்த நிலை கொண்ட முனை.*

Electron (n): *மின்னணு:* *மீமெல்லிய மின்னூட்டம் உடைய அடிப்படைத் துகள். 9.108×10^{-31} கிலோ கிராம் மொதுகையும்* (mass) *1.602×10^{-19} கூலொம் மின்னூட்டமும்* (charge) *கொண்டது.*

Electronic (adj): *மின்னணுசார்.*

Electronics (n): *மின்னணுவியல்.*

Electromagnetic Wave (n): *மின்காந்த அலை:* அதிர்வுறும் மின் மற்றும் காந்தப் புலத்தால் பரவும் அலை.

ESN-Electronic Serial Number - *மின்னியல் தொடர் எண்.*

செல்பேசிக்கு வழங்கப்பட்ட ஒரு தனிப்பட்ட, மாற்றமுடியாத 32-துண்மி குறியீடு. ESN மற்றும் மொபைல் அடையாள எண்கள் ஒவ்வொரு முறை அழைப்பு வேண்டும்போதும் செலுத்தப்படுகின்றன. சேவை வழங்குநரின் தரவு தளத்தில் உள்ள பயனர் பற்றிய தகவல் சரியா? என்று பார்க்கப்படுகின்றது. பேசியில் உள்ள ESN மற்றும் மொபைல் அடையாள எண், சேவை வழங்குநரின் தரவுத் தளத்தில் உள்ள தகவலோடு பொருந்தா விட்டால், உங்கள் ESN செல்லுபடி ஆகவில்லை; அழைப்பை தொடங்க இயலாது.

FCC - Federal Communications Commission*: கூட்டரசின் தொடர்பாடல் ஆணையம்:* அமெரிக்கக் கூட்டரசின் தொடர்பாடல் ஆணைக்குழு. வானொலி, தொலைக்காட்சி, துணைக்கோள், தொலைபெசி ஊடான தொடர்பாடலை நெறிப்படுத்தும் பொறுப்பு அக்குழுவுக்கு உண்டு.

FET - Field Effect Transistor (n)*: புலம் விளைவு டிரான்சிஸ்டர்:* வெளியீடு ஒரு மின்புலத்தால் கட்டுப்படுத்தப்படும் டிரான்சிஸ்டர். சமிக்ஞையின் திறனைப் பெருக்கப் பயன்படுத்தப்படுகின்றது.

Fidelity (n)*: நிரைபாடு/முற்றுருவாக்கம் (பெ.சொ):* துல்லியமான விளக்கவுரை, மொழிபெயர்ப்பு அல்லது ஒலி மற்றும் நிழற்பட மீட்டுருவாக்கம்.

Folded Dipole*:* மடிக்கப்பட்ட இருகம்பு/இருமுனை/இருகோல்.

FM - Frequency Modulation*: அதிர்வெண் பண்பேற்றம்:* உயர்-தர ஒலிபரப்பு நுட்பம். உயர் முற்றுருவாக்கமும், குறைந்த இரைச்சலும் மின்னியல் தொந்தரவுகளால் பாதிப்புகளுக்கு உள்ளாகாத ஒலிபரப்பு நுட்பம்.

FSK: Frequency Shift Keying: அதிர்வெண் விலகும் விசைமுறை.

Gain*: பெருக்கம்:* (அ) ஒரு புள்ளியிலிருந்து மற்றொரு புள்ளிக்கு செலுத்தப்படும் சமிக்ஞையின் வலிமை அதிகரிப்பு; பெரும்பாலும் dB அலகில் குறிக்கப்படும். (ஆ) ஏற்பி அல்லது பெருக்கி போன்ற அமைப்பு களில் உள்ளீட்டு மின் திறனுக்கும் வெளியீட்டு மின்திறனுக்கும் உள்ள விகிதம்; திறன் பெருக்கம் (Power Gain).

Geostationary/Geosynchronous *(அ.சொ): புவியியல் நிலையமைவு/ புவியியல் இணையமைவு:* பூமியின் சுழல் வேகத்துக்கு இணையான வேகத்தில், பூமத்திய ரேகையிலிருந்து 22,000 மைல் உயரத்திலுள்ள சுற்றுப்பாதையில் இருக்கும் துணைக்கோள் அல்லது விண்கலனைக் குறிக்கும் சொல். துணைக்கோள், பூமியின் மேற்பரப்பிலிருந்து நோக்கும் போது, நிலை பெயராது இருக்கும்.

GPS - Global Positioning System*: பூகோள இடநிலை உணர்த்தும் அமைப்பு:* துணைக்கோள்கள் கொண்டு பூமியில் இடநிலை அறிய உதவும் அமைப்பு.

GSM (Global System for Mobile): இரண்டாம் தலைமுறை செல்லுலர் தகுதரம். ஐரோப்பாவில் 1991ஆம் ஆண்டும், தென் அமெரிக்கா, ஆசியா மற்றும் ஆஸ்திரேலியாவில் 1993ஆம் ஆண்டும் அறிமுகமான தகுதரம். உலகில் முதல் இலக்கமுறை பண்பேற்ற உத்தியில் உருவான அமைப்பு. நேரம் பங்கிட்ட பன்முக அணுகலைப் பயன்படுத்தியும் (TDMA), அதிர்வெண் பகிர்ந்தும் பல பயனர்களுக்கு சேவை வழங்கப்படுகின்றது.

Impedance: எதிர்மம்: மாறுதிசை மின்னோட்டத்துக்கு, ஒரு சுற்று வழங்கும் ஒட்டுமொத்த எதிர்ப்பு. தடைமம், தூண்டு மறிமம் அல்லது கொண்ம மறிமம் சேர்ந்திருக்கலாம். மொத்த எதிர்மத்தை – தடைமம், தூண்டு மறிமம் மற்றும் கொண்ம மறிமத்தின் கூட்டுத் தொகையாகப் பார்க்கமுடியாது. தூண்டு மறிமமும் கொண்ம மறிமமும், தடைமத் துக்கு 90^0 கட்டநிலையில் வேறுபட்டு இருப்பதால், ஒவ்வொன்றின் மிகைம மதிப்பும் வெவ்வேறு தருணங்களில் நிகழ்கின்றது. வெக்டர் முறையில் கூட்டினால் எதிர்மம் காணலாம்.

Infra-red (n)*: அகச்சிவப்பு (பெ.சொ):* *1. நிறமாலையில் சிவப்பு நிறத்துக்கு அப்பாற்பட்ட, கண்ணுக்குப் புலப்படாத ஒளி. 800 நானோ மீட்டர் - 1 மில்லி மீட்டர் அலைநீளம் கொண்ட மின்காந்த கதிர்வீச்சால் ஆனது. 2. அகச்சிவப்பு அலைகள் தொடர்புடைய (பெ.அ).*

Interference (n)*: இடையீடு (பெ.சொ):* வானொலி மற்றும் தொலைக் காட்சியில், சிறந்த வகையில் சமிக்ஞையை ஏற்பதில் ஊறு விளைவிக்கும் தேவையற்ற சமிக்ஞைகள்; தேவையற்ற சமிக்ஞைகளால் உருவாக்கப் படும் திரிபுகள்.

Information*: தகவல்/உள்ளுருமம்:* *1. சொல்லப்பட்ட ஒன்று; செய்தி 2. பொருண்மைகள், கல்வி, தரவு, அல்லது கதை வாயிலாகப் பெறப்பட்ட அறிவு 3. தகவல் கோட்பாட்டில், ஒரு செய்தியின் தகவல் உள்ளடக்கம் பற்றிய துல்லிய அளவீடு; துண்மிகளால் அளக்கப்படுகின்றது. முழுச் செய்தியை அறிந்தபட்சத்தில் அதன் மதிப்பு 0. செய்தியின் உள்ளடக்கம், முன்னதாகவே அறியப்படவில்லை என்றால் தகவலின் அளவு, ஒரு மிகைமம். 4. கணினியில் தேக்கிவைத்து மீட்டெடுக்கக் கூடிய தரவு.*

Intergrated Circuit*: ஒருங்கிணைந்த சுற்று:* குறைந்தபட்சம் இரண்டு குறை கடத்திக் கருவிகள் (semiconductor devices) கொண்ட சன்னமான சில். செயற்படு கருவிகளான டிரான்சிஸ்டர்கள் மற்றும் வாளாக் (passive) கருவிகளான தடுப்பான்கள் (resistors), கொண்மிகள் (capacitors) மற்றும் தூண்டிகளை (inductors) அடக்கும் ஒருங்கிணைந்த சுற்றுகளில், பல லட்சம் கருவிகள் தொடுக்கப்பட்டுள்ளன. செல்பேசிகள் மற்றும் கணினிகளை இயங்கவைக்கும் நுண்முறைவழியாக்கிகள் (Microprocessors), ஒருங்கிணைந்த சுற்றுகளில் உயர்நிலை வகிப்பன.

Ionization (n)*: அயனியாக்கம்:* *1.* நீரில் கரைந்த உப்பு போல, நேர்மின் மற்றும் எதிர்மின் அயனிகளாகப் பிரிதல். 2. மின்னூட்டம் அடைதல்; கதிர்வீச்சு அல்லது மின்னியல் வெளியேற்றங்களுக்கு உட்படுத்தபட்ட வாயு போல.

Ionosphere (n)*: அயனிமண்டலம் (பெ.சொ):* பூமியின் தளப்பரப்பி லிருந்து 70 கி.மீ உயரத்தில் தொடங்கி 500 கி.மீ வரை உள்ள வளிமண்டலத்தின் பகுதி. அயனிகளும், கட்டில்லா மின்னணுக்களும் செறிவாகக் கொண்ட பகுதி. இங்குள்ள அயனிகளும் மின்னணுக்களும், மின்காந்த அலைகளைத் திருப்பவும் பிரதிபலிக்கவும் செய்கின்றன.

Isotropic (adj)*: திசைசாரா (பெ.அ):* அளக்கப்படும் எல்லாத் திசையிலும் ஒரே – கடத்தம், கதிர்வீச்சு, குழைமம் முதலிய – இயற்பியல் குணங்கள் கொண்டு திகழ்வது. திசைசாரா கதிர்வீச்சு (Isotropic Radiation) என்பது அளக்கப்படும் எல்லாத் திசையிலும் ஒரே மின் மற்றும் காந்தபுலச் செறிவோடு திகழ்வது.

Mechanics (n)*: இயங்கியல் (பெ.சொ):* *1.* பருப்பொருள்களின் அசைவியக்கம் மற்றும் விசைகளால் அவற்றிற்கு ஏற்படும் விளைவுகளைப் படிக்கும் இயற்பியல் கிளை. 2. எந்திரங்களின் வடிவமைப்பு, கட்டுமானம், செயற்பாடு, பராமரிப்பு பற்றிய கோட்பாடு மற்றும் நடைமுறை அறிவியல்.

Medium/Media (n)*: மிடையம்/ஊடகம் (பெ.சொ):* *1.* விசை அல்லது விளைவை, அதனூடாக இயங்கவிடும் பொருள். எ-டு: செம்பு, வெப்பத்தைக் கடத்தும் மிடையம். 2. தொடர்பாடல் நடக்க வழிவகுக்கும் சாதனங்கள் – வானொலி, தொலைக்காட்சி, செய்தித்தாள் முதலியன.

Microprocessor*:* நுண்முறைவழியாக்கி/நுண்செய்முறையாக்கி:

தேக்கப்பட்ட கட்டளைகளைச் செயற்படுத்தும் கருவி. கணிப்புகளைச் செய்யும் ஏரணக் கூறுகள் கொண்ட சில். கணினியின் மைய முறைவழி யாக்கும் அலகு (central processing unit).

MIN: Mobile Identification Number*:* நகரும் பேசியின் அடையாள எண்.

Mixer (n)*: கலப்பி (பெ.சொ):* இரு வேறு அதிர்வெண்கள் கொண்ட சமிக்ஞைகளைக் கலக்கும் மின்னணுவியல் கருவி. கருவியின் உள்ளிடப் படும் இரு சமிக்ஞைகளும் கலக்கப்படுகின்றன; வெளியீட்டில், அதிர் வெண் தாழ்த்தப்பட்ட சமிக்ஞையும் அதிர்வெண் கூட்டப்பட்ட சமிக்ஞை யும் உருவாகின்றன.

MMS Multimedia Messaging Service*: பல்லூடகச் செய்திச் சேவை:* பனுவல், படக் கத்தரிப்புகள், கேட்பொலிக் கத்தரிப்புகள் எனப் பல வகையாக

செய்திகளை செல்பேசிகளைப் பயன்படுத்தி மின்னஞ்சலாக அனுப்ப வல்ல செம்மை நடப்பு முறை. பயனர், ஒரு செல்பேசியிலிருந்து மற்றொரு செல்பேசிக்குச் செய்தியை அனுப்பி வைக்கலாம்.

Model - (n)*: மாதிரியம், போல்மம் (பெ.சொ):* *1. கப்பல் அல்லது கட்டடத்தின் சிறு பிரதி. 2. பகுப்பாய்வுக்கும், செயல் விளக்கம் அளிக்கவும் நாம் பயன்படுத்தும் ஒரு கற்பிதமான சித்திரிப்பு.*

Modem (n): *மொடெம் (பெ.சொ):* மொடெம் என்பது 'Modulator/Demodulator' என்ற இருவேறு கூறுகளை ஒன்றாகக் கொண்ட கருவி என்பதைக் குறிக்க, 'Mod' மற்றும் 'Dem' என்று கூறுகளின் ஆரம்ப எழுத்துகளிலிருந்து பிறந்த சொல். இலக்கமுறை தரவுகளின் ஓட்டத்தை ஒலியாக மாற்றி அமைத்து, பிறகு ஏற்கும் ஒலிச் சமிக்ஞைகளை இலக்கமுறைத் தரவுகளாக மாற்றும் கருவிகளைக் குறிக்கும் சொல். கணினிக்குப் பின்புறம் தொடராக இணைக்கப்படும் கருவி அல்லது, உள்ளே இருக்கும் அட்டை. இதனால், சாதாரணத் தொலைபேசிக் கம்பி ஊடாக கணினித் தரவுகளைப் பரிமாறிக் கொள்ளலாம்.

Modulation (n)*: பண்பேற்றம் (பெ.சொ):* தகவல் அடங்கிய சமிக்ஞையை, ஒரு மின்னியல் அல்லது ஒளியியல் சுமப்பி (ஊர்தி) சமிக்ஞையோடு சேர்ப்பது 'பண்பேற்றம்'. சமிக்ஞையை ஏந்திச் செல்லும் ஊர்தி அலை மீது தகவல் ஏற்றப்படுகின்றது. ஊர்தி அலையின் பண்புகள், தகவல் சமிக்ஞைக்கு ஏற்றவாறு மாற்றப்படுகின்றன.

Modulator*: பண்பேற்றி:* பண்பேற்றத்தை நிகழ்த்தும் கருவி.

MTSO - Mobile Telephone Switching Office*:* நகரும் தொலைபேசியின் நிலைமாற்றும் அலுவலகம்; நிலைமாற்றியகம். செல்தள நிலையங்களைப் பொதுத் தொலைபேசி பிணையத்தோடு இணைக்கும் பணியை ஆற்றுகின்ற அலுவலகம். ஒவ்வொரு பயனரின் அழைப்பையும் செல்லுபடிச் சோதனைக்கு உண்டாக்கி, வழிநடத்தி, கண்காணித்து, பயன்பாட்டுக்குத் தக்கவாறு வசூலிக்க வேண்டிய கட்டணத்தையும் நிலமாற்றியகம் நிர்ணயிக்கிறது.

Multiplexing*: பன்முனை இணைக்கும் முறை:* ஒரே ஊடகத்தைப் பயன்படுத்தி பல சமிக்ஞைகளை செலுத்தும்/ஏற்கும் முறை.

Network (n)*: பிணையம்:* *1. வலைப்பின்னல். கம்பி மற்றும் நூல்களாலான ஏற்பாடு; வலை போல அமையப்பெற்ற. 2. பல கணினிகள், முனையங்கள், அச்சுப்பொறிகள் ஒன்றுக்கொன்று இணைக்கப்பெற்ற ஒரு முறைமை. 3. கம்பி வடங்கள், நுண்ணலை மீட்செலி* (microwave repeaters) *மற்றும் துணைக்கோள்களால் இணைக்கப்பெற்ற செலுத்தும் நிலையங்களின் சங்கிலித் தொடர்.*

Noise: இரைச்சல் (மின்னியல்): தேவையில்லாத மின்னியல் தொல்லை.

Noise Figure: இரைச்சல் அளவை: ஓர் அமைப்பு அல்லது சுற்றின், உள்ளீட்டு சமிக்ஞை-இரைச்சல் விகிதத்துக்கும் வெளியீட்டுச் சமிக்ஞை - இரைச்சல் விகிதத்துக்கும் உள்ள விகிதம். dB அலகில் சொல்லப் படுகின்றது.

Oscillator: அலைவி/அலையியற்றி (பெ.சொ): சீரான அதிர்வெண் கொண்ட அலைகளை உருவாக்கும் கருவி.

Parameter (n): அளபுரு: [Para-உருப்பு, metron-அளப்பு. கிரேக்கம்] 1. ஓர் இடுகுறி மாறிலி. அதன் மதிப்பு, ஓர் அமைப்பைச் (எடுத்துக் காட்டாக, ஓர் வளைகோட்டுக் குடும்பத்தின்) சேர்ந்த ஓர் உருப்படியின் இயல்புகளைக் குறிப்பிடவல்லது. 2. ஓர் இயற்பியல் பண்பு; அதன் மதிப்பு, ஒன்றன் இயல்புகளை நிர்ணயிக்கின்றது. எடுத்துக்காட்டாக, வளியின் அளபுருக்களான – வெப்பநிலை, அழுத்தம் மற்றும் அடர்த்தி.

Passive Device (n): வாளாக் கருவி: இயங்குவதற்கு மின்னாற்றல் தேவைப் படாத கருவி. வாளக் கருவிகளுக்கு எடுத்துக்காட்டுகள்: தடுப்பான்கள், கொண்மிகள், தூண்டிகள், இருமுனையங்கள், கம்பிகள், வடிப்பான்கள், ஒளியியல் இழை...

Peizoelectric (adj): பீசோமின்னிய (பெ.அ): ஒலியியல் அதிர்வுகளை உள்வாங்கி மின்னழுத்தம் உருவாக்கும் படிகத்தின் இயல்பு பற்றிய. ஓர் எந்திர இயங்கியலை மின்னழுத்தமாக்கும் நுட்பம் பற்றிய. எ-டு: படிக நுண்பேசியிலும் இசைப்பெட்டிப் பேழையிலும் இழுவிசை மானி களிலும் பீசோமின்னியம் பயன்படுத்தப்படுகின்றது.

Performance (n): ஆற்றுகை (பெ.சொ): ஒரு தொடர்பாடல் கருவியின் செயற்பாட்டை அதன் வினைத்திறன் கண்ணோட்டத்தில் குறிப்பிடுவது. செய்பணியின் வல்லமை.

Permeability (n): விடுதிறன் (பெ.சொ): காந்தப் புலனுக்குக் கொண்டு வரப்பட்ட பொருளின் காந்தவிசை ஏற்கும் திறமை.

Permittivity (n): உட்புகுதிறன் (பெ.சொ): ஒரு பொருளுள் மின்புலன் நிறுவப்படுவதை எதிர்க்கும் தன்மையைக் குறிப்பிடும் அளவை.

Phase (பெ.சொ): கட்டநிலை (பெ.சொ): இது ஒரு சார்பியல் அளபுரு. இரு சமிக்ஞைகள் கட்டநிலையில் ஒத்திருந்தால், Inphase. இரு சமிக்ஞைகள் கட்டநிலையில் 180° விலகி இருந்தால், Out-of-phase. இரு கடிகாரங்கள் அல்லது அலைவிகள் கட்டநிலையில் ஒத்திருக்க, அவை இரண்டையும் கட்டநிலையில் விலகாத ஒரு துல்லியமான கடிகாரத்தோடு பூட்ட வேண்டும் (phase locked). இவ்வாறு பூட்டப்படும் சமிக்ஞைகள் ஒத்தியங்குகின்றன.

Polarity (n): *துருவமுனைப்பு (பெ.சொ):* *ஒரு பொருந்துப் புள்ளியில் (தரை) இருந்து சார்பாகப் பார்க்கும் போது, நேர் அல்லது எதிர்த் துருவ நிலை.*

Polarization (n)*: துருவமுனைப்பாடு/துருவமுனைப்பாக்கம் (பெ.சொ):* *1. ஒரு மின்காந்த அலையின் புலம், ஒரு திசை அல்லது சமதளத்தில் நிலைகொள்ளுதல். 2. இந்நிலையை உருவாக்குதல்.*

Power*: திறன்/மின் திறன்.*

Power Gain*: திறன் பெருக்கம்.*

Process (n)*: முறைவழி/செயற்பாடு (பெ. சொ):* *ஒரு செயலை ஆற்றும் முறை; பொதுவாக, ஒரு சில படிகள் அல்லது செயற்பணிகள் அம்முறையில் அடங்கும். எ-டு:* Digestion process; *உணவு செரிக்கும் முறைவழி.*

To process *(வி. சொ):* முறைவழிப்படுத்து.

Processing *(பெ.சொ):* முறைவழிப்படுத்தம்/மறைவழியாக்கம்.

Program (n): செய்நிரல்.

Program (v): செய்நிரலாக்கு.

Propagation*: பரப்பம்/பரப்புகை:* மின்காந்த அலைகள் பரப்பப்படுவது அல்லது பரவும் முறைவழி.

Proportional (adj): நேர்த்தகவாக *(பெ.அ):* சரிசம விகிதளவாக*:* ஒரே மாறாத விகிதம் கொண்ட இரண்டு உருப்படிகள் தொடர்புடைய. உருப்படிகள் x மற்றும் y, நேர்த்தகவாக (சரிசம விகிதளவாக) இருக்க, y/x=k; இங்கு k, விகித அளவு சார்ந்த மாறிலி.

Proportion (n)*:* நேர்தகவு, சரிவிகித அளவு.

PSTN: Public Switched Telephone Network*:* பொதுத் தொலைபேசி பிணையம் (அல்லது) நிலைமாற்றுகின்ற பொதுத் தொலைபேசி பிணையம். உலகளாவிய, கம்பியால் இணைக்கப்பட்ட தொலைபேசி முறைமை; நிலக்கம்பி (landline) பேசி அமைப்பு.

PSK: Phase Shift Keying*: கட்டநிலை விலகும் விசைமுறை:* இலக்க முறைத் தொடர்பாடலில் தகவலைச் செலுத்தும் உத்தி. செலுத்தப்படும் சமிக்ஞையின் கட்டநிலை மாற்றப்படுகின்றது. PSK உத்திகளில் மிகவும் எளிய முறை, இரும கட்டநிலை விலகும் விசைமுறை. 0^0 மற்றும் 180^0 என இரு நேரெதிர் கட்டநிலைகளைப் பயன்படுத்துகின்றது.

Quadrature (n)*: செங்குத்துக் கூறு (பெ.சொ):* ஒரு கலவைச் சமிக்ஞையில், கட்டநிலை 90^0 விலகி நிற்கும் கூறு.

QPSK: Quadrature Phase Shift Keying: நான்கு வேறு கட்டநிலைக் கோணங்களைப் பயன்படுத்தும் கட்டநிலை-விலகும் விசைமுறை. நாலு நிலைகளும் ஒன்றுக்கொன்று 90^{0} விலகி நிற்கும்.

Quantization (n): சொட்டாக்கம் (பெ.சொ): ஒப்புமைச் சமிக்ஞையை இலக்கமுறை சமிக்ஞையாக மாற்றும் முறைவழியில் ஒரு படிநிலை. சமிக்ஞையின் மாதிரி, என்ன மதிப்புக்குக் குறியிடப்படுகின்றது என்று தெரிந்துகொள்ள, சொட்டாக்கத்தின் போது, அளக்கப்படுகின்றது. ஓர் ஒப்புமைச் சமிக்ஞையிலிருந்து இலக்கமுறைச் சமிக்ஞையாக்க மூன்று படிநிலைகள் உள்ளன. அவை *1.* மாதிரியெடுத்தல் (Sampling), *2.* சொட்டாக்கம் (Quantization), *3.* குறிமுறையாக்கம் (encoding).

Quantize (n): சொட்டாக்கு (வி).

Quantizer (n): சொட்டாக்கி (பெ.சொ).

Radio (adj): ரேடியோ (பெ.அ):

*1.*கேட்பொலி, காட்சி, தரவு எனப் பலவேறுபட்ட தகவல்களை மின்காந்த அலைகளாக மாற்றியமைத்துத் தொலைத்தொடர்பாடும் அறிவியல் தொடர்புடையது. அலைகள், கம்பியில்லாமல் வளியில் செலுத்தப்படுகின்றன. மின்காந்த அலைகளிலிருந்து ஒலி, காட்சி மற்றும் தரவுச் சமிக்ஞைகள் ஏற்பியால் மீட்டெடுக்கப்படுகின்றன.

எ-டு: ரேடியோ அறிவியல், ரேடியோ செலுத்தம், ரேடியோ ஏற்பம், ரேடியோ தொடர்பாடல், ரேடியோ தடம்.

2. (பெ.சொ) வானொலிப் பெட்டி, ஏற்கும் கருவி; குறிப்பாக ஒதுக்கப் பட்ட அலைவரிசைகளில் ஒலிபரப்பும் நிலையங்களின் சமிக்ஞைகளை ஏற்கும் கருவி.

எ-டு: ரேடியோ ஏற்பி, ரேடியோ செட், ரேடியோ கருவி.

3. ஒலிபரப்பு சார்ந்த தொழில், பொழுதுபோக்கு, கலை முதலிய வற்றைக் குறிக்கும் சொல்.

Radio Frequency (n): ரேடியோ அதிர்வெண் (பெ.சொ): நிறமாலையில், செவியுணரும் ஒலி அலைகளுக்கும் அகச்சிவப்பு ஒளிக்கும் இடைப் பட்ட அதிர்வெண். *10* கிலோ.Hzயிலிருந்து *1,000,000* மெகா.Hz வரை ஏதேனும் ஓர் அதிர்வெண்.

RADAR (Radio Detection and Ranging): ரேடார்:

1. தொலைவில் இருக்கும் பொருளின் இடநிலை, திசைவேகம் அறியும் முறை. உயரதிர்வெண் ரேடியோ சமிக்ஞைகள் செலுத்தப்பட்டு, பொருள் களின் பரப்பிலிருந்து சிதறித் திரும்பும் அலைகளைப் பகுப்பாய்வு செய்து, இடநிலையும் திசைவேகமும் கணிக்கப்படுகின்றன.

2. இம்முறையைப் பயன்படுத்தும் கருவிகள்.

Range*: அளவெல்லை/பரப்பெல்லை:* *1.*எரியூட்டும் முன், ஒரு வானூர்தி பயணிக்கும் மிகைமத் தொலைவு. *2.* இசைக்கருவி அல்லது குரலலை அதிர்வெண்ணின் முழு நீட்டம், உயர்த் தொனியிலிருந்து தாழ்த் தொனி வரை. *3.* ஓர் அளவு, தரம் அல்லது படிநிலையில் இருக்கக்கூடிய வேறு பாட்டின் வரம்புகள்.

Radiation (n)*: கதிர்வீச்சு (பெ.சொ):* *1.* கதிர் வடிவில், ஒளி மற்றும் வெப்ப ஆற்றல், வெளியில் அனுப்பப்படும் முறைவழி. *2.* மின்காந்த அலைகளாக உமிழப்படும் X-கதிர்கள், காமா-கதிகள்.

Random Process *(பெ.சொ): தற்போக்குச் செயற்பாடு/தற்போக்கு முறைவழி:* நிகழ்தகவு கணக்கியலில் ஒரு தற்போக்கு சார்பு. சார்பு வரையறுக்கப்படும் களம், பெரும்பாலும் ஒரு கால இடைவெளி. நிகழ்வதற்குமுன் நிச்சயமின்மை இருக்கும் ஒரு முறைவழி. ஒரு தற்போக்கு முறைவழியை, நீண்டகால இடைவெளியில் கவனித்தால், நிகழ்தகவு மற்றும் புள்ளியியல் சராசரிகளால் வர்ணிக்கலாம்.

RFIC - Radio Frequency Integrated Circuits*:* ரேடியோ அதிர்வெண் ஒருங்கிணைந்த சுற்றுகள்.

Receiver (n)*:* ஏற்பி/வாங்கி *(பெ.சொ).*

Reception (n)*:* ஏற்பம் *(பெ.சொ).*

Recorder (n)*:* பதிவி/பதிப்பான் *(பெ.சொ).*

Reflection (n)*:* பிரதிபலித்தல் *(பெ.சொ).*

Repeater (n)*: மீட்செலி:* ரேடியோ சமிக்ஞையை ஏற்று, பிறகு வலுவூட்டி மீண்டும் செலுத்தும் கருவி.

Response (n): *தூண்டற்பேறு/பதிலீடு:* பதிலாகச் சொல்லப்பட்டது அல்லது செய்யப்பட்டது. மின்னணுவியல் களத்தில் – ஒரு குறிப்பிட்ட அதிர்வெண்ணில், ஒரு குறிப்பிட்ட செயற்படு நிலையில் – ஒரு மின்னணு வியல் கருவி அல்லது அமைப்பின் உள்ளீட்டுக்கும் வெளியீட்டுக்கும் உள்ள விகிதம்.

Satellite (n)*: துணைக்கோள்:* பூமியிலிருந்து ஒரு குறிப்பட்ட உயரம் கொண்ட சுற்றுப்பாதையில் ராக்கட்டால் செலுத்தப்படும் செயற்கைச் சாதனம். நெடுந்தொலைவு தொடர்பாட, சமிக்ஞைகளை செலுத்தும்/ ஏற்கும் கருவிகள் கொண்ட செயற்கைக்கோள்.

SAW (Surface Acoustic Wave) Filter*:* தளப்பரப்பில் ஒலி கடத்தும் வடிப்பான். செல்பேசிகளில், நாம் ஏற்க விரும்பாத, அடுத்த தடங்களில் உள்ள பயனர்களின் சமிக்ஞைகளை நிராகரிக்கப் பயன்படும் வடிப்பான்.

Sensitivity (n)*: கூருணர்திறன் (பெ.சொ):* ஏற்கும் சமிக்ஞைத் திறனின் குறிப்பிட்ட குறைம அளவு. கூருணர்திறனைக் காட்டிலும் குறைவான திறன் கொண்ட சமிக்ஞையை வாங்கும் ஏற்பியின் ஆற்றுகை, திருப்தி அளிக்காது. பகுக்கப்படும் சமிக்ஞையை இரைச்சல் மூழ்கடிப்பதால் கேட்பொலியின் தரம் குன்றும்; வழுக்கள் அதிகமாகும்.

Sideband (n)*: மருங்கலை/மருங்கலைவரிசை (பெ.சொ):* பண்பேற்றியில் சுமப்பி அலை மீது சமிக்ஞை ஏற்றப்படும் போது, சுமப்பி அலைக்கு இருபுறமும் உண்டாகும் அதிர்வெண்கள்.

Signal (n)*: சமிக்ஞை/சைகை/சமிக்கை (பெ.சொ):* ஓர் இயக்கத்தைத் தோற்றுவிக்கவல்ல நிகழ்ச்சி.

Single Sideband (adj)*: ஒரு மருங்கலை (பெ. அ):* பண்பேற்றும் போது உருவாகும் இரு மருங்கலை வரிசைகளுள் ஒன்றை ஒடுக்கிவிட்டு, மற்றொன்றை மட்டும் செலுத்தும் அமைப்பு (முறைமை) தொடர்புடைய. எ-டு. ஒரு மருங்கலை ஒடுக்கம் (single-sideband suppression).

SIM (Subscriber Identification Module)*: சந்தாதாரர் அடையாள அட்டை.* GSM பேசிகளில் உள்ள சிறிய அட்டை. GSM செல்பேசியை, சந்தாதாரர் அடையாள அட்டை இல்லாமல் பயன்படுத்த முடியாது. GSM அமைப்பில் வேலை செய்ய, பேசியின் எண் மற்றும் சந்தாதாரரைப் பற்றிய தகவல் கொண்ட அட்டை.

SMS (n): Short Messaging Service*; குறுஞ்செய்திச் சேவை:*

டிஜிட்டல் (இலக்கமுறை) பேசிகள் பல மேம்பட்ட சேவைகள் வழங்க வல்லன; அவற்றுள் குறிப்பிடத்தக்க ஒன்று, காட்சித்திரை மற்றும் விசைப் பலகையைப் பயன்படுத்தி சில குறுஞ் செய்திகளை அனுப்பும் வல்லமை. SMS சேவையின் பிற நலன்கள்: பயனர் பேசியைப் பயன் படுத்தும்போது, வந்துசேரும் குரல் தகவலைச் சேமித்து வைப்பது. பேசி அகல்நிலையில் (off state) இருக்கும்போது, எழுத்து மற்றும் எண் வடிவிலான செய்திகளைத் தேக்கிவைப்பது. பேசியை நிகழ்த்தும் போது திரையில் செய்தி தெரிகிறது.

SNR - Signal-to-Noise-Ratio. *சமிக்ஞை-இரைச்சல் விகிதம்.*

Spark Transmitter (n)*: சுடர்ப்பொறி செலுத்தி (பெ.சொ):*

*1.*ஒரு முற்கால ரேடியோ செலுத்தி. மின்னூட்ட வெளியேற்றம் சுடர்ப் பொறிச் சந்தில் பாய்வதை மூலமாகக் கொண்ட கருவி.

2.தற்காலப் புழக்கத்தில் இல்லாத மாறுதிசை மின்னோட்ட மூலம். கொண்மியின் மின்னூட்ட வெளியேற்றம் மின்தூண்டியில் பாய்வதால் சுற்றில் இணைக்கப்பட்டிருக்கும் வெண்கலக் குமிழ்களுக்கிடையே

உள்ள சிறிய இடைவெளியில் சுடர்ப்பொறி ஏற்படுகின்றது; அதை வெளியீடாகக் கொண்ட மாறுதிசை மின்னோட்ட மூலம்.

Spectrum (n): ***நிறமாலை (பெ.சொ):*** *1. அதிர்வெண் சார்ந்ததாகக் காட்டப் படும் கதிர்வீச்சு அல்லது ஓர் இயக்கத்தின் செறிவு. 2. வெள்ளை ஒளி ஒரு முப்பட்டகையுள் புகுந்து பிரிக்கப்படுவதால் ஏற்படும் வண்ணப் பட்டைகள்; சிவப்பிலிருந்து (நீண்ட அலை) ஊதா (குற்றலை) வரை வரிசையாகத் தோன்றுவது.*

Speech***: பேச்சு.***

Standard (n)***: தகுதரம்/செந்தரம் (பெ.சொ):*** *தொடர்பாடல் சேவை வழங்குபவர்களும், அமைப்புகளை வடிவமைப்பவர்களும், நிறுவு பவரும் கடைப்பிடிக்க வேண்டிய குறிப்பீடுகள். பயன்பாட்டுக்கு ஒதுக்கப் பட்ட அதிர்வெண்கள், பண்பேற்ற முறை, தடங்கள் எடுத்துக்கொள்ளும் அலைவரிசைப் பட்டையின் அகலம், பன்முக அணுகல் உத்தி... போன்ற வற்றைத் தகுதரம் வரையறுக்கின்றது. பல தொழிலகங்களும், உற்பத்தி யாளர்களும், அரசாங்க ஆணைக்குழுவினரும் ஒன்று சேர்ந்து தகுதரங் களைப் பரிசீலனை செய்கின்றனர். தகுதரம் என்பது தொடர்பாடலில், அமைப்பின் ஆற்றுகையைச் சொல்வது அல்ல; ஓர் அமைப்பு அதன் பல அங்கங்களுடனும், கூறுகளுடனும் ஊடாடப் போதுமான அளவுக்குப் பொது அம்சங்களைப் பெற்றிருக்க வேண்டும் என்று சொல்வது.*

Static (n)***: மின்னியல் தொந்தரவு (பெ.சொ):*** *(1) வானொலி அல்லது தொலைக்காட்சி சமிக்ஞைகளின் ஏற்புகைக்குப் பாதகம் (ஊறு) விளைவிக்கும் மின்னியல் வெளியேற்றங்கள் (2) வெளியேற்றங்களால் உருவாக்கப்படும் இரைச்சல் அல்லது இடையீடுகள்.*

Stochastic (adj): ***வாய்ப்பியற் (பெ.அ):*** *வாய்ப்பால் எழுகிற; நிகழ்தகவைக் கொண்ட; தற்போக்கான.*

Subscriber (n)***: சந்தாதாரர் (பெ.சொ):*** *செல்லிடத் தொடர்பாடல் அமைப்பைப் பயன்படுத்திக்கொள்ள சந்தா கட்டும் பயனர்.*

Substrate (n)***: அடித்தளம் (பெ.சொ):*** *குறைகடத்தித் தொழிலில், ஒரு பொருளின் சீவல் அல்லது மென்தகடு. பொதுவாக ஒரு படிகம். அதன் மேல் குறைகடத்திக் கருவிகள் உருவாக்கப்படுகின்றன. பொருள் அல்லது பயன்பாட்டுக்கு ஏற்றபடி: தகடுகள் 5-30 செ.மீ வரை விட்டம் கொண்டவை. பெரிய செயற்கை நீள்வட்டப் படிக வார்ப்புக்கட்டிகளைச் சன்னமான துண்டுகளாக வெட்டியபிறகு; மென்மையாக இழைக்கப் பட்டு, தளப்பரப்பு மெருகேற்றப்படுகின்றது.*

Superheterodyne Method***: கலக்கிப்பிரிக்கும் முறை:*** *ரேடியோ சமிக்ஞை களை வாங்கும்/ஏற்கும் முறை. ஏற்பி உள்வாங்கும் உயரதிர்வெண்*

சமிக்ஞையும், ஓர் அக-அலையியற்றியின் சமிக்ஞையும் கலப்பியுள் (mixer) செல்கின்றன. கலப்பியிலிருந்து வெளிவரும் சமிக்ஞையின் அதிர்வெண், ஒரு குறிப்பிட்ட இடைநிலை அதிர்வெண்ணாக இருந்தால், ஏற்கப்படுகின்றது; மற்ற அலைவரிசைகள் ஒடுக்கப்படுகின்றன. எடுத்துக்காட்டாக, *900* MHz சமிக்ஞையை ஏற்க, *70* MHz இடைநிலை அதிர்வெண் கொண்ட ஏற்பியின் அக-அலையியற்றி *830* MHz அதிர் வெண்ணில் இயக்கப்படும்.

Synchronization (n): ஒத்தியக்கம்.

Synchronize (v): ஒத்தியக்கு.

System (n): ***அமைப்பு/முறைமை (பெ.சொ):*** *1.* ஒரு தொகுதி அல்லது பொருள்களின் ஏற்பாடு; ஏற்பாட்டில் உள்ள பொருள்களுக்கு, இடை-இடை உள்ள தொடர்புகளாலும் தொடுப்புகளாலும் ஒற்றுமை அல்லது முழுமை இருக்கும். எ-டு: நெடுஞ்சாலைகளின் அமைப்பு. *2.* ஒரு குறிப்பிட்ட குறிக்கோளை அடைவதற்காக ஒருங்கிணைக்கப்பட்ட பொருள்களின் தொகுதி. பொருள்கள் ஒன்றுக்கொன்று முரணில்லாமல் சீராக ஊடாடுகின்றன. *3.* ஓர் ஏற்பாடு அல்லது வழிமுறை. *4.* ஒன்றைச் செய்வதற்கு நிறுவப்பட்ட முறை; செய்முறை.

TDMA - Time Division Multiple Access*:* நேரம் பங்கிட்ட பன்முக அணுகல்/ நேரம் பகிர்ந்த பன்னணுகல்:

பல பயனர்கள் ஒரு ரேடியோ அலைவரிசைத் தடத்தை, ஒருவருக் கொருவர் இடையிடாமல் அணுக வழிவகுக்கும் கம்பியில்லா உத்தி; இம்முறையில் தனிப்பட்ட நேரப் பொந்து (time slot), தடத்தில் உள்ள ஒவ்வொரு பயனருக்கும் ஒதுக்கப்படுகின்றது.

Technology: *நுட்பியல், தொழில்நுட்பம்:* நடைமுறைச் சிக்கல்களுக்கு தீர்வு காண்பதற்கான அறிவியலின் பயன்பாடும் வளர்ச்சியும்.

Tectonic plate*:* *பூதளவிசைத் தட்டு (பெ.சொ):* Tectonic என்பது புவியமைப்பியலில் பயன்படுத்தப்படும் அடைச் சொல். பூதளத்தின் கட்டமைப்பில் மாற்றங்களையும் உருத்திரிபுகளையும் உண்டாக்கும் விசைகளைக் குறிக்கும் சொல்.

Telegraphy*:* *தந்தியியல்:* தந்தி மூலமாகச் செய்திகளைச் செலுத்தும் பணி; தொடர்புடைய படிப்பு.

Telephone: தொலைபேசி.

Television*:* தொலைக்காட்சி.

Terminal (n)*:* *முனை/முனையம் (பெ.சொ):* *1.* தொடுப்பு வழங்கு வதற்காக மின்னியல் சுற்றில் ஒட்டப்பட்ட ஒரு கருவி. *2.* தொடர்பாடல் அல்லது போக்குவரத்துத் தடங்களின் சந்திப்பு.

Thermal Noise (n): ***வெப்ப இரைச்சல் (பெ.சொ):*** வெப்பத்தால் இயக்கப் படும் மின்னணுக்களால், கடத்திகளில் உண்டாகும் இரைச்சல்.

Tone (n) ***தொனி (பெ.சொ):*** அதிர்வுகளின் சீர்மையால் அடையாளம் காட்டப்படும் ஒலி. ஒரு தனிப்பட்ட அதிர்வெண் அல்லது அலை வரிசை கொண்ட ஒலி.

Transceiver (TRANS(MITTER)+RE(CEIVER)) பெற்றனுப்பி/அனுப்பி - வாங்கி:

1. ஒரே பொதிவில், ரேடியோ செலுத்தி மற்றும் ஏற்பி கொண்ட சாதனம். 2. அச்சிடப்பட்ட தொலைநகல் பிரதிகளை அனுப்ப மற்றும் ஏற்கவல்ல ஒரு மின்னணுவியல் கருவி.

Transconductance: ***பரிமாற்றுக்கடத்தம்:*** டிரான்சிஸ்டரின் பண்பு. இது 'Transfer Conductance' என்பதன் சுருக்கம். இரு புள்ளிகளுக்கிடையே மின்னழுத்தம் கொடுத்து, அதனால் மின்னோட்டம் உருவாக்குவது – கடத்தம். டிரான்ஸ்கடத்தமோ, இரு உள்ளீட்டுப் புள்ளிகளுக்கிடையே தூண்டப்படும் மின்னழுத்தத்தால் இரு வெளியீட்டுப் புள்ளிகளுக் கிடையே மின்னோட்டம் ஏற்படுவதைக் குறிப்பது; ஏதோ ஒரு சந்தி யில் இருந்து மற்றொரு சந்திக்குக் கடத்தம் மாற்றப்படுவது போல. மின்னழுத்த மற்றும் ஓட்ட மாற்றங்களின் விகிதமே அதன் மதிப்பு,

$$g_m = \frac{\Delta I_{out}}{\Delta V_{in}}$$

Transformer: ***மின்மாற்றி:*** மாறுதிசை மின்னாற்றலை மின்காந்தப் பிணைப்பின் வழியாக ஒரு சுருளில் இருந்து மற்றொரு சுருளுக்கு எடுத்துச் செல்லும் கருவி. ஒரு சுருளில் இருந்து மற்றொரு சுருளுக்குத் தூண்டப்படும் மின்காந்த ஆற்றலின் அதிர்வெண் மாறாது; மின்னழுத்தமும், மின்னோட்டமும் மாறுபடும்.

Transistor (n): ***டிரான்சிஸ்டர்:*** *1.* ஒரு திண்ம-நிலை, மின்னணுவியல் கருவி. குறைகடத்திப் (semiconductor) பொருள்களான சிலிக்கான் மற்றும் ஜெர்மேனியம் போன்றவற்றால் ஆனது; மின்னோட்டத்தைக் கட்டுப் படுத்தும் வெற்றிடம் இல்லாத கருவி. செயற்பணியில் மின்குழாய்கள் போன்று விளங்கும் டிரான்சிஸ்டர், மேலும் கச்சிதமானது; நீண்ட ஆயுளும் குறைந்த மின்சக்தித் தேவைப்பாடும் கொண்ட கருவி. 2. பிரபலமான, ஒரு டிரான்சிஸ்டர்மயமான ரேடியோ கருவி.

Transmit (v): ***செலுத்து (வி.சொ):*** ரேடியோ சமிக்ஞைகளை அனுப்புவது.

Transmitter (n): ***செலுத்தி (பெ.சொ):*** ரேடியோ அலைகளை உருவாக்கி, அவற்றின் வீச்சு அல்லது அதிர்வெண்ணைச் சமிக்ஞைக்குத் தக்கவாறு

மாற்றியமைத்து, பிறகு ஆன்டெனா மூலம் செலுத்தும் கருவி.

Transmission: செலுத்தம்: அனுப்பும் நிலையத்திலிருந்து வாங்கும் கருவிக்கு செல்லும் ரேடியோ அலைகளின் போக்கு.

Transmission Line: செலுத்தும்கம்பி.

Transfer function (n): பரிமாற்றுச் சார்பு (பெ.சொ): ஒரு சுற்று அல்லது அமைப்பின் உள்ளீட்டுக்கும் வெளியீட்டுக்கும் உள்ள தொடர்பைக் குறிக்கும் 'வரை' அல்லது 'சார்பு'; கணக்கியல் சார்பாகவும் குறிப்பிடுவது வழக்கம். எ-டு: நேர்நிலையில் வேலை செய்யும் FM உணர்வானின் வெளியீடு, $V_o = k_v(f - f_o)$; இதில், உள்ளிடும் சமிக்ஞையின் அக்கண அதிர்வெண் f, f_o-சுமப்பி அலையின் அதிர்வெண், K_V-மாறிலி & V_O-வெளியீட்டு அழுத்தம்.

Trunk (n): தகவல் தளை/தண்டு (பெ.சொ): தொலைபேசி அமைப்பின் முதன்மையான இணைப்புக் கம்பி. இரு நிலைமாற்றும் அமைப்புகளுக் கிடையே உள்ள தொடர்பாடும் பாதை.

Tune (v): இசைவி (வி.சொ): ஓர் அமைப்பு அல்லது மோட்டாரை சரியாகச் செயலாற்றும் நிலைக்குக் கொண்டுவருவது. ஒரு ரேடியோ அல்லது தொலைக்காட்சி ஏற்பியைக் குறிப்பிட்ட அலைவரிசையில் சமிக்ஞையை ஏற்குமாறு சரி செய்வது.

UHF (Ultra High Frequency): மீ உயர் அதிர்வெண்: 300-3000 MHz அதிர்வெண் கொண்ட அலைகளைக் குறிக்கும் சொல். தொலைக்காட்சி மற்றும் செல்பேசிகள், இந்த அதிர்வெண்களைப் பயன்படுத்தி இயங்கி வருகின்றன.

User: பயனர்/பயனாளர்: அமைப்பின் சேவையை அணுகுபவர்.

Vacuum (n): வெற்றிடம்: 1. பருப்பொருள் இல்லாத வெளி. 2. காற்று மற்றும் பிற வாயு நீங்கிய, ஒரு மூடப்பட்ட இடம்.

VHF (Very High Frequency): அதியுயர் அதிர்வெண்: 30-300 மெகா Hz.

Velocity: வேகம், திசைவேகம்.

Voltage: அழுத்தம், மின்னழுத்தம். வோல்ட் அலகில் குறிக்கப்படும் மின்னியக்க விசை.

Wave: அலை: சரியமைதிநிலையிலிருந்து தோன்றும் அதிர்வு. எந்தப் பருப்பொருளையும் எடுத்துச் செல்லாமல், ஆற்றலைப் பரப்பும் சீரான அசைவு. எ-டு: கால்பந்து அரங்கத்தில், ரசிகர்கள் இருக்கையிலிருந்து எழுவதாலும் அமர்வதாலும் உண்டாகும் மனித அலை. இங்கு, சரியமைதி நிலை என்பது ரசிகர்கள் அமர்ந்திருப்பது; அதிர்வு என்பது ரசிகர்கள் நிற்பது.

Wavelength (n): *அலைநீளம் (பெ.சொ):* அலைபரவும் திசையில், அதிர்வின் ஒரு புள்ளிக்கும், அதே கட்டநிலையில் உள்ள அடுத்த புள்ளிக்கும் இடையில் உள்ள தொலைவு.

Wavefront (n): *அலைமுகப்பு (பெ.சொ):* அலைபரவும் திசைக்கு செங்குத் தாக விளங்கும் தளப்பரப்பு. எக்கணத்திலும் முகப்பின் எல்லாப் பகுதி களிலும் அலையின் கட்டநிலை ஒன்றே; பரவும் திசையும் ஒன்றே.

உசாத்துணை

ரேடியோ மற்றும் அதன் முன்னோடிகள் பற்றிய வரலாற்றை எழுத உதவிய நூல்கள், கட்டுரைகள், இணையதளங்கள்

Armstrong E.H., Operating Features of the Audion. Explanation of its action as an amplifier, as a detector of high-frequency oscillations and as a 'valve', *Electrical World*, Dec 12, 1914.

Bondhyopadhyay P., Under the Glare of Thousand Suns-The Pioneering works of Sir. J.C. Bose, *Proceedings of IEEE, Vol. 86,* Jan. 1998, pp. 218-224.

Bose J.C., Detector for Electrical Disturbances, March 1904, *அமெரிக்கத் தனியுரிமை எண் 755,840.*

Emerson D.T., (Dec 1997). *J.C. Bose: 60 GHz in the 1890s*, www.tuc.nrao.edu/~demerson/bose/bose.html. Also published in IEEE Transactions on Microwave Theory and Techniques, Vol. 45, No. 12, pp. 2267-2273.

Guglielmo Marconi - Biography, http://nobelprize.org/physics/lauretes/1909/marconi-bio.html.

Lawrence P. Lessing, *Dictionary of American Biography: Armstrong, Edwin Howard* Supplement Five, pp. 21-23, Charles Scribner Sons, New York.

Parthasarathy R., J.C. Bose: Combining Physics and Biology, *The Hindu, Feb 7, 2002.*

Rajesh Kochar, J.C. Bose: The Inventor who wouldn't patent, *Science Reporter*, Feb 2000.

Sir John Ambrose Fleming. http://chem.ch.huji.ac.il/~eugeniik/history/fleming.htm

The Development of Radio Technology... from Maxwell to Microchip, www.acmi.net.au/AIC/RADIO_BRITANNICA.html.

TITANIC Tragedy Spawns Wireless Advancements, http://www.marconiusa.org/history/titanic.htm.

Yannis Tsividis, *E.Armstrong: Pioneer of the Airwaves*, www.columbia.edu/cu/alumni/Magazine/Spring2002/Armstrong.html.

கதிரவன் கிருஷ்ணமூர்த்தி, ரேடியோவின் கதை, www.thinnai.com.

பல அரிய வரலாற்று நிகழ்வுகளைச் சித்திரிக்கும் தளம்: www.northwinds.net/bchris.

கலைச்சொல் ஆவணங்கள்

க்ரியாவின் தற்காலத் தமிழ் அகராதி, க்ரியா, சென்னை.

முஸ்தபா, மணவை. கணினி களஞ்சியப் பேரகராதி, மணவை வெளியீட்டகம், சென்னை 40.

— அறிவியல் தொழில்நுட்பக் கலைச்சொல் களஞ்சிய அகராதி, மணவை வெளியீட்டகம், சென்னை 40.

— காலம் தேடும் தமிழ், மீரா வெளியீட்டகம், சென்னை 40.

தகவல் தொழில்நுட்பக் கலைச்சொல் அகரமுதலி (ஆங்கிலம்-தமிழ்), அரசகரும மொழிகள் ஆணைக்குழு, கொழும்பு-8, இலங்கை.

Webster's New World College Dictionary (4th Edition).

http://en.wikipedia.org.

http://www.st-andrews.ac.uk/~jcgl/Scots_Guide/info/signals/analog/analog.htm

www.thinnai.com, அறிவியலும் தொழில்நுட்பமும் பகுதியில் ஜெயபாரதன் கட்டுரையிலிருந்து பூதளவிசைத் தட்டு (tectonic plate).

www.valavu.blogspot.com, முனைவர். ராம். கி.

பாடநூல்கள்

Black U., *Wireless and Mobile Networks,* Information Engineering Institute, USA.

Hayt W., 1987. *Engineering Electromagnetics*, McGraw-Hill Book Company.

Jacobowitz H., 1965. *Electronics Made Simple,* Doubleday and Company, New York.

John D. Kraus. 1988. *Antennas,* McGraw-Hill, Inc,

Kennedy and Davis, *Electronic Communication Systems*, Tata McGraw-Hill Publishing Company Limited, New Delhi.

Krauss H.L., Bostian C.W. and Raab F.H., 1980. *Solid State Radio Engineering*, John Wiley and Sons.

Lee W.C., *Mobile Cellular Telecommunications: Analog and Digital Systems*, McGraw Hill.

Lee W.Y., 1993. *Mobile Communications Design Fundamentals*, John Wiley and Sons: New York.

Mishra D.K., 2004. *Radio Frequency and Microwave Communication Circuits*, John Wiley and Sons.

Pierce J.P. and Noll M., 1990. *Signals: The Science of Telecommunications*, Scientific American Library.

Rappaport T., *Wireless Communications: Principles and Practice*, Prentice Hall, New Jersey.

Razavi B., 1998. *RF Micoelectronics*, Prentice Hall.

Roddy D. and Coolen J., 2003. *Electronic Communications*, Prentice Hall of India, New Delhi.

Sklar B., *Digital Communications; Fundamentals and Applications*, Pearson India.

சந்தானராகவன், பெ., இராமசாமி, பெ. பயன் தரும் படிகங்கள், KRU பதிப்பகம், கும்பகோணம்.

பயன்பாடுகள் பற்றிய கட்டுரைகள்

Brain M. and Tyson J., *How Cell Phones Work,* http://electronics.howstuffworks.com/cell-phone17.html

Earthquake Alarm (December 2005), *IEEE Spectrum,* p 23-27.

Fundamentals of SAW operation, www.sawtek.com.

GPS Uses in Everyday Life, www.aero.org/publications/GPSPRIMER/

Galileo Positioning System, http://en.wikipedia.org/wiki/ Galileo_positioning_system.EvryDyUse.html.

GARMIN, *About GPS,* http://www.garmin.com/aboutGPS.

How Radar Works, http://electronics.howstuffworks.com/radar.htm.

Introduction to SAW filters: Design and Fabrication. www.comdev.com.

Marshall Brain and Tom Harris, *How GPS Receivers Work.* www.howstuffworks.com.

Mounting for optimum signal strength, www.starkelectronic.com..

Time Division Multiple Access (TDMA), International Engineering Consortium, Web ProForum Tutorials, http://www.iec.org.

www.cmmacs.ernet.in/~gps/ and S. Jade, S. M. Vijayan et al, Effect of M 9.3 Sumatra-Andaman Islands Earthquake of 26th December 2004 at some permenant and campaign GPS stations in the Indian continent, *International Journal of Remote Sensing.*

மின்காந்த அலைகள், மேக்ஸ்வெல் சமன்பாடுகள்

Glenn Elert, *Electromagnetic Waves,* The Physics Hypertextbook, http://hypertextbook.com/physics/electricity/em-waves.

Karl F. Kuhn, 1979. *Basic Physics; A self-teaching guide,* John Wiley & Sons, Inc..

Maxwell's equations: Are they really so beautiful that you would dump Newton? www.phys.unsw.edu.au/einsteinlight/jw/ module3_Maxwell.htm.

கையேடுகள்

Penelope Stetz, *The Cell Phone Handbook,* Aegis Publishing Group, Rhode Island.

Muller N.J., *Wireless A to Z,* McGraw Hill, New York.

நுட்பியல் கட்டுரைகள்

Kathiravan Krishnamurthi and Stephen P Jurgiel (Aug. 2005). *Gauge Wideband LO Noise in passive Tx/Rx mixers,* Microwaves and RF.

MAX2021 ஒரு மருங்கலைவரிசைப் பண்பேற்றி, MAX2039 இரட்டை சமநிலைக் கலப்பி சில்களின் தரவுத் தாள்கள், www.maxim-ic.com.

Thomas Schwengler (March 1998). *Tower-Top Low-Noise Amplifiers for Wireless Communications,* IEEE Aerospace conference, tschwen@uswest.com

சுட்டி

அக்கண (instantaneous)
 அதிர்வெண் 88
 அழுத்தம் 77, 78
 வீச்சுநிலை 78
அகல் (off)
 நிகழ்-அகல் விசைமுறை (on-off keying) 101
அகண்டலை வரிசை (Broadband) 134
அச்சிட்ட சுற்றுப் பலகை (Printed Circuit Board) 13
அட்சரேகை
 பூகோள இடநிலை 141
அடர்த்தி (Density)
 மின்னூட்ட (Charge) 45
 மின்னோட்ட (Current) 45
 நிறமாலைசார் திறன் (Power Spectral) 161
அடித்தளம் (substrate) 13, 102
அதிர்வெண் (அலைவரிசை)
 பண்பேற்றம் (modulation) 86
 விலக்கம் (deviation) 88
 விலகும் விசைமுறை 102
 மறுபயன்பாடு (reuse) 110
அயனியாக்கம் (ionization) 136
அயனிமண்டலம் (ionosphere) 22
அழுத்தம்
 காற்றழுத்தம் (Air Pressure) 65
 மின்னழுத்தம் (Voltage) 67
 மின்வழங்கியின் 80
அலை 206
 அதிர்வெண் 27
 அலைநீளம் 27

ஒலியலை 40
 ரேடியோ 24, 29
 வீச்சு 25
அலைப்பட்டை அகலம் (Bandwidth) 69
அலைவி/அலையியற்றி
 அக-அலைவி 178
 சீர்-அலைவி/சிறவலைவி 179
அலைமுகப்பு (Wavefront) 33
அளபுரு (Parameter) 197
 அதிர்வெண் (frequency) 25
 கட்டநிலை (phase) 32
 வீச்சு (amplitude) 25
அளவெல்லைச் சமன்பாடு (Range Equation) 54
அனுப்பி-Transmitter (செலுத்தி)
 அனுப்பி-வாங்கி (Transceiver)
 பெற்றனுப்பி (Transceiver) 178
அணுகல் நுட்பங்கள் (Access Techniques)
 அதிர்வெண் பங்கிட்ட/பகிர்ந்த (FDMA) 114
 குறியீடு பங்கிட்ட/பகிர்ந்த (CDMA) 116
 நேரம் பங்கிட்ட/பகிர்ந்த (TDMA) 115
ஆடியான் (Audion) கருவி 2-11
ஆற்றுகை (Performance)
 ஏற்பியின் (receiver) 170
ஆள்களம் (domain)
 அதிர்வெண் 161
 கால 158

ஆழிப்பேரலை (Tsunami)
    பூகோள இடநிலை உணர்த்தும்
    அமைப்பு 145
ஆன்டெனா
    இருகம்பு/இருகோல் (Dipole) 6, 18
    திசைசாரா (Isotropic) 52
    பரவளைய (parabolic) 52
    வளைய 18
ஆம்ஸ்ட்ராங், எட்வின் (Edwin
    Armstrong) 9, 185
இசை
    FM இசை 11
    சமிக்ஞை 74
இசைவி (Tune) 139, 205
இடநிலை உணர்த்தும் அமைப்பு
    (பூகோள) 140
இடுகுறி (Arbitrary) 190
இடையீடு (Interference)
    CDMAவில் இடையீட்டு
    இரைச்சல் 120-121
இறுக்கவிசை (Stress) 151
இயங்கியல் (Mechanics)
    நிலநடுக்க 150
இயல்மாற்றி (Transducer)
    எலெக்ட்ரெட் 95
    தளப்பரப்பில் ஒலி கடத்தும் 133
இயற்பியல்
    ரேடியோ 16
இரட்டை வழியாக்கம் (Duplexing) 113
இரட்டை வழியாக்கி (Duplexer) 113,
    178
இரட்டை சமநிலைப் பண்பேற்றி
    (Double Balanced Modulator) 83
இருகம்பு/இருமுளை/இருகோல்
    ஆன்டெனா (Dipole) 6, 18
    மடிக்கப்பட்ட (folded) 6, 40
இரு-கதிர் மாதிரியம்/போல்மம்
    (Two Ray Model) 57

இருகம்பி வடம் 37
இரும (Binary)
    கட்டநிலை விலகும் விசைமுறை
    (Phase Shift Keying) 102
    குறிமுறை 70
    சமிக்ஞை (Signal) 70
இருவழி (Duplex)
    ரேடியோ 112
இருமுனையம் (Diode) 81, 84, 192
இரைச்சல் (Noise)
    அளவை 170
    இடையீட்டால் ஏற்படும் இரைச்
    சல் (noise due to interference) 120
    கட்டநிலை (phase) 176
    காரணி (factor) 167
    தளம் (floor) 172
    பொறாமை (immunity)
    வெப்ப (thermal) 162
    வெள்ளை (white) 162
இலக்கக் கேட்பொலிப்பேழை
    (Digital Audio Tape) 72
இலக்கமுறை (Digital)
    கேட்பொலி 73
    பண்பேற்றம் 98
இழப்பு (Loss)
    செருகல் (Insertion Loss) 176
    திறன் (Power Loss) 55, 174
    பாதை (Path Loss) 121
    மாற்றுகை (Conversion Loss) 183
இழுவிசை (Strain) 152
இணையச்சு வடம் (Coaxial cable) 37
ஈறிலா (Infinite)
    அளப்புகள் 157
    தொகுதிகள் 157
உச்ச அதிர்வெண் விலக்கம் (Peak
    Frequency Deviation) 88
உட்புகுதிறன் (Permittivity) 35, 197
உறை-பகுப்பான் (Envelope Detector)

வீச்சு பண்பிறக்கம் 82
ஊசல்கள் (fluctuations) 65
ஊட்டப் புள்ளி (feed point)
ஆன்டெனாவின் 37
ஊடகம் அல்லது மிடையம்
(medium/media) 195
கம்பியில்லா ஊடகம்
திசைசாரா மிடையம் 57
ஊர்தி (சுமப்பி)
அலை 76
அதிர்வெண் 76
எதிர்மம் (Impedance)
அலை (wave) 34
தன்னியல்பு 38
(Characteristic Impedance)
எதிர்மம் பொருத்தும் சுற்றுகள்
(Impedance matching Circuits) 36
ஏற்பம்/ஏற்புகை 49, 200
ஏற்பி
ரேடியோ 14, 174
ஏற்புடைய (Compatible) 126
ஒத்திசைப்பான் (resonator) 130
ஒத்தியக்கம் (Synchronization) 116
ஒத்தியங்கும் கடிகாரங்கள் 146
ஒத்தியக்க துண்மி (sync bit) 116
ஒடுக்கம் (suppression)
சுமப்பியலை (carrier) 86
ஒப்புமை (Analog) 187
சமிக்ஞை 65
ஒலி (sound)
கேட்பொலி (audio) 72
சமிக்ஞை (signal) 71
ஒளி (light) 27
திசைவேகம் (velocity) 27, 46
ஒருவழி (Simplex)
ரேடியோ 21, 112
ஒருங்கிணைந்த சுற்று (Integrated Circuit) 14, 141, 194

ஒருமருங்கலை (Single sideband)
பண்பேற்றம் (modulation) 85
ஃப்ரீஸ் சமன்பாடு (Friis Equation) 173
ஃபிளாங்க் மாறிலி 162
ஃபூரியர், ஜோசப் (Fourier, Joseph) 62
ஃபூரியர்
தொடர் (Fourier series) 107
களமாற்றம் (Fourier transform) 108
கட்டநிலை (Phase)
அளபுரு (parameter) 76
இரைச்சல் (noise) 176
விலகும் விசைமுறை
(phase shift keying) 100
கட்டில்லா வெளி (free space) 35
கடிகாரம்
அணுவியல் 146
ஒத்தியக்கம் 116
குவார்ட்ஸ் 146
கதிர்வீச்சுப் பரவு தோரணி (Radiation Pattern)
ஆன்டெனாவின் 52
கருங்கல் மின்கலன்கள் (Granite Batteries) 150
கலக்கிப்பிரிக்கும் முறை (Super Heterodyne Method) 10, 131, 202
கலப்பி (Mixer)
அதிர்வெண் கீழிறக்கி (Down Converter) 178
இரட்டை-சமநிலை (Double Balanced) 85
தலைகீழ் கலப்பு (கலப்பியில்)
(Reciprocal Mixing) 179
கலவை எண்/சிக்கல் எண் (Complex number) 64, 107
கண்ணுக்கெட்டும் (ரேடியோவின்)
தொலைவு (Radio Horizon) 49
கம்பியிழை (filament) 8
காந்தப்புலம் (Magnetic Field) 31, 44

சுட்டி | 213

காலவட்டம் (Period)
   சமிக்ஞையின் 65
காலவட்டச் சமிக்ஞை (periodic signal) 66
காலவட்டமில்லாச் சமிக்ஞை (non-periodic signal) 66
கிட்டுத்தகவு திறன் (Available Power) 166
கிளர்மின் சுருள் (Secondary) 83
குறைகடத்தி (Semiconductor)
   டிரான்சிஸ்டர் 13
குறுக்கலைகள் (Transverse waves)
   கட்டில்லா 31
   மின்காந்த 32
குறுஞ்செய்திச் சேவை (SMS)
   செல்பேசி அம்சங்கள் 109, 201
குறுவட்டு (Compact disc)
   இயக்கி (player) 73
   இலக்கமுறை பதிவி (digital recorder) 75
குறிமானம்
   அரபிக் 68
   டெசிபெல் 59
குறிமுறையாக்கம் (Coding) 70
குறியீடு பங்கிட்ட பன்முக அணுகல் (Code Division Multiple Access) 116
குறை-இரைச்சல் பெருக்கி (Low Noise Amplifier) 178
குழாய் (Valve)
   ரேடியோ 10
   மின்னணுவியல் 7
குரல்-தர (Voice grade) 71, 123
கூருணர்திறன் (Sensitivity)
   ஏற்பியின் (receiver) 171
கொண்மி (Capacitor) 12, 81
கொண்மை (Capacity)
   செல்பேசி முறைமையின் 120
கௌசியன் (Gaussian)

நிகழ்தகவு அடர்த்திச் சார்பு 160
சரனாப், டேவிட் (Saranoff, David) 10
சமநிலை (Balanced)
   கடத்தும் கம்பி (transmission line) 38
   பண்பேற்றி (modulator) (6-99, 222)
சமநிலைமாற்றி 189
சமிக்ஞை 201
   இருமச் 100
   இலக்கமுறை 67
   ஒப்புமைச் 65
   காணொளிச் 76
   குழுமம் 103
   கேட்பொலி 78, 188
   சமநிலை 38
   தற்போக்கு 156
   தோரணி 144
   பிரிநிலை 67, 156
சாம்லிங் (மாதிரி எடுக்கும் தேற்றம்) (Sampling Theorem) 69
சார்பு (பெ.சொ) (Function)
   சைன் 65
   பெசல் 90
சார்பு (பெ.அ) (Relative)
   சார்பு வேகம் 56
சிக்கல் எண் (Complex number) 64, 107
சிற்றளவாக்கம் (Miniaturization) 144
சில் (chip) 13
   ஒருங்கிணைந்த சுற்றுகள் 141
   சிலிக்கான் 14
சுடர்ப்பொறி செலுத்தி 201
சுற்று (circuit)
   ஒருங்கிணைந்த (Integrated) 141
   தொட்டிச் 96
சுமப்பி (Carrier) (ஊர்தியில் பார்க்க)
   அலை (wave)
   அதிர்வெண் மூலம் 86
செல்லுலர்
   அமைப்பு 121

உத்தி 109
செலுத்தி (Transmitter) 57
செலுத்தம் (Transmission)
   சமிக்ஞை 76
   நேர்ப்பார்வை (Line-of-sight) 49
செலுத்து (Transmit)
   அதிர்வெண் (Transmit Frequency)
   தடம் (Transmit channel) 114
   திறன் (power) 112
செலுத்தும் கம்பி (Transmission Line)
   இருகம்பி வடம் (Two wire) 37
   இணையச்சு வடம் (Coaxial) 37
சொட்டாக்கம் (Quantization) 68
சொட்டாக்கி (Quantizer) 68
சொட்டாக்க இரைச்சல் (Quantization Noise) 68
டாப்ளர் விளைவு (Doppler effect) 42, 56
டாப்ளர் விலகல் (Doppler shift) 42, 56
டிரான்சிஸ்டர் (Transistor)
   புல-விளைவு (field effect) 94
டீ டாரெஸ்ட் (DeForest) 8
டெசிபெல் (Decibel)
   விளக்கம் 59
டேவிட் சரனாப் (David Saranoff) 9
தகவல் (Information) 194
தகவல் தளை (trunk) 123
தங்குநிலை செயற்பாடு/முறைவழி (Stationary Process) 158
தடம் (Channel)
   ஏற்பு (receive) 114
   கட்டளை (control) 114
   குரல்-தர (voice-grade) 71
   செலுத்து தடம் (transmit) 114
   பின்செல் (reverse) 114
   முன்செல் (forward) 114
செந்தரம்/தகுதரம் (Standard)
   செல்லுலர் 202
தற்போக்கு (Random)

அசைவியக்கம் (motion) 162
சமிக்ஞை (signal) 156
செயற்பாடு/முறைவழி (process) 155
தந்தியியல் (telegraphy)
மார்க்கோனியின் ரேடியோ 7
தறிப்பான் பண்பேற்றி (Chopper Modulator) 82
தலைகீழ்-இருமடி விதி (inverse square law) 33
தளக்கோலம் (layout) 13
தளப்பரப்பில் ஒலிகடத்தும் கருவி (Surface Acoustic Wave Device) 129
தாழலை (வரிசை)ச் சமிக்ஞை 189
   இசை 69
   பேச்சு 69
திசைசார்ந்த (Anisotropic) 133
திசைசாரா (Isotropic)
   ஆன்டென்னா, மிடையம் (பார்க்க)
திறன் (Power)
   அடர்த்தி (Density) 160
   கட்டுப்பாடு 121
   பெருக்கம் (Gain) 166
   பெருக்கி (Power Amplifier) 176
துருவப்போக்கு/முனைப்பு (Polarity) 198
   நேர்த்துருவ (positive) 81
   எதிர்த்துருவ (negative) 81
துருவமுனைப்பாடு து.முனைப் பாக்கம் (Polarization) 198
   அலை (wave) 33
   கிடை (horizontal) 34
   செங்குத்து (vertical) 34
துண்மி (Bit) 68
   வீதம் (bit-rate) 104
   வழுவீதம் (bit-error rate) 169
துணைக்கோள் (Satellite)
   தொடர்ப்பாடல் (communication) 51

சுட்டி | 215

குழுமம் (constellation) *140*
தொட்டிச் சுற்று (Tank Circuit)
அலைவி (oscillator) *96*
தொடுப்பு(கள்) (Connection(s)) *122*
தொலைக்காட்சி (Television) *28*
தொலைபேசி (Telephone) *15*
தொலைநகலி (Telefax) *15, 71*
தொலைநோக்கி (Telescope) *21*
தொலைவை அளத்தல் *145*
தொனி (tone) *40, 204*
தோரணி (Pattern)
   இனத்தொகைப் பரவல் *143*
   காற்றழுத்தத் *66*
   சமிக்ஞைத் *145*
நகரும் செல்பேசியின் (Mobile cellphone)
   நிலைமாற்றும் அலுவலகம் *122*
   நிலைமாற்றகம் *122*
நடுப்புரி (Center-tap)
   மின்மாற்றியின் (transformer) *83*
நம்பகத்தன்மை (Reliability) *14*
நிகழ்தகவு அடர்த்திச் சார்பு (Probability Density Function) *159*
நிறமாலைசார் திறன் அடர்த்தி (Power spectral density) *166*
நிறமாலைப் பகுப்பாய்வி (Spectrum Analyzer) *161*
நிரைபாடு, முற்றுருவாக்கம் (Fidelity) *193*
கேட்பொலி *71*
நிலைமாற்றி (Switch) *84*
நினைவகம் (Memory) *147*
நீட்டம் (Projection) *26*
நுட்பியல் (Technology) *2, 185*
நுண்செயலி/நுண்முறைவழியாக்கி (Microprocessor) *129*
நுண்பேசி (Microphone) *67, 96*
நுண்ணலை (Microwave)

அடுப்பு *121*
கதிர்வீச்சு *200*
மின்காந்த நிறமாலை *26*
நேர்தகவு அல்லது சரிவிகித அளவு (Proportion) *198*
நேர்ப்பார்வை செலுத்தம் (Line of sight transmission) *49*
நேரப்பொந்து (Time slot) *116*
நேரம் பங்கிட்ட பன்னணுகல் (Time Division Multiple Access) *117*
பரப்பம்/பரவுகை (Propagation) *16*
பட்டை-அகலம் (bandwidth) *69*
படிகம் (crystal)
   பீசோமின்னிய (Peizoelectric) *130*
   குறைகடத்தி (semiconductor)
படிமுறை (Algorithm)
   நிறமாலைசார் திறன் அடர்த்தி கணிப்பில் *162*
பரிமாற்றுக்கடத்தம் (transconductance) *93, 204*
பன்னணுகல் நுட்பங்கள் (பன்முக அணுகல் நுட்பங்கள்) *114*
பண்பேற்றம் (Modulation) *75*
   ஒப்புமை (Analog) *77*
   இலக்கமுறை (Digital) *98*
   அதிர்வெண் (Frequency) *86*
   வீச்சு (Amplitude) *77*
பண்பேற்றும் சமிக்ஞை (Modulating signal) *76*
பிணையம் (Network) *109, 196*
பிரிநிலைச் சமிக்ஞை *69*
பிளெமிங், ஜான் (John Fleming) *8*
பின்னூட்டு (feedback) *9, 96*
புரைமின்னணு (hole) *152*
புல-விளைவு டிரான்சிஸ்டர் (FET) *92*
புலம் (Field)
   காந்தப் *32*
   மின் *32*

புலன்
 செவிப் 64
 பார்வைப் 64
புவியியல் இணையமைவு (Geo-synchronous)
 துணைக்கோள் 51
புவியியல் நிலைவமைவு (Geostationary)
 துணைக்கோள் 51
பூகோள இடநிலையுணர்த்தும் அமைப்பு (GPS) 140
பூமத்திய ரேகை 51
பீசோமின்னிய விளைவு
பூ தளவிசைத் தட்டு (tectonic plate) 144, 204
பெற்றனுப்பி 178
பெற்றனுப்பி அட்டை 189
பொந்து (slot)
 நேரப் பொந்து 116
போல்ட்ஸ்மன் மாறிலி (Boltzmann's constant) 162
போஸ், ஜகதீச சந்திர 5, 17, 185
மருங்கலைவரிசை (Sideband) 77
 இரு மருங்கலைவரிசை 79
 கீழ் மருங்கலை 79
 மேல் மருங்கலை 79
மாதிரி (sample) 69
மாதிரி எடுப்பான் (sampler) 75
மாதிரி எடுக்கும் வீதம் (sampling rate) 72
மாதிரியம் [போல்மம் (Model) பார்க்க]
மாற்றுகை இழப்பு (Conversion Loss) கலப்பியின் 183
மாறுதிசை மின்னோட்டம் (AC) 187
 இழப்பு
மார்க்கோனி, குக்லியல்மோ (Marconi, Guglielmo) 23

மானி
 இழுவிசை மானி 152
 காந்த மானி 151
 திறன் மானி 161
 மின்புலச் செறிவு மானி 41
மிடையம் (அல்லது ஊடகம்)
மின்னணு (Electron)
 நேர்மின்னணு (Electron) 152
 புரைமின்னணு (Hole) 152
மின்கலன் (Battery)
 கருங்கல் மின்கலன் (granite) 151
 சூரிய கலன் (துணைக்கோளில்) 57
 செல்பேசிகளில் 127
மின்புலம் (Electric field) 30
மின்புலச் செறிவு (intensity) 34
மின்வலை (Grid)
 குழாயில் 8
மின்வழங்கி (Power supply) 81, 94
மின்மறிமப் பண்பேற்றி (Reactance Modulator)
 டிரான்சிஸ்டர் 96
 பகுப்பாய்வு 93
 வரைபடம் 94
மின்மூலம் (Electric source) 34
மின்னுகர்வு
 செல்பேசியின் 112
மீள்செலி, மீள்செலுத்தி (Repeater) 50
மீட்டுருவாக்கம் (Reproduction)
 கேட்பொலியின் (audio) 87
முற்றுருவாக்கம் (Fidelity) 87, 193
முனை/முனையம் (Terminal) 8, 93
முக்கோணமாக்கம் (Triangulation) 150
மூவச்சாக்கம் (Trilateration)
 இடநிலை உணர்த்தும் அமைப்பு 142
மேக்ஸ்வெல், ஜேம்ஸ் கிளர்க் (Maxwell, James Clerk)
 சமன்பாடுகள் 58

மோர்ஸ் குறிமுறை (Morse Code) 75
ரேடார் 40
    டாப்ளர் விளைவு 41
    லித்தியம்
        நியோபேட் (LiNbO$_3$) 133
        டான்டலேட் (LiTaO$_3$) 133
    வகையீட்டு (Differential)
        இடநிலை உணர்த்தும் அமைப்பு
        148
    மைய-வரைபடு-தேற்றம் (central-
        limit theorem) 159
வடிகால் முனை (Drain)
    புல விளைவு டிரான்சிஸ்டரின் 94
வடிப்பான் (Filter)
    தளப்பரப்பில் ஒலி கடத்தும் 129
    பட்டை-புகு வடிப்பான் (Bandpass
    filter) 84, 132
வழுவீதம் (Error rate)
    துண்மி 181

வாட்ட உணர்வான் (Slope Detector)
    FM பண்பிறக்கி 98
வாளா (Passive)
    வாளாக் கருவி 197
    வாளாக் கலப்பி 183
வாய்ப்பியற் (Stochastic) 202
வாயில் முனை (Gate Terminal) 94
வாயிற்கட்ட(ம்) (Threshold) 170
    (மின்)அழுத்தம் (voltage)
வெப்பநிலை
    செயல் (operating) 183
    செந்தர (standard) 165
    படைப்பு (fictitious) 168
வெற்றிடம் (Vacuum) 28, 205
ஹெர்ட்ஸ், ஹென்றிக் (Hertz,
    Heinrich) 5, 17
ஹெவிசைட், ஒலிவர் (Heaviside,
    Oliver) 22

குறிப்புகள்